ST. ỌGỌSTINE TI Erinmi (354–430) AD)

Láti a Aisimi Ọkàn sí a Ti a kọ Ìgbésí ayé

Ìgbésí ayé Àwọn lẹ́tà – 40 Ọjọ́ Ìfọkànsìn Àwọn eré - 1

Láti ọwọ́

Aurelius Augustinus – St Augustin ti Erinmi;

Sekaráyà Òkun Ọlọ́run;

Amb. M. O. Ogbe;

C. Ladi Ogbe;

AF762306

Tábìlì ti Àwọn akoonu

Ẹtọ́ Àṣẹ-àdáàkọ © Ojú ìwé

S T. ỌGỌSTINE TI Erinmi (354–430) AD)

Láti a Aisimi Ọkàn sí a Ti a kọ Ìgbésí ayé

Ìgbésí ayé Àwọn lẹ́tà – 40 Ọjọ́ Ìfọkànsìn Àwọn eré | Ṣe ìwé 1

© Àṣẹ-àdáwò © 2026

Sakariah Òrìṣà Ọlọ́run

Òkun Àwọn Ilé-iṣẹ́

Gbogbo ẹ̀tọ́ ni a

fipamọ́.

A kò gbọdọ̀ tún apa kan ninu iwe yii ṣe, kí a sì tọ́jú rẹ̀ sínú eto ìgbàpadà, tàbí kí a fi ránṣẹ́ ní ọ̀nà èyíkéyìí tàbí nípasẹ̀ ọ̀nà èyíkéyìí—ẹ̀rọ itanna, ẹ̀rọ, fọ́tòkọ, gbígbàsílẹ̀, tàbí ọ̀nà mìíràn—láìsí àṣẹ ìkọ̀wé tẹ́lẹ̀ láti ọ̀dọ̀ àwọn ẹlòmíràn. Àwọn nǹkan wọ̀nyí ló fà á tí wọ́n fi ń ṣe àtúnṣe sí ara wọn. olùtẹ̀wé, ayafi fún kukuru àwọn gbólóhùn ọ̀rọ̀ nínú awọn atunyewo tabi ọmọwe iṣẹ́.

Àwọn Òǹkọ̀wé

Aurelius Augustinus (St. Augustin ti Erinmi)

Sakariah Oriṣa Òkun

Aṣojú Ọjọ́ Ajé O. Ogbe Comfort

Ladi Ogbe PUBLISHER

Sekaráyà Oriṣa Òkun àti Oriṣa Òkun Àwọn Ilé Iṣẹ́ Ìjọba

Atẹ̀jáde nípasẹ̀: **Zacharias Godseagle**

Contact - **https ://www.ota kad a.org**

ambassador@otakada.org

Foonu/SMS +13024922440;

Whatsapp +2348032835348

ÌKÌLỌ

Èyí ìwé ni a ìfọkànsìn àti ọmọ-ẹhin orisun. Lakoko ti o rẹ awọn fa Láti inú àwọn ìwé ìtàn, títí kan *The Confessions of St. Augustine* , a kò pè é gẹ́gẹ́ bí a àṣekára ọmọwe àtúnse tabi a rirọpo fún àkọ́kọ́ ẹ̀kọ́ ìsìn awọn ọrọ.

Ìwé Mímọ́ àwọn gbólóhùn ọ̀rọ̀ àwọn lo fún ìfọkànsìn àti ìtọ́ni Àwọn ète. Àwọn ìtumọ̀ àti awọn ohun elo àwọn gbékalẹ̀ pẹlu adura àti ní ọ̀nà olùṣọ́-àgùntàn

ÌWÉ MÍMỌ ÀKÍYÈSÍ

Àyàfi bí a bá fi hàn pé ó yàtọ̀, a mú àwọn ọ̀rọ̀ inú Ìwé Mímọ́ láti inú àwọn tí a sábà máa ń lò Èdè Gẹ̀ẹ́sì àwọn ìtumọ̀. Àfikún ní ti wa ti fi kun nínú àwọn ibi fún kedere àti ìfọkànsìn àfiyèsí.

ÌRÒYÌN TÍTẸ

Tẹ̀ nínú Àwọn nǹkan wọ̀nyí ló fà á tí wọ́n fi ń ṣe àtúnṣe sí ara wọn. Iṣọkan Àwọn Ìpínlẹ̀ ti Amẹ́ríkà Àkọ́kọ́ Àtẹ̀jáde

NÍPA ÌWÉ NÁÀ – St. Augustine ti Hippo (354–430 AD) –

Láti a Aisimi Ọkàn sí a Ti a kọ Ìgbésí ayé

Wfilà ṣe rẹ̀ wo fẹran Nigbawo Ọlọ́run kọ̀ sí fi silẹ a ọkàn? Ìgbésí ayé **Augustine ti Hippo (354–430 AD)** dáhùn ìbéèrè yẹn pẹlu ṣọ̀wọ́n otitọ àti tí ó leralera agbára.

ti Augustine itan tẹsiwaju sí sọ̀rọ̀ kọja awọn ọrundun nítorí rẹ̀ ṣe afihan ìjàkadì kan ọpọlọpọ àwọn onígbàgbọ́ sibẹ damọ lónìí—a ìgbésí ayé ti samisi láti ọwọ́ ìfẹ́ ọkàn láìsí ìsinmi, ìmọ̀ láìsí ìgbọràn, ìgbàgbọ́ láìsí ìfarabalẹ̀, àti oore-ọ̀fẹ́ tí kò fẹ́ kí ó lọ. Ìrìn àjò rẹ̀ fi ìjakadì inú ọkàn ènìyàn àti ti ọkàn hàn àìláìsí àní-àní aanu ti Ọlọ́run Àjọ WHO lépa, dojúkọ, atunṣe, àti awọn iyipada.

Ìgbésí ayé Àwọn lẹ́tà: St. Augustin ti Erinmi (354–430) AD) ni a **Ìfọkànsìn Kristẹni itan-akọọlẹ** ṣe apẹrẹ sí ọmọ-ẹ̀yìn àwọn onígbàgbọ́ nípasẹ̀ gbé ẹ̀rí dípò ẹ̀kọ́ àfọwọ́kọ. Láti inú *Ìjẹ́wọ́ Augustine* àti ìdúró rẹ̀ ṣinṣin gidigidi nínú Ìwé Mímọ́, èyí ìwé gbékalẹ̀ ti Augustine ìgbésí ayé kìí ṣe gẹ́gẹ́ bí ìtàn jíjìnnà , ṣùgbọ́n gẹ́gẹ́ bí a **ìgbé ayé lẹ́tà ti a kọ láti ọwọ́ Ọlọ́run fún Àwọn nǹkan wọ̀nyí ló fà á tí wọ́n fi ń ṣe àtúnṣe sí ara wọn. Ṣọ́ọ̀ṣì lónìí**

.

Nípasẹ̀ ìtàn ìgbésí ayé tó gbayì àti **ìrìn àjò ìsìn ọjọ́ ogójì tí a ṣe àgbékalẹ̀ rẹ̀ dáadáa** , àwọn òǹkàwé ní a máa tọ́ wọn sọ́nà nípasẹ̀ àwọn kókó ọ̀rọ̀ ìrònúpìwàdà, ìdámọ̀, idaduro ìgbọràn, pínpín ìfẹ́ ọkàn, ti inu ìjà, oore-ọfẹ, ìwà mímọ́, ìfaradà, ẹ̀mí ogun, ìdàgbàsókè, àti tí a lè rí èso. Àwọn ìrìn àjò náà ní ìmọ̀ọ́mọ̀ gbé láti ìṣẹ̀dá Augustine sí ìyípadà ẹni tí ó ń kà á . ipari iṣipopada ti Àwọn nǹkan wọ̀nyí ló fà á tí wọ́n fi ń ṣe àtúnṣe sí ara wọn. ìwé awọn iyipada ni ipinnu sí ọ̀dọ̀ Àwọn nǹkan wọ̀nyí ló fà á tí wọ́n fi ń ṣe àtúnṣe sí ara wọn. òǹkàwé.

Nípasẹ̀ àwọn ìṣẹ̀lẹ̀ díẹ̀díẹ̀ tí ìtàn ń darí àti àwọn ìṣe ìgbọràn tí ó gbéṣẹ́, àwọn òǹkàwé pe sí fi ara hàn kini àwọn ní kọ́ ẹ̀kọ́—àyẹ̀wò tiwọn tirẹ̀ awọn igbesi aye gẹ́gẹ́ bí **ẹni tí ó wà láàyè àwọn lẹ́tà ti Kristi** , ti a kọ láti ọwọ́ Àwọn nǹkan wọ̀nyí ló fà á tí wọ́n fi ń ṣe àtúnṣe sí ara wọn. Ẹmí ti Àwọn nǹkan wọ̀nyí ló fà á tí wọ́n fi ń ṣe àtúnṣe sí ara wọn. ìgbé ayé Ọlọ́run àti ka láti ọwọ́ ayé .

A kọ ìwé yìí fún **ìfọkànsìn ẹni kọ̀ọ̀kan, ìkẹ́kọ̀ọ́ àwùjọ, jíjẹ́ ọmọ-ẹ̀yìn ìjọ, itọsọna ìṣẹ̀dá, àti àwọn iṣẹ́ apinfunni ìdánilẹ́kọ̀ọ́** . Ó ni ṣe apẹrẹ kìí ṣe nìkan sí sọ fúnni, ṣùgbọ́n sí fọ̀ọ̀mù—pípè àwọn onígbàgbọ́ sí a igbagbọ iyẹn ni tí a lè rí, tí a lè kà, àti èso rere.

Èyí ni kìí ṣe lasan a itan nipa Augustin.

Ó ni a pe sí di **tí a lè kọ sílẹ̀ nínú Àwọn nǹkan wọ̀nyí ló fà á tí wọ́n fi ń ṣe àtúnṣe sí ara wọn. àwọn ọwọ́ ti Ọlọ́run** . **Ta ni ìwé yìí jẹ́ fún**

Èyí ìwé ni fun:

- Àwọn Kristẹni ebi n pa fún ẹ̀mí ijinle àti onígbọràn igbagbọ
- Àwọn onígbàgbọ́ ìjàkadì pẹlu idaduro ìtẹ́ríba tabi pínpín ìfẹ́ ọkàn
- Ṣọ́ọ̀ṣì àwọn aṣáájú ọmọ-ẹ̀yìn awọn miiran nínú ìgbésí ayé gidi Ẹsìn Kristẹni
- Tuntun àwọn onígbàgbọ́ wiwa otitọ awọn awoṣe ti gbé igbagbọ
- Àwọn Òǹkàwé Àjọ WHO fẹ́ Ìwé Mímọ́ **ti a lo** , kìí ṣe lasan ṣàlàyé

A kọ ìwé yìí fún gbogbo onígbàgbọ́, a sì gbẹ́kẹ̀lé Ẹmí Mímọ́ láti ṣe òtítọ́ ní ọ̀nà tí ó tọ́. gẹ́gẹ́ bí sí ọkọọkan ti àwọn òǹkàwé ìrìnàjò.

ÀWỌN ÌLÉRÍ TI ÈYÍ ṢE ÌWÉ

Èyí ìwé àwọn ìlérí sí:

- Jí ẹ̀mí ebi
- Koju aláìlágbára ìgbọràn
- Mu okun sii igbagbọ nípasẹ̀ otitọ ẹ̀rí
- Jí jinlẹ̀ ìfẹ́ fún Ìwé Mímọ́
- Fúnni ní ìṣírí a ìgbésí ayé iyẹn àwọn béárì tí a lè rí èso
- Ohun èlò àwọn òǹkàwé sí laaye gẹ́gẹ́ bí àwọn aṣojú ti Kristi

Ó ṣe **kìí ṣe** ìlérí itunu láìsí ìyípadà.

Ó àwọn ìlérí **iyipada nípasẹ̀ juwọ́ sílẹ̀** . Àlàáfíà!

Sakariah Godseagle; Amb MO Ogbe; C. Ladi Ogbe
God's Eagle Ministries
https : //www.ot
akada.org
ambassador@otakada.org

ÌFÍSÍMỌ

Ttirẹ̀ ìwé ni ifìṣootọ sí gbogbo ọkàn Ọlọ́run kọ̀ sí fi silẹ.
Sí àwọn wọ̀nyẹn Àjọ WHO gbàgbọ́ gígùn ṣaaju àwọn gbọ́ràn. àwọn wọ̀nyẹn Àjọ WHO nifẹẹ Ọlọ́run ṣùgbọ́n jà pẹlu juwọ́ sílẹ̀. Sí àwọn wọ̀nyẹn Àjọ WHO mọ Àwọn nǹkan wọ̀nyí ló fà á tí wọ́n fi ń ṣe àtúnṣe sí ara wọn. otitọ sibẹsibẹ idaduro ìtòlẹ́sẹẹsẹ.
Sí àwọn wọ̀nyẹn ẹni tí ó bá ìrìn àjò ní ti wa lọ́ra, idiju, àti jinlẹ̀ èyí . iṣẹ́ ni ifìṣootọ sí àwọn onígbàgbọ́ Àjọ WHO àwọn sibẹ jije ti a kọ—
tí ìgbésí ayé wọn kò tíì dára, ṣùgbọ́n tí wọ́n ṣì ń tẹ̀síwájú; tí ìgbàgbọ́ wọn kò pé, ṣùgbọ́n tí ó dúró ṣinṣin;
tí ìtàn rẹ̀ kò parí, ṣùgbọ́n ó fi tọkàntọkàn tẹrí ba fún Ọlọ́run . gbogbo, èyí ìwé ni ifìṣootọ sí Àwọn nǹkan wọ̀nyí ló fà á tí wọ́n fi ń ṣe àtúnṣe sí ara wọn. ògo ti Ọlọ́run,
Àjọ WHO lépa Àwọn nǹkan wọ̀nyí ló fà á tí wọ́n fi ń ṣe àtúnṣe sí ara wọn. rírìn kiri, dojúkọ Àwọn nǹkan wọ̀nyí ló fà á tí wọ́n fi ń ṣe àtúnṣe sí ara wọn. ó ń tako ara rẹ̀, ó ń mú kí àwọn tí ó ti bàjẹ́ padà bọ̀ sípò, ó sì ń parí iṣẹ́ tí Ó bẹ̀rẹ̀.
Kí gbogbo ìgbésí ayé tí ó bá pàdé àwọn ojú ìwé wọ̀nyí di ẹlẹ́rìí Kristi tí ó ṣe kedere síi,
a otitọ julọ àtúnṣe ti oore-ọ̀fẹ́, àti lẹ́tà alàáyè—
ti a kọ láti ọwọ́ Àwọn nǹkan wọ̀nyí ló fà á tí wọ́n fi ń ṣe àtúnṣe sí ara wọn. Ẹmí ti Àwọn nǹkan wọ̀nyí ló fà á tí wọ́n fi ń ṣe àtúnṣe sí ara wọn. ìgbé ayé Ọlọ́run.

ÀWỌN ÌKÌLỌ

Ttirẹ̀ iṣẹ́ awọn iduro lórí mímọ́ ilẹ̀ apẹrẹ láti ọwọ́ Ìwé Mímọ́, ìtàn, àdúrà, àti ìgbọràn.

Àkọ́kọ́ àti nígbà gbogbo, gbogbo ọlá àti ọpẹ jẹ ti ara sí Ọlọ́run—Òǹkọ̀wé ti ìyè, òtítọ́, àti ìyípadà. Láìsí Ẹmí Rẹ̀, kò sí ìfihàn; láìsí oore-ọ̀fẹ́ Rẹ̀, kò sí ìrònúpìwàdà; láìsí sùúrù Rẹ̀, kò sí iṣẹ́ tí ó parí. Ìwé yìí wa nítorí Ọlọ́run tẹsiwaju sí kọ lórí ènìyàn awọn ọkàn àti kọ̀ láti fi iṣẹ́ ọwọ́ Rẹ̀ sílẹ̀.

A mọrírì ẹ̀rí **Augustine ti Hippo** , ẹni tí òtítọ́ rẹ̀ wà nínú rẹ̀ ṣaaju Ọlọ́run àti Àwọn nǹkan wọ̀nyí ló fà á tí wọ́n fi ń ṣe àtúnṣe sí ara wọn. Ṣọ́ọ̀ṣì tẹsiwaju sí kọ́ni, dá lẹ́bi, àti wo awọn ọrundun sàn nigbamii. Tirẹ̀ ìfẹ́ ọkàn sí jẹwọ ailera dípò bẹ́ẹ̀ ju ṣe àkóso Agbára ti fún Ìjọ ní ẹ̀rí tí ó ṣì ṣe pàtàkì gidigidi ní gbogbo ìran.

A dúpẹ́ lọ́wọ́ yín fún ìpamọ́ *àwọn ìjẹ́wọ́ Augustine* àti àwọn ìran tó wà níbẹ̀ ti àwọn onígbàgbọ́, àwọn ọ̀mọ̀wé, àwọn atúmọ̀ èdè, àwọn olùṣọ́-àgùntàn, àti àwọn olùkọ́ Àjọ WHO ti daabobo Àwọn nǹkan wọ̀nyí ló fà á tí wọ́n fi ń ṣe àtúnṣe sí ara wọn. Àwọn Ìwé Mímọ́ àti otitọ kọjá ìsàlẹ̀ Àwọn nǹkan wọ̀nyí ló fà á tí wọ́n fi ń ṣe àtúnṣe sí ara wọn. Kristẹni ẹlẹ́rìí. Àwa iduro kìí ṣe gẹ́gẹ́ bí àwọn olùṣẹ̀dá nǹkan ti òtítọ́, ṣùgbọ́n gẹ́gẹ́ bí awọn olutọju ti a mímọ́ ogún.

Èyí ìwé ni pẹlu apẹrẹ láti ọwọ́ Àwọn nǹkan wọ̀nyí ló fà á tí wọ́n fi ń ṣe àtúnṣe sí ara wọn. a ko ri iṣẹ́ ti Àwọn nǹkan wọ̀nyí ló fà á tí wọ́n fi ń ṣe àtúnṣe sí ara wọn. Ṣọ́ọ̀ṣì—láti ọwọ́ àwọn olùdámọ̀ràn tí wọ́n ti kọ ìgbọràn dípò bẹ́ẹ̀ ju ìyìn, láti ọwọ́ àwọn aṣáájú Àjọ WHO ṣe àwòṣe ìwà títọ́ lábẹ́ titẹ, láti ọwọ́ àwọn agbègbè iyẹn ti o niye lori ìṣẹ̀dá lórí iṣẹ ṣiṣe, àti nípasẹ̀ àwọn alárìnà ẹni tí ó bá àwọn àdúrà àwọn mọ nìkan sí Ọlọ́run.

Níkẹyìn, àwa gba gbogbo òǹkàwé Àjọ WHO ìfẹ́-inú ṣiṣẹ àwọn wọ̀nyí awọn oju-iwe kìí ṣe gẹ́gẹ́ bí akoonu sí jẹ, ṣùgbọ́n gẹ́gẹ́ bí a pe sí dáhùn. Èyí ìwé ni kò pé láìsí tirẹ̀ ìgbọràn. Tirẹ̀ otitọ èso ìfẹ́-inú kìí ṣe jẹ́ wọn nínú awọn oju-iwe ka, ṣùgbọ́n nínú igbe aye ni ibamu, awọn iwa yípadà, àti Kristi ṣe tí a lè rí nípasẹ̀ oloooto ẹlẹ́rìí.

Oṣù Karùn-ún Ọlọ́run gba Àwọn nǹkan wọ̀nyí ló fà á tí wọ́n fi ń ṣe àtúnṣe sí ara wọn. ògo fún kini Òun nìkan ṣoṣo agolo kọ.

ÌṢÀKỌSÍLẸ̀

Tòun Kristẹni igbagbọ ní lae ti wa tí ó dúró pẹ́ láti ọwọ́ àwọn èrò nìkan. Ó ní nigbagbogbo ti wa pamọ́ nípasẹ̀ **àwọn alàáyè** .

Láti ọ̀dọ̀ Abrahamu tí ó ń rìn kúrò ní ojúlùmọ̀, títí dé Mose tí ó ru ẹrù náà ti a orílẹ̀-èdè, sí Pọ́ọ̀lù ohun tí ó ní ìfẹ́ sí Àwọn nǹkan wọ̀nyí ló fà á tí wọ́n fi ń ṣe àtúnṣe sí ara wọn. ìhìnrere òun lẹ́ẹ̀kan tako, Ọlọ́run ti yàn láti fi ara Rẹ̀ hàn ní gbogbo ìgbà kìí ṣe nípasẹ̀ ìfihàn tí a kọ sílẹ̀ nìkan, ṣùgbọ́n nípasẹ̀ **àpẹẹrẹ tí a fi ara hàn ìgbọràn** . Ìwé Mímọ́ ń fi òtítọ́ hàn; àwọn ìgbésí ayé ń fi hàn rẹ̀. Ẹkọ́ ó ń kọ́ni; ẹlẹri ó dáni lójú.

Nínú gbogbo ìran, Ìjọ ń dojúkọ ewu kan náà tí ó dákẹ́ jẹ́ẹ́: gbígbàgbọ́ pé ìfọwọ́sowọ́pọ̀ pẹ̀lú òtítọ́ jẹ́ kan náà pẹ̀lú ìtẹríba sí i. A ń gbé ní àkókò tí a ti ní àǹfààní láti lóye Ìwé Mímọ́, ẹ̀kọ́ ìsìn, àti àkóónú Kristẹni rí—síbẹ̀ a tún ń gbé ní àkókò kan níbi tí èso tí a lè rí, ìfaradà ẹ̀mí, àti ìgbàgbọ́ ìgbọràn ti ṣọ̀wọ́n sí i. Ìpèníjà òde òní kì í ṣe àìmọ̀ nípa òtítọ́, ṣùgbọ́n **ìdènà sí ìṣẹ̀dá** .

Àwọn *Ìgbésí ayé Àwọn lẹ́tà* àwọn ìtẹ̀léra wa nítorí Àwọn nǹkan wọ̀nyí ló fà á tí wọ́n fi ń ṣe àtúnṣe sí ara wọn. Bíbélì funrararẹ tẹnumọ́ iyẹn àwọn onígbàgbọ́ ni kìí ṣe lasan àwọn òǹkàwé ti Ìwé Mímọ́, ṣùgbọ́n **tirẹ̀ ìtẹ̀síwájú** — àwọn lẹ́tà ti a kọ kìí ṣe pẹ̀lú ínkì, ṣùgbọ́n pẹlu Àwọn nǹkan wọ̀nyí ló fà á tí wọ́n fi ń ṣe àtúnṣe sí ara wọn. Ẹmí ti Àwọn nǹkan wọ̀nyí ló fà á tí wọ́n fi ń ṣe àtúnṣe sí ara wọn. ìgbé ayé Ọlọ́run, mọ àti ka láti ọwọ́ gbogbo àwọn ènìyàn. A kò ṣe ẹ̀sìn Kristẹni láti òkèèrè rárá. A ṣe é láti **rí i, ti dán wò, àti túmọ̀ nípasẹ̀ àwọn alàáyè** .

Augustine ti Hippo dúró gẹ́gẹ́ bí ọkan lára àwọn àpẹẹrẹ tó ṣe kedere jùlọ àti tó jẹ́ òótọ́ jùlọ nípa òtítọ́ yìí. Ìgbésí ayé rẹ̀ kò mọ́ tàbí jẹ́ ti ìdúróṣinṣin. Ó jẹ́ ti gbogbo ènìyàn, ó tako ara rẹ̀, ó sì jẹ́ ti ọpọlọ. olóye, ìwà rere pínpín, jinlẹ̀ ẹlẹ́ṣẹ̀, nitootọ ronúpìwàdà, àti nígbẹ̀yìn-gbẹ́yín fi ara rẹ̀ sílẹ̀. Augustin ṣe kìí ṣe ṣe àkóso a ẹ̀rí; òun **jẹwọ ìgbésí ayé kan** . Kò fi àwọn ìkùnà rẹ̀ pamọ́; ó gbé wọn kalẹ̀ níwájú Ọlọ́run kí àwọn ẹlòmíràn lè rí ìwòsàn, kí wọ́n kìlọ̀ fún wọn, kí wọ́n sì fún wọn lókun.

Ìwé yìí ṣe ìfilọ́lẹ̀ ìwé ìròyìn *Living Epistles – 40 Day Devotional Series* pẹ̀lú ìmọ̀ọ́mọ̀. ìdánilójú: ọmọ-ẹhin ni iyara Nigbawo àwọn onígbàgbọ́ wo Bawo otitọ ni gbé **lábẹ́ titẹ** , **lórí àkókò** , **nípasẹ̀ ìdádúró** , **nínú ikuna** , àti **láti ọwọ́ oore-ọ̀fẹ́** .

ti Augustine itan fihan iyẹn iyipada ni nigbagbogbo Diedie ju àwa Ó lè retí, ó lè dẹ́rù ju bí a ṣe fẹ́ lọ, ó sì lè béèrè ju ìgbàgbọ́ lásán lọ—ṣùgbọ́n ó tún lè béèrè ju bẹ́ẹ̀ lọ. tí ó ń faradà.

A kọ ìwé yìí fún Ìjọ kan tí ó gbọ́dọ̀ gba ohun tí ó gbàgbọ́ padà, kìí ṣe ohun tí ó gbàgbọ́ nìkan, ṣùgbọ́n **bí ó ṣe ń gbé ìgbésí ayé rẹ̀** .

OLÙKÀ ÀTÚNWÒ

"Tirẹ̀ ìwé awọn iyipada Augustin láti a jíjìnnà ẹ̀kọ́ ìsìn òmìrán sinu kan ẹlẹgbẹ arìnrìn-àjò ẹni tí ó bá àwọn ìjàkadì, awọn idaduro, àti ìtẹríba rilara iyalẹnu
òde òní. Ó ni mejeeji ìrònújinlẹ̀ àti ìrètí kún.

"Àdàpọ̀ ìtàn ìgbésí ayé, ìwé mímọ́, àti ìṣẹ̀dá ẹ̀mí tó ṣọ̀wọ́n. Ìfọkànsìn yìí kò kàn ń kọ́ ọkàn nìkan—ó ń tẹ̀ ẹ́ mọ́lẹ̀ díẹ̀díẹ̀ ṣùgbọ́n ó ń fidí múlẹ̀."

"ÌGBÉSÍ AYÉ ÀWỌN ÌPÉSÍTÉLÌ Àwọn ìpè Àwọn nǹkan wọ̀nyí ló fà á tí wọ́n fi ń ṣe àtúnṣe sí ara wọn. òǹkàwé sí Duro wíwo igbagbọ láti jíjìnnà kí o sì bẹ̀rẹ̀ sí í gbé ibẹ̀ ní gbangba. Òtítọ́ Augustine di ẹnu ọ̀nà sí ara ẹni ìrònúpìwàdà àti ìsọdọ̀tun."

"IṢẸ́ YÌÍ MÚ WA RÁNÍ pé àwọn ẹ̀rí Ọlọ́run tó tóbi jùlọ kò ṣe kedere awọn aye, ṣùgbọ́n mú jáde àwọn. ti Augustine itan ni ti a mu pẹlu ọ̀wọ̀, ìjìnlẹ̀, àti olùṣọ́-àgùntàn ọgbọ́n."

"ẸKÚN JÙ A ỌJỌ́ 40 ìfọkànsìn, èyí ìwé ni a tí ó dúró pẹ́ pàdé pẹ̀lú oore-ọ̀fẹ́—irú èyí tí ó ń lépa, dúró dè, dojúkọ, àti nígbẹ̀yìn-gbẹ́yín ó ń yí padà."

ÌFÍHÀN

"Yìwọ àwọn tiwa lẹ́tà, ti a kọ nínú tiwa ọkàn, mọ àti ka láti ọwọ́ gbogbo àwọn ọkùnrin."

— 2 Àwọn ará Kọ́ríǹtì 3:2

Ọlọ́run lae ti a pinnu Tirẹ̀ Ọrọ̀ sí ku àkópọ̀.

Òun ti a pinnu rẹ̀ sí di ẹran ara lẹ̀ẹ̀kan síi—nípasẹ̀ Tirẹ̀ àwọn ènìyàn.

Àwọn Àwọn Ìwé Mímọ́ wà kìí ṣe tí a fúnni lasan sí fi tóni létí Àwọn nǹkan wọ̀nyí ló fà á tí wọ́n fi ń ṣe àtúnṣe sí ara wọn. ọkàn, ṣùgbọ́n sí **fọọmu ìgbésí ayé náà** . Láti Àwọn nǹkan wọ̀nyí ló fà á tí wọ́n fi ń ṣe àtúnṣe sí ara wọn. ìbẹ̀rẹ̀, Ti Ọlọ́run apẹẹrẹ ní ti wa iyẹn Tirẹ̀ otitọ yóò jẹ́ a gbé e lọ sí ojúkojú nípasẹ̀ ìgbọràn ènìyàn—kí ayé má baà gbọ́ ohun tí ó wà òótọ́, ṣùgbọ́n **wo kini rẹ̀ ń mú jáde** .

Ìgbésí ayé Augustine ti Hippo fi àwòrán yìí hàn pẹ̀lú òye tó yanilẹ́nu. Augustine ti mọ òtítọ́ tipẹ́tipẹ́ kí ó tó gbọ́ràn sí i. Ó fẹ́ràn Ọlọ́run kí ó tó fi ara rẹ̀ fún Un pátápátá. Ó lè ṣàlàyé ẹ̀kọ́ Kristẹni nígbà tí ó ń tako ìgbọràn Kristẹni. Ìtàn rẹ̀ fi ìdàámú hàn ọ̀pọ̀ àwọn onígbàgbọ́ ní ìdákẹ́jẹ́ẹ́. gbe lóníì: Àwọn nǹkan wọ̀nyí ló fà á tí wọ́n fi ń ṣe àtúnṣe sí ara wọn. àlàfo laarin kini àwa jẹwọ àti kini àwa adaṣe.

ti Augustine ìrìn àjò ni kìí ṣe Àwọn nǹkan wọ̀nyí ló fà á tí wọ́n fi ń ṣe àtúnṣe sí ara wọn. itan ti a ọkùnrin Àjọ WHO kò ní ìmọ̀. Ó ni itan ti a ọkùnrin ẹni tí ó bá **ìfẹ́-inú ti pẹ diẹ lẹ́yìn tirẹ̀ ìgbàgbọ́** , ẹni tí ó bá awọn ifẹ koju ibamu, àti ẹni tí ó bá ìtẹríba wá nìkan lẹ́yìn gùn sí i ìjàkadì. Ọlọ́run kò fi í sílẹ̀ ní àkókò ìfàsẹ́yìn náà. Dípò bẹ́ẹ̀, ó lépa Augustine nípasẹ̀ ìfẹ́ ọkàn, ọgbọn, àṣeyọrí, ikuna, ìfẹ́ ọkàn, ìtìjú, àti resistance—titi di Kristi ni kìí ṣe lasan gbàgbọ́, ṣùgbọ́n **tí a ṣe nínú** .

Ìwé yìí pè ọ́ sínú ìgbésí ayé Augustine kìí ṣe gẹ́gẹ́ bí olùwòran, bí kò ṣe gẹ́gẹ́ bí olùkópa. Kò béèrè pé kí o fẹ́ràn ìyípadà rẹ̀ tàbí kí o ṣàyẹ̀wò ẹ̀kọ́ ìsìn rẹ̀ láti ọ̀nà jíjìn. Ó pè ọ́ láti ṣàyẹ̀wò àwọn ìdádúró tire, tí a pín sí méjì. nife, ikọkọ awọn adehun, àti awọn ilana ti resistance nínú Àwọn nǹkan wọ̀nyí ló fà á tí wọ́n fi ń ṣe àtúnṣe sí ara wọn. imọlẹ ti Iwe Mimọ ati ẹri igbesi aye.

Bí ìfọkànsìn náà ṣe ń lọ síwájú, àfiyèsí rẹ̀ ń yípadà díẹ̀díẹ̀. Ìgbésí ayé Augustine di dígí, nígbẹ̀yìn-gbẹ́yín dígí náà ń yípadà sí ẹni tí ó ń kà á. ipari iṣipopada ti èyí ìrìn àjò ni mọ̀ọ́mọ̀ wulo àti wíwá—fífihàn igbalode awọn ipo iṣẹlẹ, idakẹjẹẹ awọn iṣe ti ìgbọràn, àti àwọn àkókò ti ìpinnu ibi ti igbagbọ gbọdọ di tí a lè rí.

Ìwọ àwọn kìí ṣe kíkà itan-akọọlẹ nìkan.

O n ka ohun ti Olorun le se pelu aye ti o ni esi nigbeyin . láti

ọwọ́ Àwọn nǹkan wọ̀nyí ló fà á tí wọ́n fi ń ṣe àtúnṣe sí ara

wọn. opin, iwọ àwọn rárá gun ju nìkan a òǹkàwé.

Ìwọ àwọn Àwọn nǹkan wọ̀nyí ló fà á tí wọ́n fi ń ṣe àtúnṣe sí ara wọn. lẹ́tà jije ti a kọ.

BAWO SI LÒ ÈYÍ ṢE ÌWÉ

Fún Àwọn Ẹnìkọ̀ọ̀kan àti Àwọn ẹgbẹ́

1. LÍLÒ ÈYÍ ṢE ÌWÉ AS AN Ẹnìkọ̀ọ̀kan

Èyí ìfọkànsìn ni kìí ṣe ṣe apẹrẹ fún iyára, iwọn didun, tabi Àkójọpọ̀ ìwífún. A ṣe é fún **ìṣẹ̀dá** .

A. Ojoojúmọ́ Rítìmù (15–30) Ìṣẹ́jú)

Olúkúlùkù ọjọ́ ni ti a ṣeto sí jẹ́ gbé, kìí ṣe kíákíá.

Àdánwò sisan:

1. **Kà Díẹ̀díẹ̀**

   Ṣe kìí ṣe skim. Kà gẹ́gẹ́ bí botilẹjẹpe Àwọn nǹkan wọ̀nyí ló fà á tí wọ́n fi ń ṣe àtúnṣe sí ara wọn. ọrọ ni kíkà *ìwọ* .

2. **Tẹ Àwọn nǹkan wọ̀nyí ló fà á tí wọ́n fi ń ṣe àtúnṣe sí ara wọn. Àpẹẹrẹ**

   Ṣe kìí ṣe ṣe itupalẹ rẹ̀.

   Foju inu wo funrararẹ nínú rẹ̀. Jẹ́ kí rẹ̀ oju ilẹ otitọ àwọn ìṣesí.

3. **Jókòó Pẹ̀lú Àwọn nǹkan wọ̀nyí ló fà á tí wọ́n fi ń ṣe àtúnṣe sí ara wọn. Ìbéèrè**

   Àwọn awọn ibeere àwọn kìí ṣe ìtumọ̀ sí jẹ́ dáhùn kíákíá.

   Àwọn kan wà tí a gbọ́dọ̀ dúró ní gbogbo ọjọ́.

4. **Ìdánrawò Àwọn nǹkan wọ̀nyí ló fà á tí wọ́n fi ń ṣe àtúnṣe sí ara wọn. Iṣe**

   Olúkúlùkù ọjọ́ pẹlu a kekere iṣe ti ìgbọràn.

   Ṣe rẹ̀ jẹ́ẹ́jẹ́ẹ́. Ṣe kìí ṣe kede rẹ̀. Jẹ́ kí rẹ̀ apẹrẹ ìwọ.

5. **Gbàdúrà Ní ti gidi**

   Àwọn àwọn àdúrà àwọn mọ̀ọ́mọ̀ lásán.

   Lò ó wọn gẹ́gẹ́ bí ti a kọ tabi jẹ ki wọn ṣii tirẹ tirẹ̀ awọn ọrọ.

B. Iduro fún Ẹnìkọ̀ọ̀kan Lò ó

- Kà **ọkan ọjọ́ fun ọjọ́ nìkan**
- Yẹra fún fò níwájú, paapaa bí Àwọn nǹkan wọ̀nyí ló fà á tí wọ́n fi ń ṣe àtúnṣe sí ara wọn. Itele ọjọ́ rilara fanimọra

- Ṣe kìí ṣe wo fún ẹdun àwọn ìrírí—wo fún tito lẹtọ
- Ìwé Ìròyìn nìkan kini ni dandan; ìgbọràn awọn ọrọ jù bẹ́ẹ̀ lọ ju oye

Èyí ìwé awọn iṣẹ ti o dara julọ Nigbawo ka **pẹlu ìdènà** .

C. Nigbawo sí Dúró díẹ̀

Tí ó bá jẹ́ a ọjọ́ ṣípayá resistance, ìdánilójú, tabi ààrẹ̀:

- Dúró pẹlu iyẹn ọjọ́ fún ohun afikun 24–48 wákàtí
- Ìdánrawò Àwọn nǹkan wọ̀nyí ló fà á tí wọ́n fi ń ṣe àtúnṣe sí ara wọn. iṣe lẹẹkansi
- Ṣe kìí ṣe ìkánjú iyipada

Ẹmí ìṣẹ̀dá ni kìí ṣe ìlà.

2. LÍLÒ ÈYÍ ṢE ÌWÉ IN A ẸGBẸ ÌṢẸDÉ

Èyí ìwé ni mọ̀ọ́mọ̀ ti a kọ sí iṣẹ́ nínú **kekere àwọn ẹgbẹ́, àwọn ẹgbẹ́ ọmọ-ẹ̀yìn, àwọn ẹgbẹ́ aṣáájú, àti àwọn ẹgbẹ́ iṣẹ́-ìránṣẹ́** .

A. Àṣeyọrí jùlọ Ẹgbẹ́ Iwọn

- **4–8 àwọn ènìyàn** ni ti o dara julọ
- Díẹ̀ ju 4 awọn opin ẹlẹri
- Púpọ̀ sí i ju 10 awọn opin otitọ

Èyí ni a **ìṣẹ̀dá ààyè** , kìí ṣe a yàrá ìkẹ́ẹ̀kọ́.

B. Lọ́sọ̀ọ̀sẹ̀ Ẹgbẹ́ Rítìmù (A ṣeduro)

Dípò bẹ́ẹ̀ ju ìpàdé lojoojumọ, awọn ẹgbẹ yẹ gbera ní a **lọ́sọ̀ọ̀sẹ̀ iyára** . **A dámọ̀ràn eto:**

- 5 ìfọkànsìn awọn ọjọ lọkọọkan (Àwọn ọjọ́ 1–5)
- 1 ẹgbẹ́ ìpàdé sí ilana
- 1 isinmi tabi mu ọjọ́

Èyí gba laaye ìgbọràn sí jẹ́ ti nṣe adaṣe ikọkọ àti ti ṣe ilana ní ilé-iṣẹ́.

C. Ẹgbẹ́ Ìpàdé Ìṣètò (60–90) Ìṣẹ́jú)

1. Ṣíṣí Ìdákẹ́jẹ́ẹ́ (5) ìṣẹ́jú) Kò sí àtúnṣe tuntun. Kò sí ìjíròrò. Kàn dákẹ́ yàrá náà.

2. Pínpín Àwọn Àròjinlẹ̀ (30) ìṣẹ́jú)

Olúkúlùkù ènìyàn àwọn ìdáhùn nikan:

- *Kini koju emi èyí ọ̀sẹ̀?*
- *Kini ṣe Ọlọ́run ojú ilẹ̀?*

Rárá títúnṣe. Rárá ẹ̀kọ́.

3. Ìwé Mímọ́ & Ìmọ̀ràn (20) ìṣẹ́jú)

Kà Àwọn nǹkan wọ̀nyí ló fà á tí wọ́n fi ń ṣe àtúnṣe sí ara wọn. kọ́kọ́rọ́ awọn iwe mimọ sókè pẹ̀lú ohùn rara Díẹ̀díẹ̀. Béèrè:

- *Kini èso ni tí ó ń ṣẹ̀dá?*
- *Kini tito lẹtọ ni Ọlọ́run béèrè fún?*

4. Àdúrà & Ìkéde (Iṣẹ́jú 15)

Gbàdúrà fún ìgbọràn, kìí ṣe ìtùnú. Sọ̀rọ̀ Àwọn nǹkan wọ̀nyí ló fà á tí wọ́n fi ń ṣe àtúnṣe sí ara wọn. awọn ikede papọ.

D. Ẹgbẹ́ Àwọn òfin (Pupọ Pataki)

Fún èyí ìwé sí iṣẹ́ nínú àwọn ẹgbẹ́, Àwọn nǹkan wọ̀nyí ló fà á tí wọ́n fi ń ṣe àtúnṣe sí ara wọn. títẹ̀lé gbọdọ̀ jẹ́ gba lórí:

- Rárá àtúnṣe ọkan omiran
- Rárá ẹ̀kọ́ ayafi ti a ba pe e
- Rárá ìmọ̀ràn ayafi ti ti a beere
- Rárá pinpin ita Àwọn nǹkan wọ̀nyí ló fà á tí wọ́n fi ń ṣe àtúnṣe sí ara wọn. ẹgbẹ́
- Rárá ẹ̀mí afiwe

Èyí ni a **ailewu ìṣẹ̀dá ayika** , kìí ṣe a ijiroro àpérò.

3. LÍLÒ ÈYÍ ṢE ÌWÉ FÚN ÌṢÀKÓSO & ẸKỌ-ẸYÌN

Èyí ìfọkànsìn ni pàápàá jùlọ munadoko fun:

- Ṣóọ̀ṣì itọsọna awọn ẹgbẹ
- Iṣẹ́-ìránṣẹ́ àwọn akẹ́kọ̀ọ́
- Ṣíṣe àtúnṣe àwọn aṣáájú
- Àgbàlagbà àwọn onígbàgbọ́ wíwọlé tuntun ojuse

A. Ìdarí Àfikún

Àwọn olórí yẹ sanwo pataki àfiyèsí sí:

- Àwọn ọjọ́ lórí aṣẹ, ìdákẹ́jẹ́ẹ́, ìfaradà, àti ìṣe
- Àwọn ìṣẹ̀lẹ̀ iyẹn ṣípayá ohun orin, iṣakoso, àti hihan
- Àwọn ìṣe iyẹn beere ìdènà dípò bẹ́ẹ̀ ju ipilẹṣẹ

Èyí ìwé awọn fọọmu **ohun kikọ ṣaaju agbára** .

B. Olùrànlọ́wọ́ Ipa

Tí ó bá jẹ́ iwọ àwọn aṣáájú awọn miiran nípasẹ̀ èyí ìwé:

- Ṣe kìí ṣe jọba ìjíròrò
- Àwòṣe àìlera láìsí pínpín ju bó ṣe yẹ lọ
- Gba laaye ìdákẹ́jẹ́ẹ́
- Dáàbòbò Àwọn nǹkan wọ̀nyí ló fà á tí wọ́n fi ń ṣe àtúnṣe sí ara wọn. iyára

Tìrẹ ipa ni **olùtọ́jú ti Àwọn nǹkan wọ̀nyí ló fà á tí wọ́n fi ń ṣe àtúnṣe sí ara wọn. ayika** , kìí ṣe Àwọn nǹkan wọ̀nyí ló fà á tí wọ́n fi ń ṣe àtúnṣe sí ara wọn. ògbóǹkangí.

4. KINI ÈYÍ ṢE ÌWÉ IS — ÀTI IS KÌ Í ṢE

Èyí Ṣe ìwé Ó jẹ́:

- A ìṣẹ̀dá ìrìn àjò
- A ọmọ-ẹhin irinṣẹ́
- A dígí fún ìgbọràn
- A iṣẹ́ àgbékalẹ̀ orisun

Èyí Ṣe ìwé Ǹjẹ́ Kìí ṣe:

- A ẹ̀kọ́ ìsìn ìwé ìkẹ́kọ̀ọ́
- A iwuri ìfọkànsìn
- A kíákíá-kà eto naa
- A ti o da lori eniyan ikẹkọọ

Ó ni ṣe apẹrẹ sí **lọ kuro àwọn àmì** , kìí ṣe àwọn àmì.

5. A ÌKẸYÌN ỌRỌ SI Àwọn Òǹkàwé

Bóyá iwọ Rìn kiri nípasẹ̀ èyí ìwé nìkan ṣoṣo tabi pẹlu àwọn mìíràn, ojuse naa kan naa ni:

Ìwọ àwọn kìí ṣe beere sí nifẹẹ òtítọ́.

Ìwọ àwọn beere sí **di ó ṣeé kà** . Ka lọ́ra díẹ̀díẹ̀.
Gbọ́ràn
jẹ́ẹ́jẹ́ẹ́ .
kedere.
Àwọn agbaye ni kíkà.

ST. ỌGỌSTINE TI Erinmi (354–430) AD)
- A Ìgbésí ayé Ọlọ́run Kọ̀ sí Fi ibẹ̀ sílẹ̀ Nìkan ṣọṣọ

ÀWỌN KÚRÒ ORÚKỌ TI ST. Augustin ti Erinmi jẹ́ **Aurelius Augustinus** (ní èdè Látìnì) tabi **Aurelius Ọgẹ́sítínì** . Òun ni olokiki mọ gẹ́gẹ́ bí Augustin ti Hippo (Látìnì: *Aurelius Augustinus Hipponensis*), níní tí a ti sìn gẹ́gẹ́ bí Àwọn nǹkan wọ̀nyí ló fà á tí wọ́n fi ń ṣe àtúnṣe sí ara wọn. Bíṣọ́ọ̀bù ti Erinmi Regius ní Àríwá Áfíríkà láti ọdún 396 sí 430 AD.

- **Ìbí Orúkọ:** Aurelius Augustinus.
- **Pàtàkì:** Bàbá Ìjọ Látìnì, onímọ̀ ọgbọ́n èrò, àti dókítà Ṣọ́ọ̀ṣì Kátólíìkì.
- **Àyíká ọ̀rọ̀:** Òun ni ti a mọ fún tirẹ̀ àwọn àfikún sí Ẹsìn Kristẹni ti Ìwọ̀-Oòrùn àti ìmọ̀ ọgbọ́n orí, pẹlu olokiki awọn iṣẹ pẹ̀lú *Ìjẹ́wọ́* àti *Ìlú Ọlọ́run* .

ORÍ ỌKAN

Ọmọ tí kò ní ìsinmi, ìyá tí ń gbàdúrà, àti Ọlọ́run tí ó ń wò ó

He yóò nigbamii di ọkan ti Àwọn nǹkan wọ̀nyí ló fà á tí wọ́n fi ń ṣe àtúnṣe sí ara wọn. julọ tí ó ní ipa Àwọn Kristẹni Àjọ WHO ti gbé ayé rí

.

Ṣùgbọ́n ní Àwọn nǹkan wọ̀nyí ló fà á tí wọ́n fi ń ṣe àtúnṣe sí ara wọn. ìbẹ̀rẹ̀, **ohunkohun nipa Augustin tí a dámọ̀ràn** Ó jẹ́ ọlọ́gbọ́n kí ó tó di **onírẹ̀lẹ̀** .

Ó fẹ́ mọ̀ kí ó tó gbọ́ràn. gígùn ṣaaju òun jẹ́ ràpadà.

A bí Augustine ní ọdún 354 AD, ní ìlú kékeré kan ní Àríwá Áfíríkà tí a ń pè ní North Africa. Thagaste, nínú kini ni nisinsinyi òde òní Algeria. Òun ti wọle Àwọn nǹkan wọ̀nyí ló fà á tí wọ́n fi ń ṣe àtúnṣe sí ara wọn. agbaye kìí ṣe gẹ́gẹ́ bí ẹni mímọ́, ṣùgbọ́n gẹ́gẹ́ bí ìtakora—tí a tọ́ dàgbà ní ilé tí ìgbàgbọ́ pín sí méjì, tí a ṣe nípasẹ̀ a ìyá Àjọ WHO gbadura láìsí àní-àní, àti ti ni ipa lori láti ọwọ́ a baba Àjọ WHO wọ́n fẹ́ràn ìfẹ́ ọkàn ju ìwà mímọ́ lọ.

Láti tirẹ̀ àkọ́kọ́ jùlọ àwọn ọjọ́, ti Augustine ọkàn tí ó tẹ̀ síta sí ọ̀dọ̀ *fẹ́ sí i* - sí i ayọ̀, jù bẹ́ẹ̀ lọ ìmọ̀, jù bẹ́ẹ̀ lọ ìdámọ̀, jù bẹ́ẹ̀ lọ ominira. Síbẹ̀ pàápàá gẹ́gẹ́ bí a ọmọ, nkankan miiran jẹ́ wà lọ́wọ́lọ́wọ́: a jíjìn, orúkọ aláìlórúkọ àìnítẹ́lọ́rùn tó ń tẹ̀lé e níbi gbogbo.

Ó máa jẹ́wọ́ nígbà tó bá yá pé òun ni ìṣòro náà kì í ṣe àìmọ̀ Ọlọ́run, ṣùgbọ́n **ìtọ́sọ́nà tí kò tọ́ ìfẹ́** .

Ṣùgbọ́n Bawo ṣe a ọmọ kọ ẹkọ kini sí ìfẹ́?

Ati Àjọ WHO ni ṣíṣẹ̀dá tiwa awọn ifẹ ṣaaju àwa àwọn paapaa mọ̀ ti wọn? Àwọn wọ̀nyí awọn ibeere yóò ibi ìjẹun ti Augustine ìgbésí ayé.

A ILÉ PÍPIN

AUGUSTINE DÁGBÀ LÁBẸ́ ìtọ́jú ìyá rẹ̀, Monica—a Kristẹni obinrin ẹni tí ó bá igbagbọ jẹ́ kìí ṣe idakẹjẹẹ, onínúure, tabi ikọkọ. Ó gbàdúrà pẹlu omijé. Òun gbàgbọ́ pẹlu ìfaradà. Òun gbẹkẹle Ọlọ́run fún tirẹ̀ ọmọkùnrin pàápàá Nigbawo tirẹ̀ awọn yiyan dabi ẹni pe sí tako gbogbo ireti oun ti waye.

Bàbá rẹ̀, Patricius, jẹ́ abọ̀rìṣà—oníféẹ́ àṣeyọrí, ẹni tí ó ní ìfẹ́ sí àwùjọ, àti ẹni tí ó ní àníyàn jù pẹlu ti Augustine ọjọ iwaju aṣeyọri ju tirẹ̀ ọjọ iwaju ọkàn. Òun ṣe ayẹyẹ ọgbọ́n Augustine, ó sì lá àlá nípa ìdàgbàsókè rẹ̀ nínú àwùjọ, síbẹ̀ kò fi àníyàn hàn rárá fún Àwọn nǹkan wọ̀nyí ló fà á tí wọ́n fi ń ṣe àtúnṣe sí ara wọn. ìṣẹ̀dá ti tirẹ̀ ìwà.

Meji àwọn ohùn apẹrẹ Àwọn nǹkan wọ̀nyí ló fà á tí wọ́n fi ń ṣe àtúnṣe sí ara wọn. ọdọ Ọgẹ́sítínì:

- Ọkan ìpè òun soke nínú igbagbọ
- Àwọn miiran titari òun ita sí ọ̀dọ̀ aṣeyọri

Láàárín wọn ni ọmọkùnrin kan wà tí ó ń kọ́ ní kùtùkùtù pé **ọgbọ́n lè yára ju ọgbọ́n lọ** , àti pé ìfẹ́ fún Ọlọ́run lè wà láìsí ìgbọràn sí Ọlọ́run.

Èwo ni ohùn ṣe àwa fetísílẹ̀ sí Nigbawo mejeeji ìlérí a ọjọ́ iwájú?

A ṢÍṢẸ Ọkàn ÀTI A TÚTÚTÙ Ọkàn

AUGUSTINE tayọ̀ ní ilé ìwé. Ọrọ̀ rẹ̀ rọrùn fún un. Àwọn àríyànjiyàn dùn mọ́ni òun. Ìyìn jẹun òun. Kódà gẹ́gẹ́ bí a ọmọ, òun ṣawari iyẹn ọgbọn lè gba ìyìn—àti iyìn lè bo òfo.

Síbẹ̀ lẹgbẹẹ tirẹ̀ ọmọwe aṣeyọri sáré a dagba ìfẹ́kúfẹ̀ẹ́ fún ìgbádùn. Augustine kọ́ bí a ṣe lè gba ohun tí ó fẹ́ nítorí pé ó fẹ́ bẹ́ẹ̀. Ọkan lára àwọn ìjẹ́wọ́ àkọ́kọ́ rẹ̀—òtítọ́ tó yani lẹ́nu—kì í ṣe nípa àìmọ̀kan, ṣùgbọ́n nípa *gbígbádùn ìwà àìtọ́* fún ara rẹ̀.

Ó jí èso nígbà kan rí—kì í ṣe nítorí pé ebi ń pa á, ṣùgbọ́n nítorí pé a kà á léèwọ̀.

Kílódé? ṣe Àwọn nǹkan wọ̀nyí ló fà á tí wọ́n fi ń ṣe àtúnṣe sí ara wọn. ènìyàn ọkàn ìfẹ́ ọkàn kini rẹ̀ mọ̀ ni Èéṣe tí kò fi tọ́? ṣe idunnu nigbagbogbo rilara jù bẹ́ẹ̀ lọ idaniloju ju òótọ́? Àwọn wọ̀nyí kì í ṣe ìbéèrè àtijọ́.

Àwọn àwọn ènìyàn àwọn.

A ỌLỌRUN Àjọ WHO WAS GBE OHUN TÍ Ó WÀ NÍPASẸ ṢÙGBỌN ÀÌGBÀLỌ

A fi Augustine hàn sí ẹ̀sìn Kristẹni ní ìbẹ̀rẹ̀. Ó mọ orúkọ náà ti Kristi. Òun bọwọ fun Ìwé Mímọ́. Òun paapaa a nifẹ si Kristẹni ìwà rere láti ijinna kan. Ṣùgbọ́n ifẹ ṣe kìí ṣe tumọ sinu ìtẹríba.

Ó fẹ́ òtítọ́—ṣùgbọ́n kì í ṣe àṣẹ . fẹ́
ìtumọ̀—ṣùgbọ́n kìí ṣe Ó fẹ́ Ọlọ́run—
ṣùgbọ́n kò tíì fẹ́ bẹ́ẹ̀ .
Nítorí náà, Ọlọ́run dúró.
Tàbí dípò—Ọlọ́run wò.

Àti ní ẹ̀yìn gbogbo yíyàn tí Augustine ṣe, àdúrà kan wà níbẹ̀ ìyá, a alaisan Ọlọ́run, àti a dagba àìsinmi iyẹn rárá aṣeyọri le pa ẹnu mọ́.

Àwọn ÌBÉÈRÈ ÌYẸ ÌWỌ KÌ Í ṢE LÁ ṢE KÚN SÍWÁJÚ

Bí ìgbésí ayé Augustine ṣe ń lọ lọ́wọ́, àwọn ìbéèrè kan bẹ̀rẹ̀ sí í tẹ̀lé e—àwọn ìbéèrè tí yóò darí ìrìn àjò rẹ̀ tí yóò sì ṣe àtúnṣe Ìjọ nígbẹ̀yìn-gbẹ́yín:

- Kílódé? ṣe àwa mọ kini ni ọtun sibẹsibẹ yan kini ni àṣìṣe?
- Le igbagbọ wa tẹlẹ láìsí ìgbọràn?
- Ǹjẹ́ ìfẹ́ ọkàn Àwọn nǹkan wọ̀nyí ló fà á tí wọ́n fi ń ṣe àtúnṣe sí ara wọn. ọ̀tá, tabi ni rẹ̀ nirọrun tí a kò tọ́ sí?
- Kílódé? ṣe Ọlọ́run gba laaye ìdádúró nínú ìyípadà?
- Le ọgbọn di a idena sí ìfọ́wọ́sí?
- Ṣé Ọlọ́run lepa àwa paapaa Nigbawo àwa koju Òun?
- Kini ṣẹlẹ Nigbawo otitọ dojúkọ ìgbádùn?

Àwọn wọ̀nyí awọn ibeere ìfẹ́-inú kìí ṣe jẹ́ dáhùn gbogbo ní lẹ́ẹ̀kan.

A o maa dahun won **lojoojumo** , nipasẹ awon ikuna Augustine, ijewo re, tirẹ̀ yíyípo awọn aaye, àti tirẹ̀ nikẹhin ìfọkànsìn—kọjá Àwọn nǹkan wọ̀nyí ló fà á tí wọ́n fi ń ṣe àtúnṣe sí ara wọn. Irin-ajo ọjọ 40 ti o tẹle.

A ÌGBÉSÍ AYÉ LÁBẸ Àkíyèsí

AT ÈYÍ ÌPẸLẸ TI TIRE ìgbésí ayé, Augustin ṣe kìí ṣe ronu ara rẹ̀ sọnu.

Ṣùgbọ́n ọrun ní tẹlẹ ti samisi òun.

Òun yóò nigbamii kọ iyẹn Ọlọ́run jẹ́ sunmọtosi sí òun ju òun jẹ́ fún ara rẹ̀—nísinsìnyí paapaa Nigbawo àìkàsí, oloootọ paapaa Nigbawo tako.

Ìtàn Augustine kò bẹ̀rẹ̀ pẹ̀lú ìyípadà. Ó bẹ̀rẹ̀ pẹ̀lú **ìlépa**

.

Ati iyẹn ilepa ní tẹlẹ bẹ̀rẹ̀.

Àwọn ÌBÉÈRÈ SI GBE ṢÁÁJÚ

ṢE KÌ Í ṢE ÌDÁHÙN ÀWỌN WỌNYÍ síbẹ̀síbẹ̀. Jẹ́ kí wọn duro pẹlẹbẹ:

- Kini àwọn ohùn apẹrẹ tirẹ àkọ́kọ́ jùlọ àwọn ìfẹ́ ọkàn?
- Nibo ṣe ọgbọ́n tabi talenti àwáwí àìgbọràn?
- Kini ní Ọlọ́run ti wa alaisan pẹlu nínú tirẹ ìgbésí ayé?
- Ǹjẹ́ tirẹ ọkàn àìnísinmi—àti bí nítorí náà, kí ló dé?

Àwọn wọ̀nyí awọn ibeere ìfẹ́-inú pade tiwọn àwọn ìdáhùn gẹ́gẹ́ bí Àwọn nǹkan wọ̀nyí ló fà á tí wọ́n fi ń ṣe àtúnṣe sí ara wọn. ìrìn àjò ń ṣí sílẹ̀.

ORÍ Méjì

Ìtannijẹ àṣeyọrí àti ẹ̀kọ́ ìfẹ́ ọkàn

Aagustin ti kọ ẹkọ ni kutukutu iyẹn **aṣeyọri le rilara fẹran ìgbàlà** .
Gẹ́gẹ́ bí òun dagba, tirẹ̀ ìmọ́lẹ̀ di tí a kò lè sẹ́. Àwọn olùkọ́ yin ó. Àwọn ojúgbà rẹ̀ ṣe ìlara rẹ̀. Àǹfààní ṣí sílẹ̀ níwájú rẹ̀. Nínú ayé kan níbi tí ìlọsíwájú ti wáyé ti o gbẹkẹle lórí àròsọ ọ̀rọ̀ àti ìyínilérọ̀padà, ti Augustine ẹ̀bùn pẹlu Àwọn ọ̀rọ̀ yà á sọ́tọ̀.

Ati pẹlu gbogbo aṣeyọri wá àfikún:

Ìwọ àwọn àrà ọ̀tọ̀. Ìwọ àwọn ti a yàn kalẹ̀ fún jù bẹ́ẹ̀ lọ.

Ṣùgbọ́n jù bẹ́ẹ̀ lọ ti *kini* ?

Iyẹn ibeere jẹ́ lae beere sókè—nítorí pé aṣeyọri ṣe kìí ṣe pe ìfọ̀rọ̀wánilẹ́nuwò Ó ń fúnni ní àǹfààní láti ṣe ìwádìí.

ÌFẸRÀNṢẸ AS A RÍPÒ FÚN Ìpè

ẸKỌ AUGUSTINE gbé e lọ sí ìlú ìbílẹ̀ rẹ̀ sí àwọn ìlú ńláńlá, àwọn ibi ìtàgé gbígbòòrò, àti àtẹ́wọ́ tí ó lágbára. Ó mọ ọ̀rọ̀ sísọ dáadáa, iṣẹ́ ọ̀nà ìyínilérọ̀padà, Àwọn nǹkan wọ̀nyí ló fà á tí wọ́n fi ń ṣe àtúnṣe sí ara wọn. iṣẹ́-ọnà ti tí ó ń farahàn ọlọ́gbọ́n. Òun ti kọ ẹkọ Bawo sí gbera àwọn ènìyàn, báwo ni a ṣe le ṣe é bori awọn ariyanjiyan, Bawo sí ohun tí ó dáni lójú—kódà Nigbawo otitọ jẹ́ aidaniloju.

Ohun tí kò kọ́ ni bí a ṣe ń ṣàkóso ìfẹ́ ọkàn. Ayé
san èrè fún ẹ̀bùn rẹ̀.
Ọkàn rẹ̀ san èrè fún àwọn ohun
tó ń mú un bínú. Ọlọ́run sì ń wò
ó—tí ó ṣì ní sùúrù—ó sì ń wò ó.
Ǹjẹ́ rẹ̀ ṣeeṣe fún a ẹ̀bùn sí ilọsiwaju Yara ju ju ohun
kikọ? Ṣe o le aṣeyọri di a ibi aabo láti ìdánilójú?

Augustin yóò nigbamii idahun àwọn wọ̀nyí awọn ibeere pẹ̀lú ìrora.

ÀWỌN ÌDÁKẸẸ ÌṢẸDÁ TI A PÍPIN ỌKÀN

LÁÀÁRÍN ÀWỌN ỌDÚN WỌNYÍ, ìgbésí ayé Augustine pín sí àwọn ìpín. Ní gbangba, ó jẹ́ ti báni wí, afẹ́fẹ́, àti ìlérí. Ni ikọkọ, òun ti ni itẹlọrun awọn ifẹ èyí tako gbogbo ohun tí ó sọ pé òun níye lórí.

Òun ṣe kìí ṣe wo èyí gẹ́gẹ́ bí àgàbàgebè. Ó rí i gẹ́gẹ́ bí **ohun tí ó wọ́pọ̀** .

Ó ṣe tán, ọ̀pọ̀ ènìyàn ló ń gbé irú ìgbésí ayé bẹ́ẹ̀—wọ́n ń ṣàṣeyọrí ní ọ̀sán, wọ́n sì ń gbádùn ara wọn ní òru. Kini ṣe pàtàkì, òun gbàgbọ́, jẹ́ nikẹhin èrò ọkàn. Ọkan ọjọ́ òun yóò yípadà. Ọkan ọjọ́ òun yóò jẹ́ dara ju. Ọkan ọjọ́ òun yóò fi sílẹ̀ ni kikun sí Ọlọ́run.

O kan kìí ṣe síbẹ̀síbẹ̀.

Kílódé? ṣe “nígbà tó yá” rilara bẹ́ẹ̀ ni o tọgbọngbọn Nigbawo ìgbọràn rilarà o gbowo pupọ ? ṣe àwa ro àkókò ìfẹ́-inú ṣe ìtẹríba o rorun gan?

ti Augustine ìdádúró jẹ́ kìí ṣe ìṣọ̀tẹ̀—ó jẹ́ ìjíròrò.

A Ìgbàgbọ́ ÌYẸ ṢE LÈ DÚRÓ

ỌGỌSTINE GBÀGBỌ nínú Ọlọ́run.

Ó bọ̀wọ̀ fún Kristi. a nifẹ si Ìwé Mímọ́.

Ṣùgbọ́n igbagbọ láìsí ìgbọràn ṣẹ̀dá ohun ìtànjẹ ti ààbò.

Ó máa jẹ́wọ́ lẹ́yìn náà pé òun bẹ̀rù ìwà mímọ́ ju bí òun ṣe bẹ̀rù ẹ̀ṣẹ̀ lọ—kìí ṣe bẹ́ẹ̀ nítorí òun iyèméjì Ti Ọlọ́run oore, ṣùgbọ́n nítorí òun iyèméjì tirẹ̀ ìfẹ́ ara ẹni láti yípadà.

Òun gbàdúrà—ṣùgbọ́n Ó fetí sílẹ̀ pẹ̀lú ìṣọ́ra. Ó fetí sílẹ̀—ṣùgbọ́n ó ṣe àṣàyàn.

Ó fi ìgbọràn sílẹ̀—ó ní ìgbẹ́kẹ̀lé pé òun ṣì wà ní ìkáwọ́. Síbẹ̀ ìṣàkóso jẹ́ fún ìgbà díẹ̀ nígbà gbogbo.

ÀWỌN ÌFẸ ÌYẸ DI A ỌGA

Bí ìgbésí ayé Augustine ṣe ń tẹ̀síwájú, bẹ́ẹ̀ náà ni ìfẹ́kúfẹ̀ẹ́ rẹ̀ ṣe ń pọ̀ sí i. Ìfẹ́kúfẹ̀ẹ́, tí ó ti gbádùn nígbà kan rí, ń di ohun tí ó ń béèrè fún ìgbà díẹ̀díẹ̀.

Ohun tí ó bẹ̀rẹ̀ gẹ́gẹ́ bí yíyàn di àṣà díẹ̀díẹ̀. Ohun tí ó bẹ̀rẹ̀ bí òmìnira ti le sí ìgbẹ́kẹ̀lé.

Òun nifẹẹ jíjinlẹ̀—ṣùgbọ́n kìí ṣe
Ó fi ọgbọ́n ṣe ìpinnu—ṣùgbọ́n
kì í ṣe ní kíkún.
Òun ti n reti fún ìbáṣepọ̀—ṣùgbọ́n koju ojuse.

Ìfẹ́ ọkàn ṣèlérí ìtẹ́lọ́rùn. Dípò béẹ̀, rẹ̀ ti a ti mu di tirẹ̀ dimu.
Ìgbà wo ni ìgbádùn yóò dẹ́kun sísìn wá tí yóò sì bẹ̀rẹ̀ sí í ṣàkóso wa? Báwo la ṣe lè ya ìfẹ́ sí ara wa kúrò nínú ìgbádùn?
Àwọn wọ̀nyí wà awọn ibeere Augustin le kìí ṣe sibẹsibẹ ojú.

A ÌYÁ Àjọ WHO ÌBẸ KÌ Í ṢE DURO ÀDÚRÀ

GBOGBO ÀWỌN Nígbà tí ó wà, MÓNÍKÀ gbàdúrà.
Ó gbàdúrà pẹ̀lú ìjákulẹ̀ . gbadura nípasẹ̀ ìtìjú.
Òun gbadura nípasẹ̀ gbangba aṣeyọri àti ikọkọ ikuna.
Ó wo ọmọ rẹ̀ tó ń gbé ipò rẹ̀ sókè tó sì ń hùwà bíi pé ó ti yípadà—ó sì kọ̀ láti dẹ́kun gbígbàgbọ́ pé Ọlọ́run ṣì ń kọ̀wé.
Kí ni ìtumọ̀ láti gbàdúrà fún ẹnìkan tí ó dàbí ẹni tí ó ṣe àṣeyọrí ṣùgbọ́n tí ó jẹ́ ẹni ẹ̀mí? ń rìn kiri?
Báwo ni àdúrà ṣe ń ṣiṣẹ́ nígbà tí kò bá sí ìyípadà tó hàn gbangba? Monica kò mọ ìdáhùn náà.
Òun gbẹkẹle Àwọn nǹkan wọ̀nyí ló fà á tí wọ́n fi ń ṣe àtúnṣe sí ara wọn. Òǹkọ̀wé.

A ÌGBÉSÍ AYÉ ÌGBÉSÍLẸ Siwaju—ATI ÌDÀKÓSÍ TÍTỌSÍ

LÓDE, ỌGỌSTINE jẹ́ ilọsiwaju.
Nínú inú, òun jẹ́ di.
Tirẹ̀ ọkàn sáré niwaju ti tirẹ̀ ọkàn. Tirẹ̀ orúkọ rere kọjá ààyè tirẹ̀ ìgbọràn. Tirẹ̀ ọjọ iwaju wò ìmọ́lẹ̀—síbẹ̀ tirẹ̀ ọkàn ro ń pọ̀ sí i dídí.
Àti lábẹ́ ariwo àṣeyọrí, àìbalẹ̀ ọkàn padà wá . kígbe sókè.
Nígbà gbogbo.
A ibeere bẹ̀rẹ̀ sí ojú ilẹ̀—dákẹ́jẹ́ẹ́ ṣùgbọ́n àìláìsípẹ̀:
Ǹjẹ́ èyí gbogbo Nibẹ ni?

Àwọn ÌBÉÈRÈ ÌYẸ ÌWỌ ÌRÒYÌN ÀWỌN ÌRÌNÀJÒ ṢÁÁJÚ

ṢE KÌ Í ṢE RÍṢẸ SI ÌDÁHÙN àwọn wọ̀nyí:

- Le ifẹ inu gbe papọ pẹlu ìfọ́wọ́sí?
- Ní kini aaye ṣe ìdádúró di àìgbọràn?
- Kí ló dé tí Ọlọ́run fi ń jẹ́ kí àṣeyọrí máa bá a lọ nígbà tí ọkàn bá gbọgbẹ́?
- Ǹjẹ́ ìfẹ́ ọkàn ibi, tabi nirọrun aláìnímọ̀ràn?
- Bawo gígùn ìfẹ́-inú Ọlọ́run duro ṣaaju Òun ṣe dá sí i?

Àwọn wọ̀nyí awọn ibeere ìfẹ́-inú tẹle Augustine—àti àwọn ìfẹ́-inú tẹle wa—sínú atẹle àwọn orí.

KINI IS ŃBỌ ITELE

ỌGỌSTINE IS NÍPA sí pàdé:

- A igbagbọ eto iyẹn rilara ọgbọn ẹni gíga jùlọ
- A ìmọ̀ ọgbọ́n orí iyẹn àwọn ìlérí kedere láìsí ìrònúpìwàdà
- A ẹya ti igbagbọ iyẹn yọ kuro Àwọn nǹkan wọ̀nyí ló fà á tí wọ́n fi ń ṣe àtúnṣ sí ara wọn. àìnírètí ti ìgbọràn

Ati òun ìfẹ́-inú ìfọwọ́mọ́ra rẹ̀.

Kì í ṣe nítorí rẹ̀ ni òótọ́—ṣùgbọ́n nítorí rẹ̀ ni rọrun.

Àwọn ÌBÉÈRÈ SI GBE ṢÁÁJÚ

- Nibo ní aṣeyọri ti rẹwẹsi tirẹ oye ti ìkánjúkánjú sí ọ̀dọ̀ Ọlọ́run?
- Kini ìgbọràn ní iwọ ti sun siwaju nítorí "nígbà tó yá" ṣe o lero ailewu?
- Àjọ WHO ni gbígbàdúrà fún ìwọ—àti àwọn iwọ fetísílẹ̀?

ÀWỌN ÌTÀN Ó TẸSẸSÍWÁJÚ.

ORÍ MẸTA

A Ẹsìn ÌYẸ TÍ A TI Ń TẸSẸ Ọkàn àti ìdáríjì fún ọkàn

Aagustin ṣe kìí ṣe fi silẹ Ọlọ́run.

Òun **atuntọsi Òun** .

Ní àkókò kan tí ìfẹ́ ọkàn kò tíì tẹ́lọ̀rùn tí ayọ̀ kò sì tíì dé, Augustine yíjú sí ètò ìgbàgbọ́ kan tí ó ṣèlérí ohun kan tí ó wù ú gidigidi: *otitọ láìsí ìyípadà* .

Ó ṣe kìí ṣe ibeere

ìrònúpìwàdà. Kò dojúkọ

ìfẹ́kúfẹ̀ẹ́.

Ó ṣe kìí ṣe pe fún ìfọ́wọ́sí. Ó

dún bí ẹni pé ó ní ọgbọ́n.

Ó ro ó bófin mu.

Ati rẹ̀ a gba laaye òun sí ku nínú ìṣàkóso.

Nítorí náà, Augustine gbà á.

NIGBAWO Ìgbàgbọ́ DI A FÍFIHÀN IBI

Ètò Augustine tí a gbà ni ó ṣàlàyé ìṣòro ibi ní a ọ̀nà iyẹn ti ni itunu ti ara ẹni ojuse. Àṣìṣe jẹ́ rárá gun ju ohun kan tí a gbọ́dọ̀ ronú pìwàdà fún—ó jẹ́ ohun tí a gbọ́dọ̀ ṣàlàyé. Àṣìṣe kò jẹ́ ìwà rere mọ́—ó jẹ́ àfiwé.

Nínú ìlànà yìí, Augustine ṣì lè sọ̀rọ̀ nípa ìmọ́lẹ̀ àti òkùnkùn, òtítọ́ àti àṣìṣe, o dara àti ibi—láìsí koju tirẹ̀ tirẹ̀ ìfẹ́.

Ó fún un ní èdè láìsí olúwa. Ìmọ̀lára

láìsí ìgbọràn.

Ẹsìn láìsí ìrònúpìwàdà.

Kílódé? àwọn igbagbọ àwọn ètò julọ fanimọra Nigbawo àwọn daabobo àwa láti ìyípadà?

Ìgbà mélòó la máa ń fẹ́ láti ronú nípa àwọn èrò tí kò ní jẹ́ kí a fi ìwà wa sílẹ̀?

Augustine nímọ̀lára ìtura.

Ṣùgbọ́n iderun ni kìí ṣe Àwọn nǹkan wọ̀nyí ló fà á tí wọ́n fi ń ṣe àtúnṣe sí ara wọn. kanna gẹ́gẹ́ bí ominira.

Ọlọ́gbọ́n ÀṢẸṢẸ LÁÌSÍ ÀLÁFÍÀ NÍNÚ

FÚN ìgbà díẹ̀, AUGUSTINE ní ìtẹ́lọ́rùn. Ó gbàgbọ́ pé òun ti rí ohun kan *tó dára* ju ìgbàgbọ́ ìgbà èwe rẹ̀ lọ—ohun kan tó dára jù, tó bọ́gbọ́n mu jù, tó sì tún dára jù.

Òun àríyànjiyàn Ó kọ́

àwọn ẹlòmíràn pẹ̀lú

ìgbẹ́kẹ̀lé.

Òun ro ìmọ́lẹ̀.

Síbẹ̀ ní inú, Àwọn nǹkan wọ̀nyí ló fà á tí wọ́n fi ń ṣe àtúnṣe sí ara wọn. àìsinmi dúró ṣinṣin.

Àwọn awọn igbagbọ òun gbà mọ́ra le idahun awọn ibeere nipa Àwọn nǹkan wọ̀nyí ló fà á tí wọ́n fi ń ṣe àtúnṣe sí ara wọn. àgbáyé, ṣùgbọ́n wọn kò lè pa ohùn inú rẹ̀ mọ́. Wọ́n lè ṣàlàyé ibi, ṣùgbọ́n wọ́n lè ṣe é kìí ṣe wosan ìfẹ́ ọkàn. Àwọn le ṣapejuwe òtítọ́, ṣùgbọ́n àwọn le kìí ṣe mú ìyípadà wá.

Kí ló dé tí òye kò fi máa ń yípadà nígbà gbogbo?

Kí ló dé tí òye fi lè wà pẹ̀lú ìgbèkùn?

Augustin bẹ̀rẹ̀ sí oye Àwọn nǹkan wọ̀nyí ló fà á tí wọ́n fi ń ṣe àtúnṣe sí ara wọn. ìtakora—ṣùgbọ́n koju fun orukọ rẹ̀.

ÀWỌN Iye owó TI A Ìgbàgbọ́ ÌYẸ Àwọn ìbéèrè Kò sí ohunkóhun

LÓKÓKÒ ÀKÓKÒ, Àwọn ìfọ́ Ó farahàn.

Àwọn àwọn aṣáájú Augustin a nifẹ si le kìí ṣe idahun Àwọn nǹkan wọ̀nyí ló fà á tí wọ́n fi ń ṣe àtúnṣe sí ara wọn. Jin si awọn ibeere Ó béèrè. Ìgbẹ́kẹ̀lé wọn dínkù nígbà tí wọ́n ń wádìí. Àwọn àlàyé wọn dún bí ohun ìyanu. ṣùgbọ́n wó lulẹ̀ Nigbawo tí a tẹ̀.

Èyí tó bani nínú jẹ́ jùlọ ni pé ètò tó ṣèlérí ìdásílẹ̀ kò sọ ọ́ di ẹni tó mú un jáde ọ̀fẹ́.

Tirẹ̀ awọn iwa dúró síbẹ̀.

Tirẹ̀ ti inu rogbodiyan ó kù.

Ìfẹ́ rẹ̀ tí ó pín sí méjì wà.
Ati laiyara, Augustin ti ṣẹ nkankan tí ń yọni lẹ́nu:
Ètò ìgbàgbọ́ tí kò ní kojú ìfẹ́ ọkàn yóò dáàbò bò ó nígbẹ̀yìn gbẹ́yín .
rẹ̀ ṣeeṣe fún ẹsin sí di a ibi aabo fún àìgbọràn?

Le igbagbọ di a ọ̀nà ti yiyẹra fun Ọlọ́run dípò bẹ́ẹ̀ ju rírí Òun?

A TI ÌYÁ Ìgbàgbọ́ ÀTI A ỌMỌ ÀÌDÁRA

KÁÁKÍKÀ ÀWỌN WỌNYÍ ỌDÚN, Monica wò.

Òun ṣe kìí ṣe ijiroro tirẹ̀ ti ọmọ ìmọ̀ ọgbọ́n

orí . gbàdúrà.

Òun sọkún lórí tirẹ̀ ìgbéraga.

Ó gbẹ́kẹ̀lé àkókò tí Ọlọ́run

fẹ́.

Òun jẹ́ kìlọ̀ fún láti ọwọ́ ìjọ àwọn aṣáájú kìí ṣe sí jiyàn pẹlu òun ṣùgbọ́n sí gba laaye Ọlọ́run láti ṣiṣẹ́. Nítorí náà ó dúró—ó ń banújẹ́, ó ń retí, ó sì gbàgbọ́ pé Ọlọ́run tí ó ti fi àmì sí ni tirẹ̀ ọmọkùnrin yóò kìí ṣe fi silẹ òun sí ààbọ̀ òtítọ́.

Kini ṣe igbagbọ wo fẹran Nigbawo àwọn ìdáhùn

àwọn Báwo ni a ṣe ń pẹ́ tó? ṣe ẹ̀bẹ̀ tẹramọ́ Nigbawo

iyipada ni Ó lọ́ra díẹ̀? Monica gbàgbọ́ ohun tí

Augustine kò tíì gbà: Ọlọ́run kò ní ìbẹ̀rù láti yí padà.

ÀWỌN LẸRỌLẸ PÍPÁPÁ TI ÌDÁJÚDÁJÚ ÈKÉ

Níkẹyìn, ÀWỌN Ìgbàgbọ́ eto Augustin gbẹkẹle bẹ̀rẹ̀ sí Ìyàlẹ́nu. Àwọn ìlérí òye kò ní ìtẹ́lọ́rùn mọ́. Àwọn olórí tí ó fẹ́ràn jákulẹ̀ òun. Àwọn àwọn àlàyé iyẹn lẹ́ẹ̀kan tí a wú lórí òun ro tinrin.

Èyí tó burú jù ni pé , òfo náà padà wá.

lọ́nà tó gbayì.

Nígbà gbogbo.

Augustine ti dàgbà ju ibi ààbò rẹ̀ lọ.

Òtítọ́ ti bẹ̀rẹ̀ sí í sún mọ́lé.

Àwọn ÌBÉÈRÈ ÌYẸ BẸRẸ SI JÍJÀ

ṢE KÌ Í ṢE ÌDÁHÙN ÀWỌN WỌNYÍ sibẹsibẹ:

- Àwọn ìgbàgbọ́ wo lo ti gbà nítorí pé wọn kò béèrè fún ìyípadà púpọ̀?
- Nibo ní ìmọ̀ rọpo ìgbọràn?
- Ní iwọ lailai lo ẹ̀kọ́ ìsìn sí da lare ìdádúró?
- Kini ṣẹlẹ Nigbawo Àwọn nǹkan wọ̀nyí ló fà á tí wọ́n fi ń ṣe àtúnṣe sí ara wọn. àwọn ètò àwa gbẹ́kẹ̀lé bẹ̀rẹ̀ sí kùnà?

Àwọn wọ̀nyí awọn ibeere ìfẹ́-inú kìí ṣe lọ kuro Augustin nìkan.
Àwọn ìfẹ́-inú wakọ òun sí ọ̀dọ̀ a ija òun kò le yẹra fún.

KINI IS ŃBỌ ITELE

ỌGỌSTINE IS NÍPA sí pàdé:

- A fọọmu ti Ẹsìn Kristẹni iyẹn ń kópa Àwọn nǹkan wọ̀nyí ló fà á tí wọ́n fi ń ṣe àtúnṣe sí ara wọn. ọkàn láìsí àforíjì ọkàn
- Àwọn olùkọ́ Àjọ WHO sopọ̀ irẹlẹ pẹlu ọgbọ́n
- A otitọ iyẹn rárá gun ju gba laaye òun sí fi pamọ lẹ́yìn awọn

ariyanjiyan Ati Nigbawo otitọ di tí a kò lè yẹ̀ sílẹ̀, nkankan

gbọdọ fúnni.

Àwọn ÌBÉÈRÈ SI GBE ṢÁÁJÚ

- Ǹjẹ́ tirẹ igbagbọ koju ìwọ—tàbí itunu ìwọ?
- Kini yóò ìgbọràn iye owo iwọ ọtun nisinsinyi?
- Tí ó bá jẹ́ Ọlọ́run beere fún ohun gbogbo, yóò iwọ ìdádúró—tàbí So eso?

ÀWỌN ÌRÌNÀJÒ Ó TẸSẸSÍWÁJÚ.

ORÍ MẸRIN

NIGBATI OTITO BA SUNMO TI IFE RE BA TI TAKO

Bọdún Àwọn nǹkan wọ̀nyí ló fà á tí wọ́n fi ń ṣe àtúnṣe sí ara wọn. àkókò Augustin de ọdọ èyí akoko ti tirẹ̀ ìgbésí ayé, **àìmọ̀kan jẹ́ kò sí àṣàyàn mọ́** .

Àwọn igbagbọ àwọn ètò iyẹn lẹ́ẹ̀kan ti a daabobo òun ní wó lulẹ̀. Àwọn ìgbẹ́kẹ̀lé wọn tí a nṣe ní ti bajẹ. Àwọn àwọn àlàyé iyẹn lẹ́ẹ̀kan tí a wú lórí òun nisinsinyi Ó dà bíi pé kò sí ohun tó ṣẹ́kù. Ọkùnrin kan tó tú síta ni—olóye, àṣeyọrí, ẹni tí wọ́n bọ̀wọ̀ fún, àti ẹni tí wọ́n takora nínú ọkàn.

Òtítọ́ jẹ́ rárá jíjìnnà sí i.

Ó jẹ́ **nitosi to sí ibeere a ìdáhùn** . Ìsúnmọ́ yẹn sì da á láàmú.

NIGBAWO ÀWỌN ...ṢẸYÌN PADÀDÚN TIWỌN AGBARA

ỌGÙSTÍNÌ ti gbàgbọ́ nígbà gbogbo pé àtakò wá láti inú àìdánilójú. Tí òtítọ́ bá yé kedere tó, ó rò pé ìgbọràn yóò tẹ̀lé e nípa ti ara rẹ̀.

Ṣùgbọ́n nisinsinyi kedere ní dé—àti ìgbọràn ní kì í ṣe.

Òun oye Ẹsìn Kristẹni dara julọ ju lailai ṣáájú. Òun le sọ̀rọ̀ kedere àwọn ẹ̀tọ́ rẹ̀ . Òun le gbèjà tirẹ̀ ìbáṣepọ̀. Òun le paapaa nifẹẹ tirẹ̀ ẹwà.

Síbẹ̀, ìfọkànsìn kò mú kí a juwọ́ sílẹ̀ . ṣe òye kùnà sí gbera Àwọn nǹkan wọ̀nyí ló fà á tí wọ́n fi ń ṣe àtúnṣe sí ara wọn. yóò ṣe bẹ́ẹ̀?

Kí ló dé tí òtítọ́ fi máa ń dẹ́rù bani nígbà tí ó bá ń yíni lérò padà?

Augustine ń ṣàwárí ohun kan tó ń dunni:

Àwọn nǹkan wọ̀nyí ló fà á tí wọ́n fi ń ṣe àtúnṣe sí ara wọn. ìdíwọ́ jẹ́ kìí ṣe Àwọn nǹkan wọ̀nyí ló fà á tí wọ́n fi ń ṣe àtúnṣe sí ara wọn. ọkàn—ó jẹ́ Àwọn nǹkan wọ̀nyí ló fà á tí wọ́n fi ń ṣe àtúnṣe sí ara wọn. ọkàn.

ÀWỌN ÌJÁJÁDE TI A PÍPIN ÌWỌ

NÍNÚ AUGUSTINE, ìfẹ́ ọkàn méjì jà ní gbangba. Ọkan ti a fẹ Ọlọ́run—ìwà mímọ́, ìpéye, isinmi, Òtítọ́. Ìṣàkóso mìíràn tí a fẹ́—ìgbádùn, ìbáṣepọ̀, ìdádúró . fẹ́ ominira, ṣùgbọ́n kìí ṣe ní Àwọn nǹkan wọ̀nyí ló fà á tí wọ́n fi ń ṣe àtúnṣe sí ara wọn. iye owo ti ìyípadà. Ó fẹ́ àlàáfìà, ṣùgbọ́n kìí ṣe láti fi ìbáwí hàn. Ó fẹ́ Ọlọ́run, ṣùgbọ́n kò tíì fẹ́ kíkún.

Èyí ìpín ti rẹ̀ òun.

Òun nigbamii ṣàpèjúwe rẹ̀ gẹ́gẹ́ bí jije fa nínú òdìkejì awọn itọsọna láti ọwọ́ ìfẹ́ méjì—ọ̀kan ń dìde sí ọ̀dọ̀ Ọlọ́run, Àwọn nǹkan wọ̀nyí ló fà á tí wọ́n fi ń ṣe àtúnṣe sí ara wọn. miiran dimọ́ sí àṣà.

Kí ló dé tí ọkàn fi ń tako ohun tí ó mọ̀ pé yóò wò ó sàn? Kí ló dé tí ìgbèkùn fi máa ń nímọ̀lára ààbò ju òmìnira lọ nígbà mìì?

A Ìgbàgbọ́ ÌYẸ NISIYI FẸRẸ A KÒ LÈ ṢE ÀṢẸKẸ

ÌGBÀLẸ-ẸSÌN KÌ Í ṢE ÌRÀNLỌWỌN MỌNÚ ÌWÉ-ÌWÉ tàbí àṣàyàn ìwà rere mọ́. Ó dúró níwájú Augustine gẹ́gẹ́ bí ìran pípé nípa òtítọ́—èyí tí ó ṣàlàyé kìí ṣe ayé nìkan, ṣùgbọ́n ìjà inú rẹ̀.

Ó pe ẹ̀ṣẹ̀ ní orúkọ—kì í ṣe àìmọ̀, ṣùgbọ́n gẹ́gẹ́ bí ìfẹ́ tí kò tọ́ . tí a dárúkọ oore-ọ̀fẹ́—kìí ṣe gẹ́gẹ́ bí ìwífún, ṣùgbọ́n gẹ́gẹ́ bí agbára.

Ó tí a dárúkọ ìfọkànsìn—kìí ṣe gẹ́gẹ́ bí àdánù, ṣùgbọ́n gẹ́gẹ́ bí ìgbésí ayé. Ìṣòro náà sì nìyẹn. Ẹsìn Kristẹni ṣe kìí ṣe gba laaye Augustin sí ku pínyà. Ó béèrè fún gbogbo rẹ̀.

ÀWỌN ÀDÚRÀ ÌYẸ ṢÍṢÍ GBOGBO OHUN

NÍNÚ ọkan lára àwọn àkókò tó jẹ́ òótọ́ jùlọ nínú ìgbésí ayé rẹ̀, Augustine gbàdúrà kan tó fi hàn pé ààrẹ̀ náà wà nínú rẹ̀.

Ó béèrè fún ìwà mímọ́
Ọlọ́run . beere Ọlọ́run fún

ìjẹ́mímọ́.
Ó béèrè fún ìyípadà lọ́wọ́ Ọlọ́run.
Lẹ́yìn náà ó fi àdéhùn kan kún un.
Kì í ṣe síbẹ̀síbẹ̀.
Èyí jẹ́ kìí ṣe ẹlẹ́yà.

Ó jẹ́ ìbẹ̀rù.
Òun gbàgbọ́ Ọlọ́run le iyipada òun.
Òun jẹ́ kìí ṣe daju òun fẹ́ sí jẹ́ yípadà.
Bawo ọpọlọpọ àwọn àdúrà ohun mímọ́ ṣùgbọ́n fi
pamọ Báwo ni iyèméjì ṣe rí? nigbagbogbo ṣe àwa beere
Ọlọ́run sí ṣe—láìpẹ́ẹ́, lailewu, lẹ́yìn náà? ti Augustine
àdúrà ti fi han kini ìdádúró nitootọ ni:
kìí ṣe ìdàrúdàpọ̀, ṣùgbọ́n àìnífẹ́ẹ́.

TI ỌLỌRUN ÌLÀNÀ: ÌTỌJÚ LÁÌSÍ AGBÁRA

ỌLỌRUN ṢE KÌ Í ṢE Àṣejù ti Augustine ìfẹ́.
Dípò bẹ́ẹ̀, ó mú kí ìjàkadì inú pọ̀ sí i .
àìsinmi dagba mú kí ó mọ́ kedere.
Àwọn awọn igbadun ó rẹ̀wẹ̀sì.
Àwọn àwọn ohun ìdààmú ó rẹ̀wẹ̀sì.
Ọlọ́run ti yọ kuro Àwọn nǹkan wọ̀nyí ló fà á tí wọ́n fi ń ṣe àtúnṣe sí ara wọn.
itunu láti ìdádúró láìsí yiyọkuro Òmìnira Augustine .
Kí ló dé tí Ọlọ́run fi gbà kí wàhálà má ṣe dé ibi tí ó yẹ kí ó dé?
Tí wàhálà bá jẹ́ ara àánú Rẹ̀?
Augustin jẹ́ jije ti a kọ sí igun—kìí ṣe láti ọwọ́ ewu, ṣùgbọ́n láti ọwọ́ òtítọ́.

A ÌGBÉSÍ AYÉ LÁÌSÍ FÍFIHÀN ÀWỌN IBI

FÚN ÀWỌN ÀKỌKỌ ÀKÓKÒ, Augustin ti ṣẹ òun ní nibikibi òsì sí ìfàsẹ́yìn.
Ìmọ̀ ọgbọ́n orí ní kùnà òun.
Ẹsìn láìsí ìrònúpìwàdà ní ìjákulẹ̀ Àṣeyọrí kò tẹ́ ẹ lọ́rùn
.
Ìdádúró ní kìí ṣe ni idaabobo òun.
Gbogbo iyẹn duro jẹ́ a ibeere òun le rárá gun ju yẹra fún:
Ìfẹ́ iwọ So eso?
Kì í ṣe
nígbẹ̀yìn-
gbẹ́yín.
Kì í ṣe ní ọjọ́

kan.

Nisinsinyi.

Ati Augustin wárìrì.

Àwọn ÌBÉÈRÈ ÌYẸ GBỌDỌ BE Ti gbé ṢÁÁJÚ

ṢE KÌ Í ṢE Ṣe ìpinnu ÀWỌN WỌNYÍ sibẹsibẹ:

- Kini awọn otitọ àwọn iwọ gbagbọ ti ṣùgbọ́n sibẹ kíkọjú ìjà sí?
- Nibo ní kedere pọ̀ sí i ṣùgbọ́n ìgboyà kìí ṣe tẹ̀lé e?
- Kini yóò kún ìgbọràn iye owo ìwọ?
- Àwọn iwọ ìdádúró nítorí iwọ iyèméjì Ọlọ́run—tàbí nítorí iwọ ìbẹ̀rù ìyípadà?

Àwọn wọ̀nyí awọn ibeere ìfẹ́-inú kìí ṣe lọ kuro Augustin nìkan.

Àwọn àwọn awakọ òun sí ọ̀dọ̀ a ìṣẹ́jú-ààyá iyẹn ìfẹ́-inú fifọ Àwọn nǹkan wọ̀nyí ló fà á tí wọ́n fi ń ṣe àtúnṣe sí ara wọn. ìdúróṣinṣin.

KINI IS ŃBỌ ITELE

ỌGỌSTINE IS SỌNÁN a ìṣòro—kìí ṣe ti ìgbàgbọ́, ṣùgbọ́n ti ìfẹ́.

Láìpẹ́:

- Àwọn ti inu ogun ìfẹ́-inú arọwọto tirẹ̀ òkè gíga
- Ọlọ́run ìfẹ́-inú dá ìdarú dúró tirẹ̀ resistance
- Ìwé Mímọ́ ìfẹ́-inú koju òun taara
- A ohùn ìfẹ́-inú pe òun sí yan

Àwọn Itele orí ìfẹ́-inú àmì **Àwọn nǹkan wọ̀nyí ló fà á tí wọ́n fi ń ṣe àtúnṣe sí ara wọn. wó lulẹ̀ ti ìdádúró** .

ORÍ ÀÁRÚN

Gbà kí o sì ka: Nígbà tí ìdènà bá wó lulẹ̀

Aagustin ní de ọdọ Àwọn nǹkan wọ̀nyí ló fà á tí wọ́n fi ń ṣe àtúnṣe sí ara wọn. opin ti ìdádúró.

Kì í ṣe nítorí tirẹ̀ awọn ibeere wà dáhùn,

ṣùgbọ́n nítorí tirẹ̀ àwọn àwáwí wà ó ti rẹ̀.

Ogun tó wà nínú rẹ̀ ti di ohun tí kò ṣeé fara dà. Òtítọ́ ń tẹ̀síwájú láti apá kan. Àṣà fà kúrò lọ́dọ̀ èkejì. Ìfẹ́ ọkàn rẹ̀ bàjẹ́ lábẹ́ ẹrù ìmọ̀. kini sí ṣe àti jije aileṣe sí ṣe rẹ̀.

Òun ṣe kìí ṣe rilara

akọni. Ó nímọ̀lára pé

ó **fara hàn gbangba**

.

ÀWỌN OGUN Nínú ÀWỌN ỌKÀN

AUGUSTINE padà sí ọgbà kan—kì í ṣe láti gbàdúrà ní ìdákẹ́jẹ́ẹ́, ṣùgbọ́n láti bá ara rẹ̀ jà pẹ̀lú agbára. Ìmọ̀lára rẹ̀ gbòòrò sí i. Ìrònú rẹ̀ gbòòrò sí i. Ọkàn rẹ̀ pínyà

.

Ó fẹ́ Ọlọ́run . fẹ́

ìyípadà.

Òun fẹ́ òmìnira.

Ṣùgbọ́n ó bẹ̀rù àdánù.

sọkún —kì í ṣe omijé ìrònúpìwàdà síbẹ̀, ṣùgbọ́n omijé ààrẹ. ti ìpín ní de ọdọ tirẹ̀ ààlà. Òun le rárá gun ju ṣe àṣehàn iyẹn idaduro jẹ ọgbọ́n. Òun le rárá gun ju ṣe àṣehàn iyẹn resistance jẹ́ ààbò.

Kí ló dé tí ìfọkànsìn fi dà bí ikú kí ó tó dàbí ìyè? ṣe ìgbọràn

dẹ́rù ba àwa Nigbawo rẹ̀ àwọn ìlérí ìwòsàn?

Augustin kígbe jáde—kìí ṣe pẹlu didan àdúrà, ṣùgbọ́n pẹlu aise àìnírètí.

ÀWỌN ÌṢẸKẸKẸ ỌLỌRUN DÍDÍLẸ

IN ÀWỌN Àárín Gbùngbùn TI TIRE ìdàámú, nkankan airotẹlẹ ó ṣẹlẹ̀.

Augustin ti gbọ́ a ohùn.

Rárá o . ààrá.

Kì í ṣe ẹ̀kọ́.

Kì í ṣe
àríyànjiyàn.

A rọrun ohùn—bíi iyẹn ti a pípè ọmọdé jade leralera:

"Gba" àti ka. Gba àti kà."

Ní àkọ́kọ́, òun dídì.

Òun le kìí ṣe rántí eyikeyi awọn ọmọde tí ń ṣeré nitosi. Àwọn ohùn ṣe kìí ṣe ṣàlàyé ara rẹ̀. Kò jiyàn. Kò yí i lérò padà.

Ó pàṣẹ.

Kí ló dé tí Ọlọ́run fi máa ń sọ̀rọ̀ láìsí àlàyé nígbà mîî?

Kí ló máa ń ṣẹlẹ̀ tí òtítọ́ kò bá tún ń bá ara rẹ̀ sọ̀rọ̀
mọ́?

Augustin duro ẹkún. Òun dúró. Òun lọ sí ibi ti Àwọn nǹkan wọ̀nyí ló fà á tí wọ́n fi ń ṣe àtúnṣe sí ara wọn. Àwọn Ìwé Mímọ́ ni pa mọ́.

NIGBAWO ÌWÉ MÍMỌ DI A ÌDÁJỌ

Òun Ṣí sílẹ̀ ÀWỌN ṢE ÀKỌSÍLẸ—KÌ ṢE láìròtẹ́lẹ̀, ṣùgbọ́n ni kiakia.

Tirẹ̀ ojú ṣubú lórí awọn ọrọ iyẹn ro Ti o kere fẹran ìtọ́ni àti jù bẹ́ẹ̀ lọ bí ìdájọ́—kìí ṣe ìdálẹ́bi, ṣùgbọ́n kedere.

Àwọn ọ̀nà àbáwọlé sọ̀rọ̀ taara sí tirẹ̀ ipo naa. Ó tí a dárúkọ tirẹ̀ ìjàkadì. Ó fara hàn tirẹ̀ ìdádúró. Ó dojuko tirẹ̀ àwọn àṣà. Ó tí a nṣe rárá ìbáṣepọ̀.

Ati nínú iyẹn ìṣẹ́jú kan, nkankan inu òun bàjẹ́. Rárá
o . díẹ̀díẹ̀.

Kì í ṣe pẹ̀lú
ọ̀wọ̀.

Pátápátá.

Ìpínyà yóò wó lulẹ̀. Àtakò náà pàdánù agbára rẹ̀. Ogun gígùn náà parí—kì í ṣe nítorí pé Augustine di alágbára nígbẹ̀yìn-gbẹ́yín, ṣùgbọ́n nítorí pé **oore-ọ̀fẹ́ borí tirẹ̀ àìlera** .

Kí ló máa ń ṣẹlẹ̀ nígbà tí Ọrọ̀ Ọlọ́run bá dẹ́kun sísọ nǹkan, tó sì bẹ̀rẹ̀ sí í yí padà?

Kílódé? ṣe Ìwé Mímọ́ idasesile ti o jin julọ Nigbawo Àwọn nǹkan wọ̀nyí ló fà á tí wọ́n fi ń ṣe àtúnṣe sí ara wọn. ọkàn ni ti ṣetán sí So eso?

ÀWỌN ÒPIN TI "KÌ Í ṢE Síbẹ̀"

ỌGỌSTINE ṢE KÌ Í ṢE ÌRÒYÌN àwọn iṣẹ́ iná.

Òun ro ìtúsílẹ̀.

Àwọn àìfararọ iyẹn ní ìrora òun túká. Àwọn awọn ẹ̀wọ̀n òun ìbẹ̀rù sí Ìpàdánù ṣubú. Ìgbọràn tí ó bẹ̀rù di ohun tí ó ṣeé ṣe—kì í ṣe nípasẹ̀ ìsapá, ṣùgbọ́n nípasẹ̀ ìtẹríba.

Òun ṣe kìí ṣe jiyàn kò sí mọ́ .

ṣe kìí ṣe ìdádúró mọ́.

Òun ṣe kìí ṣe dunadura kò sí mọ́ .

yọrí sí.

Nígbà tí ó sì ń juwọ́ sílẹ̀, ó rí ohun tí ó ti ń lépa láti ìgbà náà:

Ìsinmi.

NIGBAWO Oore-ọ̀fẹ́ Níkẹyìn Ní WÍWÁLẸ̀

Lẹ́yìn náà, Augustine ṣàpèjúwe àkókò yìí kì í ṣe gẹ́gẹ́ bí àdánù, bí kò ṣe gẹ́gẹ́ bí ìmọ́lẹ̀. Ó jẹ́ gẹ́gẹ́ bí botilẹjẹpe imọlẹ omi ti kun a ṣókùnkùn yàrá—kìí ṣe díẹ̀díẹ̀, ṣùgbọ́n lẹ́sẹ̀kẹsẹ̀.

Tirẹ̀ awọn ifẹ ti ṣe

àtúntò. Ìfẹ́ rẹ̀ tò.

Tirẹ̀ ọkàn sinmi.

Oore-ọ̀fẹ́ kò kàn dáríjì í, ó **dá** a

sílẹ̀.

Kí ló dé tí oore-ọ̀fẹ́ fi nílò ìfọkànsìn kí ó tó dàbí oore-ọ̀fẹ́?

Kí ló dé tí Ọlọ́run fi dúró títí ìfẹ́ rẹ̀ yóò fi yọrí sí rere?

Àwọn wọ̀nyí àwọn ìdáhùn yóò ṣí sílẹ̀ nínú ti Augustine ìgbésí ayé—ṣùgbọ́n Àwọn nǹkan wọ̀nyí ló fà á tí wọ́n fi ń ṣe àtúnṣe sí ara wọn. ìpinnu jẹ́ ìparí.

Àwọn ÌBÉÈRÈ ÌYẸ MARKU ÀWỌN YÍYÍ ÀPÓKÌ

JÓKÓ PẸLÚ ÀWỌN WỌNYÍ:

- Kini ni Ọlọ́run béèrè iwọ sí Duro ń falẹ̀?
- Kini "kìí ṣe síbẹ̀" ní di àìgbọràn?
- Kini yóò wó lulẹ̀ nínú tirẹ ìgbésí ayé bí iwọ mú jáde ni kikun?
- Àwọn iwọ ìfẹ́ ọkàn sí gbọ́ràn láìsí òye ohun gbogbo?

Augustin ṣe kìí ṣe oye ohun gbogbo.
gbọ́ràn.

KINI IS ŃBỌ ITELE

ÌYÍPADÀ WAS KÌ Í ṢE Àwọn nǹkan wọ̀nyí ló fà á tí wọ́n fi ń ṣe àtúnṣe sí ara wọn. opin ti ti Augustine ìrìnàjò.

Ó jẹ́ Àwọn nǹkan wọ̀nyí ló fà á tí wọ́n fi ń ṣe àtúnṣe sí ara wọn. ìbẹ̀rẹ̀ ti:

- Àtúnṣe
- Gbangba ìgbọràn
- Owó gbowó irẹlẹ
- Igbesi aye gbogbo ìṣẹ̀dá

Àwọn Itele orí ìfẹ́-inú ifihan àwa kini ṣẹlẹ **lẹ́yìn ìfọkànsìn** , Nigbawo oore-ọfẹ bẹrẹ sí tún ṣe àtúnṣe a ìgbésí ayé nínú gbangba ìwòran.

ORÍ Mẹ́fà

A sin in, a si gbé e dide: Igbọran lẹhin idaamu naa

S olùpèsè ti pari Àwọn nǹkan wọ̀nyí ló fà á tí wọ́n fi ń ṣe àtúnṣe sí ara wọn. ogun. Ṣùgbọ́n rẹ̀ bẹ̀rẹ̀ Àwọn nǹkan wọ̀nyí ló fà á tí wọ́n fi ń ṣe àtúnṣe sí ara wọn. iṣẹ́.

Augustine kò jí ní òwúrọ̀ ọjọ́ kejì gẹ́gẹ́ bí ọkùnrin tí ó ti parí iṣẹ́ náà. Grace ti tún ṣe àtúnṣe iṣẹ́ náà tirẹ̀ ọkàn, ṣùgbọ́n tirẹ̀ ìgbésí ayé sibẹ nilo sí jẹ́ tí a tún ṣe àtúnṣe. Àwọn awọn ẹ̀wọ̀n ti ṣubu, sibẹsibẹ Àwọn nǹkan wọ̀nyí ló fà á tí wọ́n fi ń ṣe àtúnṣe sí ara wọn. awọn iwa ní sí jẹ́ aláìkọ́. Àwọn ìfẹ́-inú ní yọrí sí, ṣùgbọ́n ìgbọràn gbọ́dọ̀ wà láàyè nísinsìnyí.

Ìyípadà jẹ́ kìí ṣe ohun ẹdun òkè—ó jẹ́ a **itọsọna ìyípadà** .

ÀWỌN ÌDÁKẸẸ LẸYÌN ÀWỌN ÌJÌ

LẸYÌN ÌṢÒRO NÍNÚ ỌGBÀ, Augustine ní ìrírí ohun kan tí kò mọ̀ tẹ́lẹ̀: ìdákẹ́jẹ́ẹ́. Kì í ṣe òfo, ṣùgbọ́n àlàáfíà. Kì í ṣe ìdàrúdàpọ̀, ṣùgbọ́n kedere. Ohùn náà iyẹn ní lẹ́ẹ̀kan jiyàn laarin òun rárá gun ju idije.

Èyí jẹ́jẹ́ẹ́ jẹ́ kìí ṣe ẹlẹgẹ́. Ó
dúró sí ibi tí a gbé e sí.
Síbẹ̀ alaafia ṣe kìí ṣe nu kuro ojuse.
Kí ló dé tí Ọlọ́run fi ń fúnni ní ìdánilójú ṣáájú iṣẹ́
àyànfúnni? Kí ló dé tí ìsinmi fi máa ń dé ṣáájú
àtúntò?

Augustine yóò rí i láìpẹ́ pé oore-ọ̀fẹ́ kì í yára yí padà —ó **gbòǹgbò rẹ̀** .

ÌFÍYỌKẸSÍLẸ ṢÁÁJÚ Orúkọ rere

ỌKAN TI ỌGÙSTINE akọkọ awọn iṣe ti ìgbọràn jẹ́ kìí ṣe gbangba Ó ń wàásù, ṣùgbọ́n ó ń kọ̀ sílẹ̀ ní ìkọ̀kọ̀. Ó sá kúrò nínú àwọn ìfẹ́ ọkàn tí ó ti sọ tẹ́lẹ̀. òun. Òun ti tú sílẹ̀ tirẹ̀ dimu lórí awọn ibatan iyẹn le kìí ṣe gbe papọ pẹ̀lú ìfọkànsìn tuntun rẹ̀.

Àwọn ìpinnu wọ̀nyí kì í ṣe kékeré. Wọ́n ná owó púpọ̀, wọn kò lè yí padà, wọ́n sì ṣìnà.

Òun ṣe kìí ṣe da lare òun
fúnra rẹ̀. ṣe kìí ṣe ṣàlàyé òun
fúnra rẹ̀. gbọ́ràn.
Báwo ni ìgbọràn ṣe rí nígbà tí ẹnikẹ́ni kò bá pàtẹ́wọ́? ṣe
àwa jẹ ki lọ ti ọjọ́ iwájú àwa lẹ́ẹ̀kan gbèrò?
Augustin ti yan iṣootọ lórí ìfaramọ́.

SÍN ÀTI A gbé e ga

ÌRÌMỌSÍ Tẹ̀lé—Kìí ṣe gẹ́gẹ́ bí ààtò, ṣùgbọ́n gẹ́gẹ́ bí ìkéde. Ó ti samisi gbogbo eniyan ìsìnkú ti Àwọn nǹkan wọ̀nyí ló fà á tí wọ́n fi ń ṣe àtúnṣe sí ara wọn. àtijọ́ ìgbésí ayé àti Àwọn nǹkan wọ̀nyí ló fà á tí wọ́n fi ń ṣe àtúnṣe sí ara wọn. ìfarahàn ti a tuntun ọkan.

Augustin ṣe kìí ṣe itọju ìtẹ̀bọmi gẹ́gẹ́ bí àmì nìkan. Òun oye rẹ̀ gẹ́gẹ́ bí ìkópa—ikú pẹ̀lú Kristi, ìyè nínú Kristi, àti ìjíhìn fún Kristi.

Òun jẹ́ rárá gun ju tirẹ̀ tirẹ̀.
Kílódé? ṣe ìgbọràn nigbagbogbo beere gbangba ẹlẹ́rìí?
Kini ṣẹlẹ Nigbawo igbagbọ awọn iṣipopada láti ikọkọ ìdálẹ́bi sí ì f a r a m ọ́ tí ó hàn gbangba ?
Ìrìbọmi Augustine kò parí ìyípadà rẹ̀ . **fara hàn rẹ̀ sí**
Àwọn nǹkan wọ̀nyí ló fà á tí wọ́n fi ń ṣe àtúnṣe sí
ara wọn. ayé .

A TUNTUN ÌBÁṢẸPỌ PẸLÚ ÌFẸ

ORÍṢẸ KÌ Í ṢE PARÍ Agbára Augustine fún ìfẹ́ ọkàn. Ó ti yí i padà rẹ̀.

Níbi tí ìfẹ́ ọkàn ti ń ṣàkóso rẹ̀ tẹ́lẹ̀, ó ń ṣiṣẹ́ fún ìfẹ́ gíga jù. Níbi tí ìgbádùn ti ń ṣàkóso tẹ́lẹ̀, ète ti bẹ̀rẹ̀ sí í yọjú. Níbi tí ìwà tí a ti ń ṣàkóso tẹ́lẹ̀, ìbáwí ti bẹ̀rẹ̀ sí í ṣẹ̀dá.

Èyí kì í ṣe pípé lẹ́sẹ̀kẹsẹ̀. Ó jẹ́ ìfẹ́
tí a tún ṣe.

Kílódé? ṣe Ọlọ́run yípadà ìfẹ́ ọkàn dípò bẹ́ẹ̀ ju parun rẹ̀?

Kí ló máa ṣẹlẹ̀ tí ìwà mímọ́ kì í ṣe àìní ìfẹ́kúfẹ̀ẹ́, bí kò ṣe ìtọ̀lẹ́sẹẹsẹ ìfẹ́ tó tọ́?

Àwọn wọ̀nyí awọn ibeere yóò ṣalaye ti Augustine ẹ̀kọ́ ìsìn—àti tirẹ̀ ìgbésí ayé.

Ìgbọràn LÁÌSÍ A ROADMAP

ỌGỌSTINE ṢE KÌ Í ṢE Síbẹ̀síbẹ̀ mọ kini tirẹ̀ ọjọ iwaju ti waye. Òun ṣe kìí ṣe Mo mọ̀ pé òun yóò di bíṣọ́ọ̀bù, onímọ̀ nípa ẹ̀kọ́ ìsìn, olùkọ́ni láti ìran dé ìran. Ó kàn mọ̀ pé òun jẹ́ ti Ọlọ́run.

Ati iyẹn jẹ́ tó.

Kílódé? ṣe Ọlọ́run fi han itọsọna nìkan lẹ́yìn ìfọ́wọ́sí?

Kí ló dé tí ìmọ̀lẹ̀ fi máa ń tẹ̀lé ìgbọràn dípò kí ó ṣáájú rẹ̀?

Augustine kọ́ ohun tí gbogbo àwọn ọmọ-ẹ̀yìn gbọ́dọ̀ kọ́:
ìgbọràn ń bọ̀ àkọ́kọ́; òye tẹ̀lé e.

Àwọn ÌBÉÈRÈ FÚN ÀWỌN ÌRÌNÀJÒ ṢÁájú

ṢE KÌ Í ṢE RÍṢẸ ÀWỌN WỌNYÍ:

- Kini ní oore-ọfẹ ominira iwọ láti iyẹn sibẹ nilo ìbáwí?
- Kini awọn ibi-afẹde gbọdọ jẹ́ kọ silẹ sí tẹle Kristi ni kikun?
- Nibo ni Ọlọ́run ìpè fún gbangba ìgbọràn?
- Àwọn iwọ ìfẹ́ ọkàn sí gbọ́ràn láìsí mímọ̀ Àwọn nǹkan wọ̀nyí ló fà á tí wọ́n fi ń ṣe àtúnṣe sí ara wọn. àbájáde?

Àwọn wọ̀nyí awọn ibeere ìfẹ́-inú tún pada jakejado Àwọn nǹkan wọ̀nyí ló fà á tí wọ́n fi ń ṣe àtúnṣe sí ara wọn. Ọjọ́ 40 ìrìnàjò.

KINI IS ŃBỌ ITELE

ÌGBÉSÍ AYÉ AUGUSTINE fẹ́rẹ̀ yípadà láti ẹgbẹ́ àdáni sí ẹrù iṣẹ́ gbogbogbòò. Àwọn Itele orí ìfẹ́-inú ṣafihan:

- A pe Augustin ṣe kìí ṣe wá kiri
- Aláṣẹ òun ṣe kìí ṣe ìfẹ́ ọkàn
- A ipa iyẹn nilo ìrẹ̀lẹ̀, kìí ṣe ifẹ inu

Oore-ọfẹ ìfẹ́-inú nisinsinyi apẹrẹ òun kìí ṣe nìkan gẹ́gẹ́ bí a onígbàgbọ́, ṣùgbọ́n gẹ́gẹ́ bí a **iranṣẹ ti àwọn mìíràn** .

ORÍ MEJE

A pe lai beere: NIGBATI ỌLỌRUN Àwọn ìdádúró TÍ WÀ Àwọn ÈTÒ

Aagustin ṣe kìí ṣe beere sí aṣááájú.

Ó ti fi ẹ̀mí rẹ̀ sílẹ̀, kì í ṣe pé ó yọ̀ǹda ara rẹ̀ láti di olókìkí. idakẹjẹẹ ìgbọràn, kìí ṣe gbangba ojuse. Lẹ́yìn ọdún ti ìfẹ́ ọkàn, ó ń fẹ́ fún ìpamọ́—fún ẹ̀kọ́, fún ìbáwí, fún a igbagbọ ti nṣe adaṣe jìnnà sí ìyìn.

Ṣùgbọ́n Ọlọ́run ní miiran àwọn ètò.

Ati àwọn dé láìsí ìgbìmọ̀ràn.

NIGBAWO ỌLỌRUN Àwọn ìpè KINI ÀWA ṢE KÌ Í ṢE ÌFÍFÚN

ỌGỌSTINE A pinnu sí laaye a ìgbésí ayé ti onírònú ìfọkànsìn. Òun Ó wá àwùjọ, Ìwé Mímọ́, àdúrà, àti ìrònújinlẹ̀ tó bá ìlànà mu. Ó ní ìtẹ́lọ́rùn láti dàgbà díẹ̀díẹ̀, ní ìkọ̀kọ̀, àti ní òtítọ́.

Lẹ́yìn náà Àwọn nǹkan wọ̀nyí ló
fà á tí wọ́n fi ń ṣe àtúnṣe sí ara
wọn. Ṣọ́ọ̀ṣì ṣe akiyesi òun. Kìí ṣe
ọgbọ́n àtijọ́ rẹ̀.

Kì í ṣe tirẹ̀ ìfẹ́ ọkàn tẹ́lẹ̀ .

Ṣùgbọ́n Àwọn nǹkan wọ̀nyí ló fà á tí wọ́n fi ń ṣe àtúnṣe sí ara wọn. iwuwo ti oore-ọfẹ nisinsinyi ìsinmi lórí òun.

Nínú ìpàdé àwọn onígbàgbọ́, tí wọ́n ń retí àti àìní yíká, wọ́n pe Augustine sí iṣẹ́ ìránṣẹ́ ní gbangba. Ìpè náà lójijì. Àkókò náà wúni lórí. Àwọn ojuse jẹ́ tí a kò lè yẹ̀ sílẹ̀.

Kílódé? ṣe Ọlọ́run nigbagbogbo pe àwa ibi ti àwa rilara ó kéré
jùlọ Kí ló dé tí a ti múra sílẹ̀? ṣe Òun fi lékọ̀ọ́ aṣẹ sí àwọn

wọ̀nyẹn Àjọ WHO ṣe kìí ṣe wá kiri Ṣé Augustine ni? lòdì sí—
kìí ṣe jade ti ìṣọ̀tẹ̀, ṣùgbọ́n jade ti ìbẹ̀rù.

ÀWỌN ÌRẸLẸ ÌYẸ WÁ LẸYÌN JÍJẸWỌ

ÈYÍ Ìpè ṢE KÌ Í ṢE dídùn Augustin.

Ó ẹ̀rù bà wọ́n òun.

Òun sọkún ní gbangba—kìí ṣe láti èké ìwà ìrẹ̀lẹ̀, ṣùgbọ́n láti a jinlẹ̀ imọ ti ailera. Ó lóye ohun tí aṣáájú nílò. Ó mọ iye tí ó ná láti tọ́sọ́nà. awọn ọkàn Nigbawo ti ẹni tirẹ̀ ọkàn ní nìkan laipẹ ti wa wòsàn.

Síbẹ̀ Àwọn nǹkan wọ̀nyí ló fà á tí wọ́n fi ń ṣe àtúnṣe sí ara wọn. pe dúró síbẹ̀.

Ọlọ́run kò béèrè lọ́wọ́ Augustine láti gbẹ́kẹ̀lé agbára rẹ̀,

ó ń bẹ̀ ẹ́ pé kí ó gbẹ́kẹ̀lé oore-ọ̀fẹ́.

Kini bí àìlọ́ra ni kìí ṣe a ìjákulẹ̀, ṣùgbọ́n Ìmúrasílẹ̀ ? bí ìbẹ̀rù

ṣípayá iṣe pataki dípò bẹ̀ẹ̀ ju ìkùnà?

A TUNTUN Onínúure TI ÀṢẸ

ỌGÙSTINE ÀṢẸ ṣe kìí ṣe wá láti ìgbẹ́kẹ̀lé.

Ó wá láti ìjẹ́wọ́.

Kì í ṣe ẹni tí ó ti borí ìdánwò, bí kò ṣe gẹ́gẹ́ bí ẹni tí ó ti borí ìdánwò ti wa ti a ti gbàlà láti rẹ̀. Òun ṣe kìí ṣe kọni gẹ́gẹ́ bí ọkan loke ìjàkadì, ṣùgbọ́n gẹ́gẹ́ bí ẹni tí ó mọ̀ ọ́n.

Tirẹ̀ ti o ti kọja - lẹẹkan a orisun ti ìtìjú—di a irinṣẹ́ ti iṣẹ́ ìránṣẹ́.

Kí ló dé? ṣe Ọlọ́run atunlo kini àwa ìfẹ́ Òun yóò parẹ́?

Bawo ṣe oore-ọfẹ yípadà ọgbẹ́ sinu ọgbọ́n?

Augustin ti kọ ẹkọ iyẹn itọsọna nínú Ti Kristi ìjọba ni kìí ṣe gíga—ó jẹ́ ìsírasílẹ̀.

ÀWỌN IKÚ TI ÌTỌSỌNÀ ARA- ẸNI

Gbígbà ÀWỌN PE ìtumọ̀ fi ara rẹ̀ sílẹ̀ iṣakoso lẹ́ẹ̀kan síi.

ti Augustine àkókò jẹ́ rárá gun ju tirẹ̀ tirẹ̀. Tirẹ̀ awọn ọrọ ti gbe iwuwo. Tirẹ̀ ìgbésí ayé di tí a lè rí. Tirẹ̀ ìgbọràn nisinsinyi ti kan àwọn mìíràn.

Èyí kì í ṣe òmìnira tí ó rò tẹ́lẹ̀, ó jinlẹ̀ jù bẹ́ẹ̀
lọ.

Kí ló máa ń ṣẹlẹ̀ nígbà tí ìgbọràn wa bá bẹ̀rẹ̀ sí í darí àwọn ìgbésí
ayé mìíràn ? àwa ìfẹ́ ọkàn sí jẹ́ ojuse fún Àwọn nǹkan wọ̀nyí
ló fà á tí wọ́n fi ń ṣe àtúnṣe sí ara wọn. èso àwa béárì?
Oore-ọfẹ ní kìí ṣe nìkan ti fipamọ Augustine—ó ní ti forukọsilẹ òun.

ÀWỌN Iye owó TI JÍJẸ KA Láti ọwọ́ GBOGBO

AS ỌGỌSTINE TẸSẸ TẸSẸ sinu gbangba iṣẹ́ ìránṣẹ́, òun di kini Ìwé Mímọ́ ṣàlàyé: a ìgbé ayé lẹ́tà, mọ àti ka láti ọwọ́ gbogbo.

Ìwà rẹ̀ ṣe pàtàkì. Ẹkọ́ rẹ̀
ṣe pàtàkì . ìrònúpìwàdà
ṣe pàtàkì.
Nibẹ jẹ́ rárá pada sí àìdánimọ̀.
Kílódé? ṣe Ọlọ́run ṣípayá kini Òun ṣe ìràpadà?
Kílódé? ṣe itọsọna beere hihan dípò bẹ́ẹ̀ ju ìpamọ́?

Augustin bẹ̀rẹ̀ sí oye iyẹn Ọlọ́run ó kọ̀wé Tirẹ̀ kedere julọ awọn ifiranṣẹ lórí fífi ara rẹ̀ sílẹ̀ awọn aye.

Àwọn ÌBÉÈRÈ FÚN ÀWỌN ÒPÓPỌ ṢÁájú

JÓKÓ PẸLÚ ÀWỌN WỌNYÍ:

- Nibo le Ọlọ́run jẹ́ ìpè iwọ ju tirẹ ìtùnú?
- Kini awọn ojuse ní iwọ koju nítorí ti ìbẹ̀rù?
- Àwọn iwọ ìfẹ́ ọkàn sí sin ibi ti iwọ ṣe kìí ṣe ètò?
- Bawo le tirẹ ti o ti kọja di a pẹpẹ fún oore-ọ̀fẹ́?

Àwọn wọ̀nyí awọn ibeere ìfẹ́-inú jinlẹ̀ gẹ́gẹ́ bí ti Augustine ipa ń dàgbà.

KINI IS ŃBỌ ITELE

ỌGÙSTINE ÌGBÉSÍ AYÉ IS nipa sí fẹẹrẹ ju agbegbe iṣẹ́ ìránṣẹ́ sinu ipa ti o pẹ . Àwọn Itele orí ìfẹ́-inú ṣe àwárí:

- Àwọn iwuwo ti ẹ̀mí aṣẹ
- Àwọn Ijamba ti ìgbéraga lẹ́yìn ìpè
- Àwọn ìbáwí nilo sí ku onírẹ̀lẹ̀ lakoko tí ó ní ipa

Oore-ọfẹ ìfẹ́-inú nisinsinyi apẹrẹ Augustin kìí ṣe nìkan gẹ́gẹ́ bí a ìránṣẹ́—ṣùgbọ́n gẹ́gẹ́ bí a **olùṣọ́ àgùntàn** .

ORÍ Mẹjọ

ÀWỌN ÌWỌN TI ÀṢẸLẸ ÀTI ÀWỌN ÌBẸWÒ TI ÌRẸLẸ

I agbára n dé jẹ́ẹ́jẹ́ẹ́.

Nibẹ wà rárá àwọn fèrè.

Rárá òkìkí lójijì .

Rárá eré-ìdárayá gíga.

Ṣùgbọ́n Augustin ro Àwọn nǹkan wọ̀nyí ló fà á tí wọ́n fi ń ṣe àtúnṣe sí ara wọn. ìyípadà.

Àwọn ènìyàn tẹ́tí sí i lọ́nà ọ̀tọ̀ọ̀tọ̀ nísinsìnyí. Wọ́n ń ṣọ́ra gidigidi. Wọ́n tún ọ̀rọ̀ rẹ̀ sọ. Wọ́n wá ìmọ̀ràn rẹ̀. Ìdánilójú rẹ̀ ti di ohun tí gbogbo ènìyàn lè fi mọ̀.

Oore-ọfẹ ní ti a gbe kalẹ iwuwo lórí tirẹ̀ ìgbésí ayé.

Ati iwuwo, bí kìí ṣe ti gbe ó tọ́, agolo fifun pa kini rẹ̀ gbéga.

NIGBAWO ÀṢẸLẸ Àwọn ìdánwò ÀWỌN ỌKÀN

ỌGỌSTINE Óye nkankan ọpọlọpọ lae kọ ẹkọ titi di rẹ̀ ni o ti pẹ ju: ipa ni kìí ṣe a èrè—ó ni a ojuse.

Ó ti ń lépa ìdámọ̀ rí. Nísinsìnyí ìdámọ̀ ń lépa rẹ̀. Àti ewu náà jẹ́ jẹ́ẹ́jẹ́ẹ́. Ìgbéraga ṣe kìí ṣe nigbagbogbo kede funrararẹ kígbe sókè. Nígbà mìíràn Ó dé bí ohun tí ó wúlò.

Àwọn ènìyàn yin òye rẹ̀.

Wọ́n fẹ́ràn òye rẹ̀ dáadáa . tí

ó tẹ̀ síta lórí tirẹ̀ ìdarí.

Ati Augustin ro Àwọn nǹkan wọ̀nyí ló fà á tí wọ́n fi ń ṣe àtúnṣe sí ara wọn. ìdánwò—kìí ṣe sí ẹṣẹ ní gbangba, ṣùgbọ́n sí gbẹ́kẹ̀lé ara rẹ̀ ní ìdákẹ́jẹ́ẹ́.

Kílódé? ni ìgbéraga julọ ewu lẹ́yìn ìfọ́wọ́sí?

Bawo ṣe èrè di a ibisi ilẹ̀ fún ìgbẹ́kẹ̀lé ara-ẹni ?

Augustine ti kọ́ iye owó ìgbádùn. Nísinsìnyí òun
ní sí kọ ẹkọ Àwọn nǹkan wọ̀nyí ló fà á tí wọ́n
fi ń ṣe àtúnṣe sí ara wọn. iye owo ti ìfẹ́.

ÀWỌN Ojoojúmọ́ IṢẸ TI Dúró KẸẸKẸ

AUGUSTINE KÌ Í RÒ PÉ ìgbésẹ̀ ìjuwọ́sílẹ̀ kan ṣoṣo ló máa ń fúnni ní ìyè àìnípẹ̀kun ìrẹ̀lẹ̀. Òun oye Àwọn nǹkan wọ̀nyí ló fà á tí wọ́n fi ń ṣe àtúnṣe sí ara wọn. ènìyàn ọkàn paapaa daradara fún iyẹn.

Nítorí náà, ó ṣe ìbáwí. Kì í
ṣe gẹ́gẹ́ bí ìyà.
Gẹ́gẹ́ bí ààbò.

Ó máa ń padà sí àdúrà lójoojúmọ́—kì í ṣe láti múra àwọn ìwàásù sílẹ̀, ṣùgbọ́n láti dúró ṣinṣin. Ó kẹ́kọ̀ọ́ Ìwé Mímọ́—kì í ṣe láti wú àwọn olùgbọ́ lórí, ṣùgbọ́n láti fi ara rẹ̀ hàn. Ó jẹ́wọ́ àìlera rẹ̀—kì í ṣe láti fi ara rẹ̀ hàn gẹ́gẹ́ bí onírẹ̀lẹ̀, ṣùgbọ́n láti dúró ṣinṣin.

Kílódé? ṣe ẹ̀mí idagbasoke beere àtúnsọ dípò bẹ́ẹ̀ ju ìfihàn? Kí ló dé
tí a fi gbọ́dọ̀ lo ìrẹ̀lẹ̀ dípò kí a máa rò pé a jẹ́ onírẹ̀lẹ̀?

Augustine yan ìkọ̀kọ̀ tí a mọ̀ọ́mọ̀ ṣe níwájú Ọlọ́run láti lè yege ìrísí gbangba níwájú àwọn ènìyàn.

ÌKẸKỌ LÁTI ỌTÌ ÀWỌN ẸGBẸ, KÌ Í ṢE Àwọn Ẹsẹ̀

KINI ṢETẸ ỌGỌSTINE yato si ara wọn jẹ́ kìí ṣe tirẹ̀ ìmọ̀lẹ̀, ṣùgbọ́n tirẹ̀ òtítọ́.

Kò kọ́ni gẹ́gẹ́ bí ẹni tí ó ju ìdẹwò lọ. Ó
kọ́ni gẹ́gẹ́ bí ẹni tí a gbà là kúrò nínú rẹ̀.

Tirẹ̀ ti o ti kọja ṣe kìí ṣe yọ kuro ninu eto-ẹkọ òun—ó ti ni ibawi òun. Òun tí a rántí Ó ṣe kedere ohun tí ìṣàkóso ara ẹni mú jáde. Ó rántí ohun tí ìdádúró náá náni pẹ̀lú ìbànújẹ́.

Nítorí náà ó kọ́ni ní oore-ọ̀fẹ́ pẹ̀lú
agbára lílágbára. Òtítọ́ pẹ̀lú ìyọ́nú.
Àtúnṣe pẹlu àánú.
Kí ló dé tí Ọlọ́run fi fi àṣẹ lé àwọn tó rántí ìfọ́ wọn lọ́wọ́? ṣe ìrántí di a ààbò
lodi si ìgbéraga?
ti Augustine awọn àpá di àwọn ààlà.

NIGBAWO ÀWỌN ṢỌỌSÌ DI A DÍGÌ

ÌṢÀKỌSÍLẸ fihàn Augustine pé kìí ṣe pé ó jẹ́ ẹni tí a gbóríyìn fún nìkan, ṣùgbọ́n ó tún jẹ́ ẹni tí a fẹ̀sùn kàn. Wọ́n gbé ọ̀rọ̀ rẹ̀ yẹ̀ wò. Àwọn ìṣe rẹ̀ túmọ̀ sí ìtumọ̀. Àwọn ìdí rẹ̀ béèrè ìbéèrè.

Èyí hihan ti a ti yọ́ mọ́ òun.

Kò lè gbé ìgbésí ayé lásán mọ́ . le

rárá gun ju sọ̀rọ̀ láìsí ìkọ̀kọ̀. Kò lè

fara pamọ́ mọ́ ní ìkọ̀kọ̀.

Dípò kí Augustine bínú sí ìfúngunmọ́ yìí, ó gbà á gẹ́gẹ́ bí àànú . ṣe Ọlọ́run

gba laaye àwọn aṣáájú sí jẹ́ ti ri bẹ́ẹ̀ ni kedere?

Kini bí iṣiro ni oore-ọfẹ nínú àṣírí?

Augustin ti kọ ẹkọ iyẹn Ọlọ́run nigbagbogbo àwọn ohun ìpamọ́ irẹlẹ láti ọwọ́ kọ̀ ìpamọ́.

ÀWỌN GÍGÀ IṢẸ TI JÍJẸ ṢE É Nígbà tí ó ń ṣe àgbékalẹ̀ Àwọn MÍÍRÀN

BÍ AUGUSTINE ṢE NÍ ÀTỌJÚ ÀWỌN ẸLẸMỌNÌ, ó ṣàwárí ohun kan tó yàtọ̀: kíkọ́ni ní òtítọ́ jinle tirẹ̀ nilo fún rẹ̀. Aṣíwájú awọn miiran sinu ìgbọràn ti fi han àwọn agbègbè tí ó ṣì nílò oore-ọ̀fẹ́.

Òun jẹ́ kìí ṣe parí.

Wọ́n ń lò ó.

Kí a sì lò ó kò túmọ̀ sí pé a pé pérépéré. ṣe Ọlọ́run

pe àwa sí sin ṣaaju àwa rilara ṣetán?

Kí ló dé tí ìṣẹ̀dá fi ń bá a lọ bí agbára ìdarí ṣe ń pọ̀ sí i?

Augustine kọ́ bí a ṣe ń darí gẹ́gẹ́ bí akẹ́kọ̀ọ́.

Àwọn ÌBÉÈRÈ ÌYẸ ÌRÒYÌN ÀWỌN ỌDÚN ṢÁájú

GBE ÀWỌN WỌNYÍ Siwaju:

- Bawo ṣe iwọ olùṣọ́ irẹlẹ Nigbawo Ọlọ́run ń pọ̀ sí i tirẹ ipa?
- Kini awọn ẹ̀ka-ẹ̀kọ́ daabobo tirẹ ìgbẹ́kẹ̀lé lórí Ọlọ́run?
- Àwọn iwọ ìfẹ́ ọkàn sí jẹ́ mọ gẹ́gẹ́ bí daradara gẹ́gẹ́ bí lo?
- Ṣe iwọ pada sí Ọlọ́run gẹ́gẹ́ bí jinlẹ̀ gẹ́gẹ́ bí awọn miiran wá sí ìwọ?

Àwọn wọ̀nyí awọn ibeere ìfẹ́-inú ṣalaye ti Augustine to ku ìrìnàjò.

KINI IS ŃBỌ ITELE

ỌGÙSTINE ÀṢẸLẸ ni nipa sí fa siwaju ju tirẹ̀ àwùjọ lẹ́sẹ̀kẹsẹ̀ .
Àwọn Itele orí ìfẹ́-inú ṣe àwárí:

- Àwọn ẹrù ti ẹ̀kọ́-ẹ̀kọ́ ojuse
- Àwọn ìpèníjà ti oluṣọ otitọ pẹlu ìfẹ́
- Àwọn iye owo ti duro ile-iṣẹ láìsí dídi lílе

Oore-ọfẹ ìfẹ́-inú nisinsinyi apẹrẹ Augustin gẹ́gẹ́ bí a **olugbeja ti otitọ àti a oluṣọ-agutan ti awọn ẹmi** .

ORÍ MẸSÁN-ÁN

ṢÍṢÍṢÍ ÌGBÀGBỌ LÁÌSÍ PADÀDÚN ÀWỌN Ọkàn

TRúùtù ní iwuwo.

Nígbà tí Augustine bẹ̀rẹ̀ sí ní ipa lórí àwọn ènìyàn, ó wá rí i pé òtítọ́ kì í ṣe ohun tí a lè gbé mọ́—ó jẹ́ ohun tí a gbọ́dọ̀ **dáàbò bò** . Àwọn èrò ṣe pàtàkì. Ẹkọ́ apẹrẹ àwọn ọkàn. Àṣìṣe ṣe kìí ṣe ku ìmọ̀-ẹ̀rọ; rẹ̀ ti a ṣe èso ni otitọ awọn aye.

Ati kìí ṣe gbogbo èso jẹ́ ó dára.

NIGBAWO ÀṢÌṢE Àwọn ìbéèrè ÌDÁHÙN

ỌGỌSTINE GBÉ IN a àkókò Nigbawo ìdíje awọn ẹkọ tànkálẹ̀ kíákíá, pẹ̀lú ìgbẹ́kẹ̀lé, àti pẹ̀lú ìyíniléròpadà. Àwọn kan dún bí ẹni pé wọ́n jẹ́ ẹni ẹ̀mí. Àwọn kan dún bí ẹni pé wọ́n jẹ́ onínúure. Àwọn kan dún bí ẹni pé wọ́n jẹ́ ẹni tí ó dára jùlọ ní ti ọgbọ́n. Ọpọ̀lọpọ̀ yá èdè Kristẹni nígbà tí wọ́n ń sọ agbára rẹ̀ nù.

Ìdákẹ́jẹ́ẹ́ jẹ́ kìí ṣe ohun àṣàyàn.

Sí ku idakẹjẹẹ yóò ní ti wa rọrun . ku

itẹwọgba yóò ní ti wa ailewu.

Ṣùgbọ́n ìfẹ́ fún àwọn ènìyàn nílò ìmọ́tótó, kìí ṣe ìtùnú

. ṣe otitọ nígbẹ̀yìn-gbẹ́yín beere Ìjà? Ìgbà wo ni

ìfaradà di àìbìkítà?

Augustin ti kọ ẹkọ iyẹn oluṣọ Àwọn nǹkan wọ̀nyí ló fà á tí wọ́n fi ń ṣe àtúnṣe sí ara wọn. igbagbọ jẹ́ kìí ṣe ìgbéraga—ó ojuse ni.

ÀWỌN IJAMBA LÓRÍ MEJEJI Àwọn ẹ̀gbẹ́

Síbẹ̀, Augustine tún lóye ohun kan tó léwu: rẹ̀ ni ṣeeṣe sí gbèjà otitọ àti padanu ìfẹ́.

Àtúnṣe lè di ìgbéraga. Ìdánilójú lè di ìwà ìkà. Ìsìn àwọn onísìn Orthodox lè wà pẹ̀lú ọkàn tútù. Augustine sì ti rí èyí tó ń ṣẹlẹ̀.

Òun ní léẹ̀kan ti wa lórí Àwọn nǹkan wọ̀nyí ló fà á tí wọ́n fi ń ṣe àtúnṣe sí ara wọn. gbígbà opin ti líle ìdánilójú — òtítọ́ Ó rántí bí àríyànjiyàn ṣe rọrùn tó láti parun dípò kí ó woni sàn.

Nítorí náà, òun rìn pẹ̀lú ìṣọ́ra.

Báwo la ṣe lè jà láìsí ìjà? Báwo la ṣe lè ṣe àtúnṣe láìsí ìkọlù?

ÒTÍTỌ AS A FỌỌMÙ TI IṢẸ

ỌGỌSTINE Tún ṣe àtúnṣe Àwọn nǹkan wọ̀nyí ló fà á tí wọ́n fi ń ṣe àtúnṣe sí ara wọn. iṣẹ́-ṣíṣe.

Gbígbèjà ìgbàgbọ́ kì í ṣe nípa bíbẹ̀rẹ̀ àríyànjiyàn . jẹ́ nipa **sìn àwọn ọkàn** .

Òtítọ́ jẹ́ kìí ṣe a ohun ija sí fihan ìlọ́lájù. Ó jẹ́ oògùn láti mú ìlera padà bọ̀ sípò.

Èyí ti yipada Bawo òun Ó sọ̀rọ̀. Báwo ló ṣe kọ ọ́.

Bawo òun dojuko àṣìṣe.

Òun koju Àwọn nǹkan wọ̀nyí ló fà á tí wọ́n fi ń ṣe àtúnṣe sí ara wọn. ìdẹwò sí tẹ́ lógo àwọn alatako. Òun kọ̀ sí Ó rántí pé ènìyàn kan wà lẹ́yìn gbogbo èrò búburú. ọkàn apẹrẹ láti ọwọ́ ìbẹ̀rù, ìdàrúdàpọ̀, tabi ìgbéraga.

Kí ló máa ṣẹlẹ̀ tí àfojúsùn àtúnṣe bá jẹ́ àtúnṣe, kì í ṣe ìṣàkóso?

bí ìfẹ́ ni kìí ṣe Àwọn nǹkan wọ̀nyí ló fà á tí wọ́n fi ń ṣe àtúnṣe sí ara wọn. òdìkejì ti òtítọ́, ṣùgbọ́n tirẹ̀ deedee ifijiṣẹ?

ÀWỌN Ẹnìkan Iye owó TI DÍDÍ ILÉ-IṢẸ

ÌMỌLÁRA A pè wọ́n ÀTAKÒ.

Wọ́n ṣe àríwísí Augustine . Wọ́n kò lóye rẹ̀ dáadáa. Wọ́n pè é níjà. Nígbà mìí, wọ́n máa ń sì í lò. Dúró dúró fún otitọ iye owo òun alaafia, orúkọ rere, àti irọrun.

Ṣùgbọ́n adehun yóò ní iye owo jù bẹ́ẹ̀ lọ.

Kílódé? ṣe ìgbọràn nigbagbogbo mú rogbodiyan dípò bẹ́ẹ̀ ju ìfọ̀kànbalẹ̀? Kí ni ó túmọ̀ sí láti nífẹ̀ẹ́ àwọn ènìyàn tó bẹ́ẹ̀ tí a ó fi lè kóríira wọn?

Augustin ti gba Àwọn nǹkan wọ̀nyí ló fà á tí wọ́n fi ń ṣe àtúnṣe sí ara wọn. iye owó—kìí ṣe gẹ́gẹ́ bí ikú ajẹ́rìíkú, ṣùgbọ́n gẹ́gẹ́ bí ìtọ́jú.

ÌRẸLẸ LÁBẸ INÁ

BÍ Ó TI Ń GBÀJÒ Òtítọ́, Augustine ń kíyèsí àṣìṣe ara rẹ̀. Ó ń ṣàyẹ̀wò ìdí rẹ̀. Ó tún wo Ìwé Mímọ́. Ó gba àtúnṣe.

Ó mọ̀ dáadáa pé ewu tó wà nínú ríronú pé jíjẹ́ olódodo túmọ̀ sí jíjẹ́ olódodo.

Kí ló dé tí àwọn olùgbèjà òtítọ́ fi gbọ́dọ̀ máa kẹ́kọ̀ọ́ oore-ọ̀fẹ́? Báwo ni ìrẹ̀lẹ̀ ṣe ń pa àṣẹ mọ́?

ti Augustine iduro ṣe pàtàkì gẹ́gẹ́ bí pupọ gẹ́gẹ́ bí tirẹ̀ ipo.

ÀWỌN LẸRỌLẸ ÌṢẸDÁ TI A Olùkọ́

LÓKÓKÒ ÀKÓKÒ, ỌGỌSTINE di mọ kìí ṣe lasan fún kedere, ṣùgbọ́n fún ìwọ́ntúnwọ̀nsì. Ó so ìdúróṣinṣin pọ̀ mọ́ àánú, ìdánilójú pẹ̀lú sùúrù, àṣẹ pẹ̀lú ìrẹ̀lẹ̀.

Ọrọ̀ rẹ̀ wúwo nítorí pé ìgbésí ayé rẹ̀ kò ní ìdènà. Ó ti kọ́ òtítọ́ yẹn láìsí ọgbẹ́ ìfẹ́.

Ṣùgbọ́n ìfẹ́ láìsí otitọ ń ṣini lọ́nà.

Àwọn ìpè jẹ́ kìí ṣe sí yan laarin wọn—ṣùgbọ́n sí **dimu mejeeji tọkàntọkàn** .

Àwọn ÌBÉÈRÈ ÌYẸ NA ÀWỌN ỌKÀN

GBE ÀWỌN WỌNYÍ PẸLÚ Ìwọ:

- Bawo ṣe iwọ dahun Nigbawo otitọ nilo ìforígbárí?
- Nibo le ìdálẹ́bi jẹ́ líle sinu ìgbéraga?
- Àwọn iwọ jù bẹ́ẹ̀ lọ ti oro kan pẹlu jije ọtun tabi jije ìràpadà?

- Kini yóò rẹ̀ iye owo iwọ sí iduro ile-iṣẹ nínú ìfẹ́?

Àwọn wọ̀nyí awọn ibeere ìfẹ́-inú iwoyi nípasẹ̀ Àwọn nǹkan wọ̀nyí ló fà á tí wọ́n fi ń ṣe àtúnṣe sí ara wọn. ìfọkànsìn ìrìn àjò iwájú.

KINI IS ŃBỌ ITELE

ỌGÙSTINE ÀṢẸLẸ ni fífẹ̀ sí i, àti bẹ́ẹ̀ ni ni Àwọn nǹkan wọ̀nyí ló fà á tí wọ́n fi ń ṣe àtúnṣe sí ara wọn. iwuwo òun gbé.

Àwọn Itele orí ìfẹ́-inú ṣe àwárí:

- Ìjìyà iyẹn ṣe kìí ṣe lọ kuro
- Àwọn ìbéèrè iyẹn igbagbọ ṣe kìí ṣe yára idahun
- Gbígbẹ́kẹ̀lé Ọlọ́run Nigbawo ìgbọràn ṣe kìí ṣe yọ kuro irora

Grace yóò ṣe àgbékalẹ̀ Augustine lọ́nà jíjinlẹ̀ báyìí—kì í ṣe nípasẹ̀ ìṣẹ́gun, ṣùgbọ́n nípasẹ̀ ìfaradà.

ORÍ MẸWÀÁ

NIGBAWO Ìgbàgbọ́ ṢÉ KÌ Í ṢE Yọ irora naa kuro

O ìdúróṣinṣin ṣe kìí ṣe daabo bo Augustin láti ìbànújẹ́.

Tí ó bá jẹ́ ohunkohun, rẹ̀ **ṣe àlàyé ó** .

Láti ọwọ́ èyí akoko ti tirẹ̀ ìgbésí ayé, Augustin ní fi ara rẹ̀ sílẹ̀ ìfẹ́ ọkàn, Ó gba ìpè, ó pa òtítọ́ mọ́, ó sì gba ẹrù iṣẹ́. Ìgbàgbọ́ rẹ̀ kò sí ní ti èrò orí mọ́. Ó jẹ́ ti dán wò, tí a lè rí, àti gbowólórí.

Ati ìrora síbẹ̀ Kìí ṣe ìrora

ẹ̀bi.

Kì í ṣe Àwọn nǹkan wọ̀nyí ló fà á tí wọ́n fi ń ṣe àtúnṣe sí ara wọn. irora ti ìṣọ̀tẹ̀.

Ṣùgbọ́n Àwọn nǹkan wọ̀nyí ló fà á tí wọ́n fi ń ṣe àtúnṣe sí ara wọn. irora iyẹn dúró pẹ́ paapaa Nigbawo ìgbọràn ni olóòótọ́.

ÀWỌN ÀRÒTÍ TI Láìsí ìrora Ìgbàgbọ́

ỌGỌSTINE Ní LẸẸKỌKAN gbà pé iyẹn ìtẹríba yóò mú ìrọ̀rùn . kedere yóò yọ kuro ìṣòro. Iyẹn ìgbọràn yóò pinnu wahala.

Ó ṣe kì í ṣe.

Ìgbàgbọ́ kò pa àdánù rẹ́. ṣe

kìí ṣe ṣe idiwọ ìbànújẹ́. Òtítọ́

ṣe kìí ṣe ìdákẹ́jẹ́ẹ́ ìbànújẹ́.

Dípò bẹ́ẹ̀, igbagbọ fúnni irora a tuntun àyíká ọ̀rọ̀.

Kí ló dé tí a fi ń retí pé ìgbọràn yóò dáàbò bò wá kúrò nínú

ìjìyà? ṣe Àwọn nǹkan wọ̀nyí ló fà á tí wọ́n fi ń ṣe àtúnṣe sí

ara wọn. èrò wá láti iyẹn igbagbọ awọn iṣeduro ìrọ̀rùn?

Augustin bẹ̀rẹ̀ sí oye iyẹn Ọlọ́run ṣe kìí ṣe nigbagbogbo yọ kuro ìrora— nígbà mìíràn, Ó **tún un ṣe àtúnsọ** .

Ìbànújẹ́ ÌYẸ Àwọn àpẹẹrẹ Dípò bẹ́ẹ̀ JÙ ÀWỌN OHUN TÓ WÀ NÍNÚ RẸ

ỌGỌSTINE TI NI ORI ìbànújẹ́ iyẹn gé jinlẹ̀. Àwọn àdánù iyẹn le má ṣe jẹ́ jiyàn kúrò níbẹ̀. Àwọn ìbéèrè iyẹn ẹ̀kọ́ ìsìn ṣe kìí ṣe yára ìdáhùn.

Òun ṣe kìí ṣe túmọ̀ ìyà gẹ́gẹ́ bí ìyà. Kò rò pé ó
jẹ́ ìkùnà.
Òun a gba laaye rẹ̀ sí
iṣẹ́. Ìrora di olùkọ́ni.
Ìbànújẹ́ di a ìtúnṣe iná. Ìfaradà di
ohun ẹbọ.
Kí ló dé tí Ọlọ́run fi jẹ́ kí ìrora wà lẹ́yìn ìrònúpìwàdà?
onínúure ti igbagbọ ni tí a ṣe Nigbawo iderun ṣe kìí ṣe wá?
Augustin ṣawari iyẹn ìyà agolo jinlẹ̀ ìgbẹ́kẹ̀lé nínú ọ̀nà tí ìtùnú kò fi ń ṣe é.

Ìgbẹ́kẹ̀lé ỌLỌRUN LÁÌSÍ ÀLÀYÉ

ÀWỌN àkókò kan wà tí Augustine fẹ́ ìdáhùn. Àwọn ìdí tó ṣe kedere. Lẹ́sẹ̀kẹsẹ̀ ìpinnu.

Ṣùgbọ́n Ọlọ́run tí a nṣe nkankan mìràn:
wíwà . àlàyé.
Kì í ṣe sá
àsálà.
Wíwà.
Augustin ti kọ ẹkọ sí gbẹ́kẹ̀lé Ọlọ́run láìsí òye Òun ni kikun. Sí sinmi ninu Ti Ọlọ́run ohun kikọ Nigbawo awọn ayidayida koju ìtumọ̀.
Kí ló dé tí Ọlọ́run sábà máa ń fi àlàyé pamọ́ ṣùgbọ́n kì í ṣe fún ara rẹ̀ Kí ni ìtumọ̀ láti gbẹ́kẹ̀lé nígbà tí òye kò bá sí ?
Èyí onínúure ti igbagbọ jẹ́ jẹ́ẹ́jẹ́ẹ́—ṣùgbọ́n lágbára sí i.

ÀWỌN ÌṢẸDÁ TI JÍJÍN

Ìrora A ti bọ́ ọ sílẹ̀ KÚN SÍWÁJÚ kini ipa le kì í ṣe.
Ó fara hàn àìnísùúrù.
Ó fi àwọn ohun tí a ń retí tí ó

fara sin hàn. Ó tú ìgbẹ́kẹ̀lé tí kò jinlẹ̀ ká.

Ati nínú tirẹ̀ ibi, nkankan Jin si dagba. Àánú ti fẹ̀ sí
i.
Ìrẹ̀lẹ̀ Agbára sí i . jinle.
Ẹkọ́ Augustine pọ̀ sí i nítorí pé wọ́n ti fipá mú ìgbàgbọ́ rẹ̀ . ti gbe aṣẹ nítorí àwọn ní ti wa idanwo.
Kí ló dé tí ìjìyà fi máa ń múra wa sílẹ̀ fún iṣẹ́ ìránṣẹ́ tí a kò retí? Báwo ni ìfaradà ṣe ń darí ọgbọ́n?

Ìgbàgbọ́ ÌYẸ ṢÉ KÌ Í ṢE Ìbéèrè ÀWỌN ÀBÁJÁDE

Bóyá ÀWỌN Pupọ julọ JÍJẸ iyipada ṣẹlẹ Nibi: Augustine dẹ́kun wíwọ̀n ìgbàgbọ́ nípa àbájáde rẹ̀.
Ó kọ́ láti gbọ́ràn láìsí ìdánilójú. Láti
gbẹ́kẹ̀lé láìsí àkókò.
Láti fara dà láìsí ìbínú. Ìgbàgbọ́
kò jẹ́ ìṣòwò mọ́. Ó jẹ́ ìbáṣepọ̀.
Kí ló dé tí ìgbàgbọ́ fi dàgbà jù nígbà tí kò nílò ẹ̀rí mọ́? Kini ṣẹlẹ
Nigbawo ìgbọràn di tirẹ̀ tirẹ̀ èrè?
Augustine sinmi—kì í ṣe nítorí pé àyíká ipò sunwọ̀n sí i, ṣùgbọ́n nítorí pé Ọlọ́run dúró síbẹ̀ olóòtítọ́.

Àwọn ÌBÉÈRÈ ÌYẸ JINLE ÀWỌN ÌRÌNÀJÒ

ṢE KÌ Í ṢE RÍṢẸ ÀWỌN WỌNYÍ:

- Kini irora ní iwọ gbà pé igbagbọ yẹ yọ kuro?
- Nibo ní ìjákulẹ̀ ipenija tirẹ gbẹ́kẹ̀lé?
- Le iwọ ku oloootọ láìsí lẹ́sẹ̀kẹsẹ̀ iderun ?
- Ǹjẹ́ tirẹ ìgbọràn àdéhùn lórí awọn abajade?

Àwọn wọ̀nyí awọn ibeere ìfẹ́-inú iwoyi nípasẹ̀ Àwọn nǹkan wọ̀nyí ló fà á tí wọ́n fi ń ṣe àtúnṣe sí ara wọn. ìfọkànsìn awọn ọjọ iwájú.

KINI IS ŃBỌ ITELE

AUGUSTINE NÍ ÌGBÀ ÌGBÀYÈ NÍNÚ ... àròjinlẹ̀, ogún, àti ìmúrasílẹ̀ fún ìlọ.

Àwọn Itele orí ìfẹ́-inú ṣe àwárí:

- Àwọn ọgbọn ti ìwòye ẹ̀yìn
- Àwọn ṣíṣẹ̀dá ti ogún
- Ngbaradi awọn miiran sí gbe Àwọn nǹkan wọ̀nyí ló fà á tí wọ́n fi ń ṣe àtúnṣe sí ara wọn. igbagbọ síwájú

Oore-ọfẹ ìfẹ́-inú nisinsinyi fọọmu Augustin gẹ́gẹ́ bí a **olùparí** , kìí ṣe nìkan ọmọlẹ̀yìn kan .

ORÍ ÌGBÉSÍ AYÉ MỌKÀNLÓ PẸLÚ ÀWỌN ÒPIN IN WO

TNibi ń bọ̀ a aaye nínú gbogbo ìgbésí ayé Nigbawo ìkánjúkánjú awọn iyipada tirẹ̀ ohun orin.

Ifẹkansi n funni ọ̀nà sí ìfọkànsí.

Iyára ń yọrí sí ìjìnlẹ̀. Àṣeyọrí máa ń
pòórá kí ó tó di ìtumọ̀. Augustine
ní ti wọle iyẹn akoko.

Kò fi iye ohun tó lè ṣe sí ìgbésí ayé rẹ̀, bí kò ṣe nípa bí ó ṣe lè **parí rẹ̀ pẹ̀lú ìṣòtítọ́** .

NIGBAWO ÀWỌN ỌJỌ ỌLA Ó KÚRÒ

ỌJỌ-OGUN Ní A Ọnà TI ṢÍṢE ÀṢẸYÌN kini ọdọ n wo oju.

Augustin ro àkókò lọna orișirișì nisinsinyi. Kì í ṣe gẹ́gẹ́ bí titẹ, ṣùgbọ́n gẹ́gẹ́ bí ojú ìwòye. Àwọn ọdún niwaju wà diẹ ju Àwọn nǹkan wọ̀nyí ló fà á tí wọ́n fi ń ṣe àtúnṣe sí ara wọn. ọdún lẹ́yìn. Kini duro jẹ́ rárá n gun ju nipa dídi—ó jẹ́ nipa **fífi ara rẹ̀ lé** .

Òun ṣe kìí ṣe dagba Ó
dàgbà láìṣeéṣe .

Kí ló dé tí ọgbọ́n fi máa ń dé nígbà tí àkókò bá dà bíi pé ó
kéré ? awọn iyipada Nigbawo àwa Duro nígbà tí a bá ń
ronú àwa ní "nígbà tó bá yá"?

Augustin ti kọ ẹkọ sí laaye pẹlu Àwọn nǹkan wọ̀nyí ló fà á tí wọ́n fi ń ṣe àtúnṣe sí ara wọn. opin nínú ìwò—kìí ṣe pẹ̀lú ìbẹ̀rù, ṣùgbọ́n òótọ́.

ÌYÍPADÀ LÁTI Ọ̀TÌ Ohùn SI ỌKỌ ỌKỌ

AUGUSTINE ṣì ń kọ́ni, ó ṣì ń kọ̀wé, ó sì tún ń ṣe olùṣọ́ àgùntàn. Ṣùgbọ́n ìdúró rẹ̀ ti ní ìrísí tó dára jù. yípadà.

Kò nílò láti gbọ́ ọ̀rọ̀ rẹ̀ mọ́. Ó fẹ́
kí òtítọ́ dúró pẹ́.

Ó fi gbogbo ara rẹ̀ sí àwọn ẹlòmíràn—gbígbé àwọn olórí kalẹ̀, fífún àwọn àwùjọ lágbára sí i, olusọ ẹkọ kìí ṣe nípasẹ̀ iṣakoso, ṣùgbọ́n nípasẹ̀ kedere. Àníyàn rẹ̀ ti yipada láti ipa sí **ogún** .

Kini àwọn àwa ilé iyẹn ìfẹ́-inú walaaye ju
àwa ni? Ṣé àwa ni a ń ṣẹ̀dá ènìyàn—tàbí
àwọn ìtàkùn?

Augustine lóye pé ogún kì í ṣe ohun tí a fi sílẹ̀, bí kò ṣe ẹni tí a fi sílẹ̀ ti pese sile.

ṢÍṢE ÀLÁFÍÀ PẸLÚ ÀÀKÓKÒ

ÀWỌN Ara RẸ. Agbára ti rọ. Ìjìyà ṣe àtúnyẹ̀wò.

Augustine kò tako àwọn àyípadà wọ̀nyí. Ó gbà wọ́n gẹ́gẹ́ bí ìrántí—kì í ṣe ti àdánù, ṣùgbọ́n ti ìyípadà. Ìrètí rẹ̀ kò sinmi lórí agbára rí. Ó sinmi lórí Kristi.

Kílódé? ṣe Ọlọ́run gba laaye ìdínkù sí apẹrẹ ìgbàgbọ́?
Kí ni ìgbẹ́kẹ̀lé rí nígbà tí agbára bá dínkù ? igbagbọ
ṣe kìí ṣe dínkù pẹlu tirẹ̀ agbára. Ó jinle.

RÍRÍNÚ ORE-ỌFẸ, KÌ Í ṢE ÀKÁBẸ

NÍGBÀ tí ó ń wo ẹ̀yìn, AUGUSTINE kò sẹ́ pé òun kò ṣe àṣìṣe. Ó rántí wọn—ṣùgbọ́n nípasẹ̀ ojú ìràpadà.

Òun ṣe kìí ṣe ṣe àṣàrò Ó
kábàámọ̀. Ó tún ṣe àṣàrò
oore-ọ̀fẹ́.

Gbogbo idaduro, gbogbo àṣìṣe, gbogbo resistance di ẹ̀rí—kìí ṣe ti itiju, ṣùgbọ́n ti aanu. Ọlọ́run ní kìí ṣe ohun ti a sọ di asan tirẹ̀ ìgbésí ayé. Ọlọ́run ní ràpadà rẹ̀.

Kí ló dé tí oore-ọ̀fẹ́ fi jẹ́ kí a rántí láìsí ìdálẹ́bi? Báwo ni ọpẹ́ ṣe rọ́pò ìbànújẹ́?

Augustine sinmi nínú ìṣòtítọ́ Ẹni tí ó ti lépa rẹ̀ láti ọ̀dọ̀ rẹ̀ ìbẹ̀rẹ̀.

ÌMÚRASẸ FÚN ÌBÍLẸ

ỌGỌSTINE ṢE KÌ Í ṢE ÌBẸRÙ ikú.

Kì í ṣe nítorí òun jẹ́ akin, ṣùgbọ́n nítorí òun jẹ́ tí a gbé kalẹ̀.

Ìrètí rẹ̀ kò sí nínú iṣẹ́ rẹ̀, àwọn ìwé rẹ̀, tàbí ipa rẹ̀. Kristi—ẹni tí ní ti wa sunmọtosi sí òun ju òun ní lailai ti wa sí ara rẹ̀.

Kílódé? ṣe igbagbọ dagba jẹ́jẹ́ nitosi Àwọn nǹkan wọ̀nyí ló fà á tí wọ́n fi ń ṣe àtúnṣe sí ara wọn. òpin?

Irú ìgbésí ayé wo ló mú kí ènìyàn lè lọ sílé láìsí ìṣòro?

Augustine ti gbé ìgbésí ayé rẹ̀ láìsí ìṣòro.

Òun ní fi ara rẹ̀ sílẹ̀ Ó ti

gbẹ́kẹ̀lé ara rẹ̀ gidigidi .

Ati nisinsinyi, òun dúró.

Àwọn ÌBÉÈRÈ FÚN Àwọn NÍNÚ Síbẹ̀ ÌRÌN ÀJÒ

GBE ÀWỌN WỌNYÍ Siwaju:

- Kini yóò iyipada bí iwọ gbé pẹlu Àwọn nǹkan wọ̀nyí ló fà á tí wọ́n fi ń ṣe àtúnṣe sí ara wọn. opin nínú ìwòran?
- Kini àwọn iwọ ilé iyẹn ìfẹ́-inú tí ó kù?
- Àjọ WHO àwọn iwọ mọ̀ọ́mọ̀ ń múra sílẹ̀?
- Àwọn iwọ gbigbekele Ọlọ́run pẹlu tirẹ awọn idiwọn gẹ́gẹ́ bí pupọ gẹ́gẹ́ bí àwọn agbára rẹ?

Àwọn wọ̀nyí awọn ibeere ìfẹ́-inú bá ara wọn ṣiṣẹ́ Àwọn nǹkan wọ̀nyí ló fà á tí wọ́n fi ń ṣe àtúnṣe sí ara wọn. ipari iṣipopada ti ìtàn náà .

KINI IS ŃBỌ ITELE

ỌGÙSTINE ÌGBÉSÍ AYÉ IS fífà sí tirẹ̀ súnmọ́—ṣùgbọ́n tirẹ̀ ipa ni jíjìnnà láti òpin.

Àwọn ipari orí ìfẹ́-inú ṣe àfihàn lórí:

- A ìgbésí ayé ka láti ọwọ́ iran iran

- Èso iyẹn àwọn tí wọ́n wà láàyè ju àwọn tí wọ́n wà láàyè lọ Àwọn nǹkan wọ̀nyí ló fà á tí wọ́n fi ń ṣe àtúnṣe sí ara wọn. igi
- Kini rẹ̀ ọna sí di a otitọ ìgbé ayé lẹ́tà

ORÍ MÉJÀLÀ A ÌGBÉSÍ AYÉ KA Láti

ọwọ́ GBOGBO

A ti Augustine ìgbésí ayé pari ni idakẹjẹ.
Nibẹ wà rárá ńlá àwọn ìkéde.
Rárá ipari àwọn ìṣeré.
Rárá igbiyanju sí pamọ́ ogún.
Ati síbẹ̀—rẹ̀ ìgbésí ayé tẹsiwaju sí sọ̀rọ̀.

Kì í ṣe nítorí òun ti a n wa ìdúróṣinṣin, ṣùgbọ́n nítorí òun fi ara rẹ̀ sílẹ̀ sí Àwọn nǹkan wọ̀nyí ló fà á tí wọ́n fi ń ṣe àtúnṣe sí ara wọn. Ẹni tí ó jẹ́ ẹni ayéraye.

NIGBAWO A ÌGBÉSÍ AYÉ DI A LẸTÀ

ÀWỌN ÀPỌSÍTÉLÌ PÁLÙ KỌ iyẹn àwọn onígbàgbọ́ àwọn àwọn lẹ́tà—tí a kọ kìí ṣe pẹ̀lú inki, ṣùgbọ́n láti ọwọ́ Àwọn nǹkan wọ̀nyí ló fà á tí wọ́n fi ń ṣe àtúnṣe sí ara wọn. Ẹmí ti Àwọn nǹkan wọ̀nyí ló fà á tí wọ́n fi ń ṣe àtúnṣe sí ara wọn. ìgbé ayé Ọlọ́run, mọ àti ka láti ọwọ́ gbogbo.

Augustin di ọkan ti àwọn wọ̀nyẹn
Àwọn lẹ́tà . nítorí òun jẹ́ aláìlábàwọ́n.
Kì í ṣe nítorí òun jẹ́ Àgbàyanu.
Ṣùgbọ́n nítorí pé wọ́n **gbà á**
láyè .

Tirẹ̀ ìgbésí ayé sọ a itan iyẹn le jẹ́ ka láìsí àlàyé:

- Iyẹn oore-ọfẹ lépa ṣaaju ìgbọràn bẹ̀rẹ̀
- Iyẹn otitọ dojúkọ ṣaaju rẹ̀ awọn itunu
- Iyẹn ìtẹríba ṣáájú isinmi

- Iyẹn ìgbọràn àtúnṣe àwọn àwọ̀ ìfẹ́ ọkàn
- Iyẹn iṣooto àwọn tí wọ́n wà láàyè ju àwọn tí wọ́n wà láàyè lọ Àwọn nǹkan wọ̀nyí ló fà á tí wọ́n fi ń ṣe àtúnṣe sí ara wọn. oloooto

Kí ló dé tí àwọn ẹ̀mí tí wọ́n fi ara wọn fún iṣẹ́ fi ń sọ̀rọ̀ ju èyí tí ó pé lọ? awọn iṣẹ diẹ ninu awọn itan farada lakoko awọn miiran parẹ?
ti Augustine ìgbésí ayé ihò èso iyẹn ṣe tirẹ̀ gbòǹgbò tí a lè rí.

ÈSO ÌYẸ ÀWỌN ÈNÌYÀN TÓ KÒ SÍ ÀWỌN IGI

ỌGỌSTINE ṢE KÌ Í ṢE LÁÀYÉ sí ipa àwọn ọ̀rúndún.

Òun gbé sí gbọ́ràn Ọlọ́run.

Ati ìgbọràn pọ̀ sí i ju tirẹ̀ igbesi aye.

Tirẹ̀ ìjẹ́wọ́ fúnni ohùn sí Àwọn nǹkan wọ̀nyí ló fà á tí wọ́n fi ń ṣe àtúnṣe sí ara wọn. ènìyàn ìjàkadì pẹlu ẹṣẹ àti oore-ọ̀fẹ́. Àwọn ẹ̀kọ́ rẹ̀ ló yí bí àwọn ìran ṣe lóye ìfẹ́, ìfẹ́ ọkàn, àkókò, ìrántí àti Ọlọ́run. Òtítọ́ rẹ̀ fún àwọn onígbàgbọ́ láyè láti jẹ́ olóòótọ́ níwájú Ọlọ́run dípò ṣíṣe iṣẹ́.

Ṣùgbọ́n Augustine ìbá ti tọ́ka sí ara rẹ̀. Èso náà kì í ṣe àṣeyọrí rẹ̀.

Ó jẹ́ Ti Ọlọ́run iṣẹ́.

Kí ló dé tí Ọlọ́run fi sábà máa ń lo ẹ̀mí ìfaradà ju bí wọ́n ṣe mọ̀ lọ? Èso wo ló lè dàgbà lẹ́yìn tí a bá ti kú tán?

A ÌTÀN ÌYẸ Àwọn ìpè ÌDÁHÙN

ỌGÙSTINE ÌGBÉSÍ AYÉ ṢÉ kìí ṣe beere sí jẹ́ a gbóríyìn fún.

Ó béèrè sí jẹ́ dáhùn.

Ó dojúkọ gbogbo òǹkàwé pẹlu àìnítùnú awọn ibeere:

- Nibo àwọn iwọ ìdádúró ìgbọràn?
- Kini awọn ifẹ sibẹ koju ìfọ́wọ́sí?
- Kini otitọ ṣe iwọ mọ ṣùgbọ́n ní kìí ṣe sibẹsibẹ gbọ́ràn?
- Kini yóò kún So eso wo fẹran fún ìwọ?

Àwọn wọ̀nyí àwọn kìí ṣe ìtàn Àwọn ìbéèrè. Àwọn ni wọ́n wà níbí.

ti Augustine itan di ewu nìkan Nigbawo rẹ̀ awọn ku a ìtàn.

LÁTI ỌTÌ ÌWÉ ÌGBÀYÉ SI ẸKỌ-ẸYÌN

IBI NI IBI TI IWE ITAN-IRAN-AYÉ-ÌRÒYÌN YÍN gbọ́dọ̀ parí—ìrìn-àjò náà sì gbọ́dọ̀ bẹ̀rẹ̀.

Àwọn ojú ìwé tó tẹ̀lé e kò ní béèrè ohun tí Augustine gbàgbọ́. Wọ́n á béèrè ohun tí ìwọ yóò ṣe.

Olúkúlùkù ọjọ́ ti Àwọn nǹkan wọ̀nyí ló fà á tí wọ́n fi ń ṣe àtúnṣe sí ara wọn. **Ọjọ́ 40 Ìgbésí ayé Àwọn lẹ́tà Ìfọkànsìn Ìrìnàjò** ìfẹ́-inú mu ọkan akori láti ti Augustine ìgbésí ayé àti yípo rẹ̀ sinu a dígí—nípasẹ̀ Ìwé Mímọ́, àdúrà, ìrònújinlẹ̀, ìfọkànsìn, àti ìkéde.

Ìwọ ìfẹ́-inú kìí ṣe jẹ́ beere sí ṣe àfarawé Augustin.

Ìwọ ìfẹ́-inú jẹ́ pe sí **tẹle Kristi** , gẹ́gẹ́ bí Augustin ṣe.

A ÌKẸYÌN ÌBÉÈRÈ ṢÁÁJÚ ÀWỌN ÌRÌNÀJÒ BẸRẸ

ỌGỌSTINE LẸẸKỌKAN KỌ iyẹn Ọlọ́run jẹ́ sunmọ si i sí òun ju òun jẹ́ fún ara rẹ̀.

Iyẹn kanna Ọlọ́run ni lọ́wọ́lọ́wọ́ nisinsinyi. Kini ni Òun kíkọ nínú tirẹ àti ìgbésí ayé? ìfẹ́-inú iwọ gba laaye rẹ̀ sí jẹ́ kíkà?

Ìyípadà ÀKÍYÈSÍ SI ÀWỌN OLÙKÀ

Ìwọ NÍ NISIYI KA ÀWỌN itan ti a ìgbésí ayé Ọlọ́run kọ̀ sí fi silẹ.

Kini tẹ̀lé ni ohun ìpè—kìí ṣe sí ṣe akiyesi, ṣùgbọ́n sí kópa . Itele ojú ìwé bẹ̀rẹ̀ **Ọjọ́ Ọkan** ti Àwọn nǹkan wọ̀nyí ló fà á tí wọ́n fi ń ṣe àtúnṣe sí ara wọn. Ọjọ́ 40 Ìfọkànsìn.

Wá, wá ti ṣetán sí jẹ́ ti a kọ.

ÌGBÉSÍ AYÉ ÀWỌN ÌPÉSÍTÉLÌ – 40 Ọjọ́ Ìfọkànsìn Àwọn eré - 1 Kẹ́kọ̀ọ́ BẸRẸ... >>>>>>

ỌJỌ ỌKAN

A ÌSINMI Ọkàn ỌLỌRUN ÀKỌ LÁTI ṢE ÀÌKÓJÚ

KEY ÀKÓKÒ ÌWÉ MÍMỌ

"Ìwọ ní ṣe àwa fún Ìwọ fúnra rẹ, O Olúwa, àti tiwa ọkàn ni àìnísinmi títí yóò fi sinmi nínú rẹ.

— *Àwọn ìjẹ́wọ́*

"Ìwọ àwọn tiwa lẹ́tà ti a kọ nínú tiwa ọkàn, mọ àti ka láti ọwọ́ gbogbo àwọn ọkùnrin."

— 2 Àwọn ará Kọ́ríńtì 3:2–3

"Fún" àwa Àjọ WHO ní gbàgbọ́ ṣe wọlé iyẹn isinmi... Nibẹ awọn ku nitorinaa ìsinmi kan fún Àwọn nǹkan wọ̀nyí ló fà á tí wọ́n fi ń ṣe àtúnṣe sí ara wọn. àwọn ènìyàn ti Ọlọ́run. Fún òun Àjọ WHO ní ti wọle Tirẹ̀ isinmi ní ara rẹ̀ tun dawọ duro láti tirẹ̀ awọn iṣẹ gẹ́gẹ́ bí Ọlọ́run ṣe láti Tirẹ̀."

— Àwọn Hébérù 4:3–10

"Wá," sí Èmi, gbogbo iwọ Àjọ WHO iṣẹ́ àti àwọn wuwo ẹrù wúwo, àti Èmi ìfẹ́-inú fúnni o sinmi.

— Mátíù 11:28

ỌGÙSTINE GBÉ ÌṢẸKẸKẸ

Ṣáájú ìtẹ́ríba, ṣaaju ìgbọràn, ṣaaju ipa, **Augustin ti Erinmi** gbé pẹlu ohun rúkèrúdò òun le kìí ṣe ṣàlàyé tabi sá àsálà.

Òun jẹ́ Ó ní ọgbọ́n. jẹ́ Ó ní ìṣẹ́dá. Àwọn ènìyàn gbóríyìn fún un.

Síbẹ̀ tirẹ̀ ọkàn duro àìníyànjú.

Augustine kò ní ìgbàgbọ́ tàbí ìmọ̀ nípa ẹ̀mí tó wà nínú rẹ̀ . jẹ́ **ìsinmi** — kìí ṣe ti ara isinmi, ṣùgbọ́n Àwọn nǹkan wọ̀nyí ló fà á tí wọ́n fi ń ṣe àtúnṣe sí ara wọn. jinlẹ̀ isinmi iyẹn ń bọ̀ láti ibamu pẹlu Ọlọ́run. Tirẹ̀ ìgbésí ayé jẹ́ ti nṣiṣe lọwọ, ṣùgbọ́n tirẹ̀ ọkàn jẹ́ pínpín. Òun ṣiṣẹ́ ní inú kódà nígbà tí ó ń ṣe àṣeyọrí ní òde.

Ọlọ́run ṣe kìí ṣe yọ kuro Àwọn
nǹkan wọ̀nyí ló fà á tí wọ́n fi ń ṣe
àtúnṣe sí ara wọn. àìnísinmi. Ó lò ó.

Augustin nigbamii ti ṣẹ iyẹn tirẹ̀ rúkèrúdò jẹ́ kìí ṣe a àmì ti Ti Ọlọ́run àìsí, ṣùgbọ́n ti Ti Ọlọ́run **ìkésíni** . Ọlọ́run jẹ́ ìpè òun jade ti ìdarí ara-ẹni igbiyanju àti sínú ìsinmi àtọ̀runwá—ìsinmi kan tí kìí ṣe nígbà tí ìgbésí ayé bá dínkù, ṣùgbọ́n nígbà tí ọkàn bá mú ara rẹ̀ jáde.

ÌGBÉSÍ AYÉ ẸKỌ

Bíbélì isinmi ni kìí ṣe àìṣiṣẹ́.

Ó jẹ́ **ìtòlẹ́sẹẹsẹ** .

Àwọn Hébérù sọ àwa iyẹn Ti Ọlọ́run isinmi tẹlẹ wà—àti iyẹn àwọn onígbàgbọ́ *wọlé* Èyí túmọ̀ sí wípé ìsinmi kìí ṣe ohun tí a ń ṣe àṣeyọrí nípasẹ̀ ìsapá; ó jẹ́ ohun tí a ń gbà nípasẹ̀ ìfarabalẹ̀.

Àìsinmi nigbagbogbo awọn ku Nigbawo:

- Àwa gbagbọ, ṣùgbọ́n ṣe kìí ṣe ni kikun So eso
- Àwa iṣẹ́ fún Ọlọ́run dípò bẹ́ẹ̀ ti ìsinmi nínú Ọlọ́run
- Àwa gbìyànjú pẹlu tiwa tirẹ̀ agbára dípò bẹ́ẹ̀ ju gbigbekele Ti Ọlọ́run iṣẹ ti pari

Ọlọ́run gba laaye rúkèrúdò sí tẹramọ́ Nigbawo rẹ̀ ṣípayá awọn agbegbe ti ìgbẹ́kẹ̀lé ara-ẹni .

Àìní ìsinmi di àánú nígbà tí ó bá mú wa dẹ́kun ìsapá àti láti bẹ̀rẹ̀ sí ní juwọ́ sílẹ̀.

DÍGÌ ÌṢẸKẸKẸ (Ẹnìkan ÌRÒYÌN)

Jókòó pẹlu àwọn wọ̀nyí awọn ibeere pẹ̀lú àdúrà:

- Nibo àwọn iwọ ti nṣiṣe lọwọ fún Ọlọ́run ṣùgbọ́n kìí ṣe ní isinmi nínú Òun?
- Kini ti inu iṣẹ́ ní Ọlọ́run ti wa pípe iwọ sí ìtúsílẹ̀?
- Àwọn iwọ igbiyanju sí fihan nkankan Ọlọ́run ní ti ṣe ìlérí tẹ́lẹ̀ ?

Heberu 4 rán wa létí pé ìsinmi máa ń wá nígbà tí a bá dáwọ́ **iṣẹ́ wa dúró**
.

IṢẸ FÚN Ìgbọràn

Lónìí, adaṣe wíwọlé Ti Ọlọ́run isinmi mọ̀ọ́mọ̀.

- Ṣètò lẹ́gbẹ̀ẹ́ 10–15 ìṣẹ́jú nínú ìdákẹ́jẹ́ẹ́
- Kà **Àwọn Hébérù 4:3–10** laiyara, sókè pẹ̀lú ohùn rara bí ṣeeṣe
- Beere Àwọn nǹkan wọ̀nyí ló fà á tí wọ́n fi ń ṣe àtúnṣe sí ara wọn. Mímọ́ Ẹmí:

  "Níbo" òwúrọ̀ Èmi sibẹ igbiyanju dípò bẹ́ẹ̀ ti tí ó ń gbẹ́kẹ̀lé?

Kọ ìsàlẹ̀ kini Àwọn nǹkan wọ̀nyí ló
fà á tí wọ́n fi ń ṣe àtúnṣe sí ara wọn.
Ẹmí ṣí i payá. Má ṣe tún un ṣe. Gba
á.

ẸGBẸ ÌJÍRÒRÒ Àwọn ÌBÉÈRÈ

1. Bawo ṣe Ìwé Mímọ́ ṣalaye isinmi lọna oriṣiriṣi láti àṣà?
2. Kini ni Àwọn nǹkan wọ̀nyí ló fà á tí wọ́n fi ń ṣe àtúnṣe sí ara wọn. iyatọ laarin ti ara isinmi àti ẹ̀mí ìsinmi?
3. Bawo agolo igbiyanju wa tẹlẹ paapaa nínú ẹsin ìgbòkègbodò?

ÀDÚRÀ

Baba, mo jẹ́wọ́ pé mo sábà máa ń ṣiṣẹ́ níbi tí O ti parí iṣẹ́ náà.
Kọ́ni emi sí wọlé Tìrẹ ìsinmi—kìí ṣe nípasẹ̀ ìsapá, ṣùgbọ́n nípasẹ̀ Jọ̀wọ́ ara rẹ.
Níbi tí ọkàn mi bá ti pín sí méjì, mú ìbáṣepọ̀ wá.
Nibo Èmi òwúrọ̀ igbiyanju, kọni emi sí
gbẹ́kẹ̀lé. Mo yan láti sinmi nínú Rẹ.
Àmín.

ÀSỌTÍLẸ ÌKÉDE

Èmi wọlé Ti Ọlọ́run isinmi láti ọwọ́ ìgbàgbọ́.
Èmi dawọ duro láti ìdarí ara-ẹni ìjàkadì.
Tèmi ìgbésí ayé ṣe deedee pẹlu Ti Ọlọ́run ti pari iṣẹ́.
Èmi òwúrọ̀ ti a kọ láti ọwọ́ Àwọn nǹkan wọ̀nyí ló fà á tí wọ́n fi ń ṣe àtúnṣe sí ara wọn. Ẹmí, kìí ṣe ti a wakọ láti ọwọ́ titẹ.

ÌFẸRẸSÍ SI Ìgbọràn

Lónìí, Èmi yan isinmi lórí ìjàkadì.
Èmi So eso iṣakoso ibi ti Ọlọ́run ní tẹlẹ mo ti
sọ̀rọ̀. ìfẹ́-inú gbẹ́kẹ̀lé Ti Ọlọ́run iṣẹ́ jù bẹ́ẹ̀ lọ
ju tèmi Ìsapá. **NÍWÒ SÍWÁJÚ ỌJỌ KEJÌ**

ti Augustine àìsinmi ṣe kìí ṣe lẹ́sẹ̀kẹsẹ̀ aṣáájú òun sinu ìsinmi.

Ó tí a darí òun sinu **ìdádúró** — ewu àṣà ti mímọ̀ otitọ ṣùgbọ́n fífẹ̀yìntì síwájú ìgbọràn.

Ọla àwa ìfẹ́-inú koju irọ́ náà iyẹn ntọju ọpọlọpọ Àwọn onígbàgbọ́ tí wọn kò ní ìsinmi:

“Lẹ́yìn náà ìfẹ́-inú jẹ́ o rorun gan."

ỌJỌ Méjì

ÀWỌN Iye owó TI ÌDÍDÍDÍ ÀTI ÀWỌN Irọ́ TI "Kò tíì sí ìsinsìnyí"

KEY ÀKÓKÒ ÌWÉ MÍMỌ

"Lónìí, bí iwọ ìfẹ́-inú gbọ́ Tirẹ̀ ohùn, ṣe kìí ṣe le ọkàn yín ."

— **Hébérù 3:7–8**

"Fún" àwa àwọn Ti Ọlọ́run ẹlẹgbẹ àwọn òṣìṣẹ́... Nisinsinyi ni Àwọn nǹkan wọ̀nyí ló fà á tí wọ́n fi ń ṣe àtúnṣe sí ara wọn. ti gba àkókò; wò ó, nisinsinyi ni ọjọ igbala.

— 1 Àwọn ará Kọ́ríńtì 3:9; 2 Àwọn ará Kọ́ríńtì 6:2

"Kí ló dé tí ṣe iwọ dúró? Dìde àti jẹ́ baptisi àti fọ lọ kuro tirẹ ẹ̀ṣẹ̀, tí wọ́n ń ké pe orúkọ Olúwa."

— Àwọn Ìṣe 22:16

"Ẹnikẹ́ni tí ó bá fẹ́, mọ̀ Àwọn nǹkan wọ̀nyí ló fà á tí wọ́n fi ń ṣe àtúnṣe sí ara wọn. ọtun nkan sí ṣe àti kuna sí ṣe ó, fún òun rẹ̀ ni ẹ̀ṣẹ̀."

—Jákọ́bù 4:17

ỌGÙSTINE GBÉ ÌṢẸKẸKẸ

Augustine kò kọ Ọlọ́run sílẹ̀.

Ó sún un síwájú.

Gígùn ṣaaju tirẹ̀ ìtẹríba, Augustin jẹ́ gbagbọ iyẹn Ẹsìn Kristẹni òótọ́ ni . Ó wú ẹwà rẹ̀ lórí. Ó gba ìbáramu rẹ̀. Ó tilẹ̀ fẹ́ àwọn ìlérí rẹ̀.

Ṣùgbọ́n òun idaduro ìgbọràn.

Ó sọ fún ara rẹ̀ pé òun kò tíì múra tán. Ìyípadà náà yóò dé lẹ́yìn náà. Ìdàgbàsókè yẹn gba àkókò. Ìfarabalẹ̀ yẹn lè dúró.

Ati bẹ́ẹ̀ ni òun gbadura a ewu àdúrà:

Rárá o síbẹ̀síbẹ̀.

Kini Augustin ṣe kìí ṣe mọ jẹ́ iyẹn ìdádúró jẹ́ ṣíṣẹ̀dá òun gẹ́gẹ́ bí gẹ́gẹ́ bí ìpinnu. Gbogbo ìgbọràn tí a ti fà sẹ́yìn ń mú kí àṣà lágbára sí i. Gbogbo "nígbà tí ó bá yá" ń jinlẹ̀ sí i. ìpínyà. Gbogbo iṣiyèméjì ti kọ ẹkọ tirẹ̀ ìfẹ́-inú sí koju.

Ìdádúró jẹ́ kìí ṣe alailera.

ÌGBÉSÍ AYÉ ẸKỌ

Ìdádúró ó le kini ìgbọràn yóò wosan.

Ìwé Mímọ́ kò ka ìgbọ́ràn tí ó pẹ́ sí ọgbọ́n. Ó kà á sí ewu. Hébérù kìlọ̀ pé kì í ṣe nípasẹ̀ ìṣọ̀tẹ̀ nìkan ni ọkàn le, ṣùgbọ́n nípasẹ̀ **ìfàsẹ̀yìn** .

Àwọn ohùn ti Ọlọ́run nigbagbogbo sọ̀rọ̀ nínú Àwọn

nǹkan wọ̀nyí ló fà á tí wọ́n fi ń ṣe àtúnṣe sí ara wọn.

lọ́wọ́lọ́wọ́ " Lónìí ."

Ìdádúró yí i lérò padà àwa iyẹn àkókò ìfẹ́-inú ṣe ìgbọràn o rorun gan. Nínú òótọ́, idaduro gba awọn ilana laaye lati jinle sii, awọn asomọ lati fun ni okun, ati resistance lati ṣe deede.

Ohun tó dà bíi sùúrù lè jẹ́ yíyẹra fún.

Ohun tó dà bíi pé ìṣọ́ra lè jẹ́ ìbẹ̀rù.

Kini rilara fẹran ọgbọn le jẹ́ àìgbàgbọ́.

DÍGÌ ÌṢẸKẸKẸ (Ẹnìkan ÌRÒYÌN)

Gba àkókò pẹlu àwọn wọ̀nyí awọn ibeere:

- Kini ní Ọlọ́run kedere ti a n sọ sí iwọ iyẹn iwọ ní tí a fi síwájú?
- Nibo ní iwọ lo ìmúrasílẹ̀ gẹ́gẹ́ bí a rirọpo fún ìgbọràn?
- Kini iye owo ní ìdádúró tẹlẹ ti a ṣe nínú tirẹ ìgbésí ayé?

Ṣe kìí ṣe idahun ní ìgbèjà. Ìdáhùn òótọ́.

IṢẸ FÚN Ìgbọràn

Ṣe idanimọ **ọkan pàtó ìgbọràn** iwọ ní Díẹ̀díẹ̀. Lónìí:

- Orúkọ rẹ̀ kedere
- Gbàdúrà lórí rẹ̀ ni ṣoki
- Gba ọkan kọnkírítì igbesẹ sí i

Má ṣe dúró de ìgbẹ́kẹ̀lé. Ìgbọràn sábà máa ń mú ìgbẹ́kẹ̀lé wá, kì í ṣe ọ̀nà kejì.

ẸGBẸ ÌJÍRÒRÒ Àwọn ÌBÉÈRÈ

1. Kílódé? ṣe ìdádúró rilara ailewu ju àìgbọràn?
2. Bawo ṣe àṣà fi agbara si i Àwọn nǹkan wọ̀nyí ló fà á tí wọ́n fi ń ṣe àtúnṣe sí ara wọn. èrò iyẹn "nígbà tó yá" ni ọlọ́gbọ́n?
3. Kini ni Àwọn nǹkan wọ̀nyí ló fà á tí wọ́n fi ń ṣe àtúnṣe sí ara wọn. iyatọ laarin nduro lórí Ọlọ́run àti yiyẹra fun Ọlọ́run?

ÀDÚRÀ

Baba, mo jẹ́wọ́ pé mo ti sún ìgbọràn síwájú nígbà tí mo ń yí ara mi lérò padà pé mo ń ṣọ́ra.

Dáríjì emi fún Àwọn nǹkan wọ̀nyí ló fà á tí wọ́n fi ń ṣe àtúnṣe sí ara wọn. awọn akoko Èmi idaduro kini Ìwọ ṣe kedere. Jẹ́ kí ọkàn mi rọ̀.

Kọ́ mi láti dáhùn nígbà tí ìwọ bá ń sọ̀rọ̀—láìsí ìjíròrò. Mo yan ìgbọràn lónìí.

Àmín.

ÀSỌTÍLẸ ÌKÉDE

Èmi dahun Nigbawo Ọlọ́run sọ̀rọ̀.
Tèmi ọkàn awọn ku riro àti ó dáhùn .
padanu tirẹ̀ agbara lórí tèmi ìgbésí
ayé.
Lónìí, Èmi gbọ́ràn.

ÌFẸRẸSÍ SI Ìgbọràn

Lónìí, Èmi kọ Àwọn nǹkan wọ̀nyí ló fà á tí wọ́n fi ń ṣe àtúnṣe sí ara wọn. irọ́ ti "kìí ṣe síbẹ̀."

Mo yan ìgbọràn lọ́wọ́lọ́wọ́ ju èrò ọjọ́ iwájú lọ .

ìfẹ́-inú iṣe lórí kini Ọlọ́run ní tẹlẹ a fi hàn.

WÍWÒ ṢÁájú SI ỌJỌ MẸTA

ti Augustine ìdádúró jẹ́ kìí ṣe fidimule nínú àìmọ̀kan—ó jẹ́ fidimule nínú **ìfẹ́ ọkàn tí ó pín sí méjì** .

Ọla àwa ìfẹ́-inú koju a ọ̀ràn tó jinlẹ̀ jù :

Kini ṣẹlẹ Nigbawo àwa fẹ́ Ọlọ́run, ṣùgbọ́n fẹ́ nkankan miiran jù bẹ́ẹ̀ lọ?

ỌJỌ MẸTA
ÀWỌN PÍPIN ÌWỌ ÀTI ÀWỌN ÌJÀ ÌFẸ

KEY ÀKÓKÒ ÌWÉ MÍMỌ

"Èmi idunnu nínú Àwọn nǹkan wọ̀nyí ló fà á tí wọ́n fi ń ṣe àtúnṣe sí ara wọn. ofin ti Ọlọ́run gẹ́gẹ́ bí sí Àwọn nǹkan wọ̀nyí ló fà á tí wọ́n fi ń ṣe àtúnṣe sí ara wọn. inú ọkùnrin, ṣùgbọ́n Èmi wo omiran ofin nínú tèmi àwọn ọmọ ẹgbẹ́, ogun lodi si Àwọn nǹkan wọ̀nyí ló fà á tí wọ́n fi ń ṣe àtúnṣe sí ara wọn. ofin ti tèmi ọkàn."

— Àwọn ará Róòmù 7:22–23

"Rárá o," ọkan agolo sin meji àwọn ọ̀gá."

— Mátíù 6:24

"Olúkúlùkù ọkan ni tí a dán wò Nigbawo òun ni fà lọ kuro láti ọwọ́ tirẹ̀ tirẹ̀ awọn ifẹ a sì tàn án jẹ."

— Jákọ́bù 1:14

"Àwọn wọ̀nyẹn Àjọ WHO jẹ ti ara sí Kristi Jésù ní kàn mọ́ agbelebu Àwọn nǹkan wọ̀nyí ló fà á tí wọ́n fi ń ṣe àtúnṣe sí ara wọn. ẹran ara pẹlu tirẹ̀ àwọn ìfẹ́ ọkàn àti àwọn ìfẹ́ ọkàn."

— Àwọn ará Gálátíà 5:24

ỌGÙSTINE GBÉ ÌṢẸKẸKẸ

Ìjà tó tóbi jùlọ tí Augustine jà kì í ṣe

àìnígbàgbọ́. **Ìyàtọ̀** ni .

Ó fẹ́ Ọlọ́run . fẹ́

ìjẹ́mímọ́.

Òun fẹ́ ominira.

Ati ní Àwọn nǹkan wọ̀nyí ló fà á tí wọ́n fi ń ṣe àtúnṣe sí ara wọn. kanna àkókò, òun fẹ́ iṣakoso, ayọ̀, àti ìfaramọ́.

Ìjà inú yìí ń yọ ọ́ lẹ́nu. Ó ṣàpèjúwe ìfẹ́ rẹ̀ gẹ́gẹ́ bí ìpínyà—tí a fà sí ọ̀nà òdìkejì. Apá kan nínú rẹ̀ ń fẹ́ Ọlọ́run; apá kejì dì mọ́ ọn pẹ̀lú oríkunkun . àṣà.

Augustin ṣe kìí ṣe àìní ìdánilójú.
Kò ní ìbáṣepọ̀.

Àwọn ajalu jẹ́ kìí ṣe iyẹn òun ṣe kìí ṣe mọ Àwọn nǹkan wọ̀nyí ló fà á tí wọ́n fi ń ṣe àtúnṣe sí ara wọn. ó dára—ó jẹ́ iyẹn mímọ o dara ṣe kìí ṣe sibẹsibẹ mu jade Àwọn nǹkan wọ̀nyí ló fà á tí wọ́n fi ń ṣe àtúnṣe sí ara wọn. ìfẹ́-inú sí yan rẹ̀.

ÌGBÉSÍ AYÉ ẸKỌ

A pínpín ọkàn ń mú jáde idaduro ìgbọràn.

Ìfẹ́ ọkàn ni alagbara. Ìwé Mímọ́ ṣe kìí ṣe lọ́wọ́lọ́wọ́ ìfẹ́ ọkàn gẹ́gẹ́ bí alailera; rẹ̀ Ó ń darí ìtọ́sọ́nà. Ohun tí a fẹ́ jùlọ ni yóò ṣàkóso wa nígbẹ̀yìn gbẹ́yín.

Àwọn ìfẹ́-inú ni kìí ṣe ti mu lagbara láti ọwọ́ ìwífún nìkan. Ó ni ti mu lagbara láti ọwọ́

ti ṣe àtúntò ìfẹ́ .

Augustin ti kọ ẹkọ iyẹn Àwọn nǹkan wọ̀nyí ló fà á tí wọ́n fi ń ṣe àtúnṣe sí ara wọn. ogun fún ìgbọràn ni kìí ṣe akọkọ ja nínú ìwà, ṣùgbọ́n nínú ìfẹ́. Títí tí a ó fi dojúkọ ìfẹ́kúfẹ̀ẹ́, ìgbọràn yóò máa jẹ́ aláìlera . ṣe kìí ṣe yan lodi si tiwa alagbara julọ ìfẹ́—àwa yan **gẹ́gẹ́ bí sí ó** .

DÍGÌ ÌṢẸKẸKẸ (Ẹnìkan ÌRÒYÌN)

Gba àkókò pẹlu àwọn wọ̀nyí awọn ibeere:

- Nibo ni o ti lero wahala laarin ohun ti o mọ ati ohun ti o yan?
- Kini ìfẹ́ ọkàn ní ti wa ìdíje pẹlu tirẹ ìgbọràn sí Ọlọ́run?
- Àwọn iwọ n gbiyanju sí gbọ́ràn Ọlọ́run lakoko sibẹ n daabobo nkankan mìíràn?

Jẹ́ òótọ́. Ọlọ́run tẹlẹ mọ̀.

IṢẸ FÚN Ìgbọràn

Ṣàfihàn ìfẹ́ ọkàn kan tó ti ń pín ọkàn rẹ níyà. Lónìí:

- Orúkọ rẹ̀ ṣaaju Ọlọ́run
- Jẹ́wọ́ tirẹ̀ ipa loooto̩
- Beere Ọlọ́run kìí ṣe nìkan sí dina mọ ó, ṣùgbọ́n sí **tunto eto tirẹ ìfẹ́**

Ṣe kìí ṣe gbadura fún lagbara sii
Agbára ìfẹ́. Gbàdúrà fún Jin si ìfẹ́ni
fún Ọlọ́run.

ẸGBẸ ÌJÍRÒRÒ Àwọn ÌBÉÈRÈ

1. Kílódé? ṣe ìmọ̀ nìkan ṣoṣo kùnà sí mu jade ìgbọràn?
2. Bawo ṣe àṣà ṣe deedee pínpín àwọn ìfẹ́ ọkàn?
3. Kini ṣe rẹ̀ àìtọ́ sí kàn mọ́ agbelebu a ìfẹ́ ọkàn dípò bẹ́ẹ̀ ju ṣakoso rẹ̀?

ÀDÚRÀ

Bàbá, Èmi jẹwọ iyẹn tèmi ọkàn ní ti wa pín sí méjì . ní fẹ́ Ìwọ, ṣùgbọ́n kìí ṣe nigbagbogbo àkọ́kọ́.

Ṣe àtúntò tèmi nifẹẹ.

Yọ kuro ìdíje awọn ifẹ pẹlu a tobi ju ìfẹni fún Ìwọ. Sọ ọkàn mi di ọkan láti bẹ̀rù orúkọ rẹ.

Àmín.

ÀSỌTÍLẸ ÌKÉDE

Tèmi ọkàn ni rárá gun ju pínyà. Mo jẹ́ ti Ọlọ́run pátápátá.

Gbogbo ìdíje ìfẹ́ ọkàn ni pípadánù tirẹ̀ àṣẹ. Ìfẹ́ mi bá òtítọ́ Ọlọ́run mu.

ÌFẸRẸSÍ SI Ìgbọràn

Lónìí, Èmi yan tito lẹtọ lórí Mo fi ìfẹ́kúfẹ̀ẹ́ tí ó pín sí méjì lé Ọlọ́run lọ́wọ́ .

Èmi ìfẹ́-inú kìí ṣe daabobo kini Ọlọ́run ni béèrè emi sí kàn mọ́ agbelebu.

WÍWÒ ṢÁájú SI ỌJỌ MẸRIN

ti Augustine pínpín ìfẹ́-inú tí a darí òun sí wá kiri **igbagbọ àwọn ètò iyẹn àforíjì ìfẹ́ ọkàn dípò ìwòsàn rẹ̀** .

Ọla àwa ìfẹ́-inú koju a ewu àfikún:

Ẹsìn iyẹn ṣàlàyé ẹṣẹ láìsí koju rẹ̀.

ỌJỌ MẸRIN

NIGBAWO Ìgbàgbọ́ DI A IBI ÌFIPAMỌ

KEY ÀKÓKÒ ÌWÉ MÍMỌ

"Níní a fọọmu ti iwa-bi-Ọlọrun ṣùgbọ́n sẹ́ tirẹ̀ agbára. Ati láti irú àwọn ènìyàn bẹ́ẹ̀ máa ń yípadà."

— 2 Tímótì 3:5

"Ẹ ń wá inú Ìwé Mímọ́, nítorí pé nínú wọn ni ẹ rò pé ẹ ní ìyè àìnípẹ̀kun; àwọn wọ̀nyí sì ni àwọn àwọn èwo ni jẹri ti Èmi. Ṣùgbọ́n iwọ àwọn kìí ṣe ìfẹ́ ọkàn sí wá sí Èmi kí ẹ lè ní ìyè."

— Jòhánù 5:39–40

"Wọ́n jẹwọ sí mọ Ọlọ́run, ṣùgbọ́n nínú awọn iṣẹ àwọn sẹ́ Òun."

— Títù 1:16

"Ìgbàgbọ́ láti ọwọ́ fúnra rẹ̀, bí rẹ̀ ṣe kìí ṣe ní iṣẹ́, ni ti kú."

— Jákọ́bù 2:17

ỌGÙSTINE GBÉ ÌṢẸKẸKẸ

Nígbà tí ìpínyà ọkàn Augustine di ohun tí a kò lè fara dà, kò juwọ́ sílẹ̀ lẹ́ṣẹ̀kẹṣẹ̀.

Òun **ti yipada àwọn ìgbàgbọ́** .

Kì í ṣe nítorí pé ètò tuntun náà jẹ́ òótọ́, ṣùgbọ́n nítorí pé ó rọrùn. Ó fún un láyè láti sọ̀rọ̀ nípa rere àti búburú láìsí pé ó dojúkọ ìfẹ́ ọkàn rẹ̀ . fúnni òun àwọn àlàyé dípò bẹ́ẹ̀ ti ìrònúpìwàdà, oye dípò bẹ́ẹ̀ ti ìgbọràn.

Augustin ṣe kìí ṣe Duro sísọ̀rọ̀ nipa òtítọ́.

Ó dẹ́kun jíjẹ́ kí òtítọ́ sọ̀rọ̀ fún un.

Àwọn ìgbàgbọ́ rẹ̀ dún bí ti ẹ̀mí. Wọ́n dà bí ẹni tó ní ìmọ̀ tó jinlẹ̀. Wọ́n tiẹ̀ sọ pé ìwà rere àníyàn. Ṣùgbọ́n àwọn nilo ohunkohun láti tirẹ̀ ìfẹ́.

Ìgbàgbọ́ di a **ibi ààbò** — kì í ṣe láti ẹ̀ṣẹ̀, ṣùgbọ́n láti ìtẹríba.

ÌGBÉSÍ AYÉ ẸKỌ

Kì í ṣe gbogbo igbagbọ àwọn aṣáájú sí ìgbésí ayé.

Àwọn ètò ìgbàgbọ́ kan máa ń ṣàlàyé ẹ̀ṣẹ̀ dípò kí wọ́n dojúkọ ọ́. Wọ́n máa ń fúnni ní èdè tí kò ní olúwa, ìmọ̀ tí kò ní ìgbọràn, àti ẹ̀sìn tí kò ní ìrònúpìwàdà.

Ìwé Mímọ́ kìlọ̀ fún wa pé ó ṣeé ṣe láti mọ òtítọ́ nígbà tí a bá ń kọ̀ láti yí padà. Nigbawo igbagbọ rárá gun ju awọn italaya ìfẹ́ ọkàn, rẹ̀ awọn iduro jije ìgbàgbọ́ ó sì **di àṣírí** .

Ìgbàgbọ́ tòótọ́ kìí ṣe ìtumọ̀ ipò wa nìkan—ó **máa ń yí i padà** .

Jókòó loooto pẹlu àwọn wọ̀nyí awọn ibeere:

- Ǹjẹ́ o ti lo ẹ̀kọ́ ìsìn, ẹ̀kọ́, tàbí èdè ẹ̀mí rí láti yẹra fún ìgbọràn?
- Nibo le tirẹ awọn igbagbọ itunu iwọ jù bẹ́ẹ̀ lọ ju àwọn koju ìwọ?
- Ǹjẹ́ Nibẹ eyikeyi agbegbe ibi ti igbagbọ ní di àlàyé dípò bẹ́ẹ̀ ti iyipada?

Ṣe kìí ṣe idahun ní ìgbèjà. Ìdáhùn pẹ̀lú àdúrà.

IṢẸ FÚN Ìgbọràn

Lóníí, ṣe ayẹwo ọkan igbagbọ iwọ dimu kíákíá.

Béèrè:

- Ṣé èyí igbagbọ aṣáájú emi sí ọ̀dọ̀ ìgbọràn?
- Tàbí ṣe rẹ̀ gba laaye emi sí ku tí kò yípadà?

Pe Ẹmi Mimọ lati tubo han ibi eyikeyi ti igbagbọ ti rọpo ironupiwada. Lẹ́yìn náà mu **ọkan kọnkírítì igbesẹ ti ìgbọràn** iyẹn igbagbọ ní idaduro.

ẸGBẸ ÌJÍRÒRÒ Àwọn ÌBÉÈRÈ

1. Bawo agolo ẹsin di a fifi ara pamọ ibi dípò bẹ́ẹ̀ ti a ìwòsàn ibi?
2. Kini ni Àwọn nǹkan wọ̀nyí ló fà á tí wọ́n fi ń ṣe àtúnṣe sí ara wọn. iyatọ laarin mímọ̀ otitọ àti ifọwọsọya sí rẹ̀?
3. Kílódé? àwọn igbagbọ àwọn ètò iyẹn ibeere ohunkohun nigbagbogbo Àwọn nǹkan wọ̀nyí ló fà á tí wọ́n fi ń ṣe àtúnṣe sí ara wọn. julọ

fani mọ́ra?

ÀDÚRÀ

Baba, mo jẹ́wọ́ pé nígbà mìí mo ti fi ara pamọ́ sí ẹ̀yìn ìgbàgbọ́ dípò kí n juwọ́ sílẹ̀ fún òtítọ́.

Fi ìgbàgbọ́ èyíkéyìí tó bá ń tù mí nínú hàn láìyí mi padà.

Yí àwọn àlàyé tó ń dáàbò bo àìgbọràn kúrò.

Tọ́ mi sí ìgbàgbọ́ alàáyè—ìgbàgbọ́ tí ó ń gbọ́ràn.

Àmín.

ÀSỌTÍLẸ̀ ÌKÉDE

Èmi ṣe kìí ṣe fi pamọ lẹ́yìn ìgbàgbọ́.

Ìgbàgbọ́ mi máa ń mú ìgbọ́ràn àti ìyípadà wá .

dojúkọ èmi, wòsàn èmi, àti àwọn aṣáájú emi sinu ìgbésí ayé. Èmi Rìn kiri nínú Àwọn nǹkan wọ̀nyí ló fà á tí wọ́n fi ń ṣe àtúnṣe sí ara wọn. agbara ti ìwà-bí-Ọlọ́run, kìí ṣe tirẹ̀ ìfarahàn. **ÌFẸRÍ SI Ìgbọràn**

Lónìí, mo fi ara mi fún ìgbàgbọ́ alàáyè, kìí ṣe ìgbàgbọ́ tí ó ń ṣiṣẹ́. Èmi yóò jẹ́ kí òtítọ́ kojú àwọn ìfẹ́ ọkàn mi.

Èmi yan ìrònúpìwàdà lórí àlàyé.

WÍWÒ ṢÁájú SI ỌJỌ ÀÁRÚN

Ibùdó ìpamọ́ Augustine wó lulẹ̀ nígbẹ̀yìn gbẹ́yín.

Òtítọ́ sún mọ́lé jù láti gbójú fo.

Ọla àwa ìfẹ́-inú koju a àṣekára ìṣẹ́jú kan:

Kini ṣẹlẹ Nigbawo otitọ ni rárá gun ju tí a lè yẹra fún—àti Àwọn nǹkan wọ̀nyí ló fà á tí wọ́n fi ń ṣe àtúnṣe sí ara wọn. ìfẹ́-inú o yẹ ki o yan?

ỌJỌ ÀÁRÚN

NÍGBÀ TÍ ÒTỌ BÁ ṢE ṢE ÀÌṢẸKẸ

KEY ÀKÓKÒ ÌWÉ MÍMỌ

"Àwọn imọlẹ ní wá sinu Àwọn nǹkan wọ̀nyí ló fà á tí wọ́n fi ń ṣe àtúnṣe sí ara wọn. agbaye, àti àwọn ọkùnrin nifẹẹ òkùnkùn kuku ju lọ ìmọ́lẹ̀, nítorí tiwọn awọn iwe iṣe wà ibi."

—Jòhánù 3:19

"Fún" Àwọn nǹkan wọ̀nyí ló fà á tí wọ́n fi ń ṣe àtúnṣe sí ara wọn. ọrọ ti Ọlọ́run ni ìgbé ayé àti alagbara... a olufọye ti Àwọn nǹkan wọ̀nyí ló fà á tí wọ́n fi ń ṣe àtúnṣe sí ara wọn. ìrònú àti ète ọkàn."

— Àwọn Hébérù 4:12

"Bawo gígùn ìfẹ́-inú iwọ ìkùnà laarin meji àwọn èrò? Tí ó bá jẹ́ Àwọn nǹkan wọ̀nyí ló fà á tí wọ́n fi ń ṣe àtúnṣe sí ara wọn. Olúwa ni Ọlọ́run, ẹ tẹ̀lé E.

— 1 Àwọn ọba 18:21

"Yan fún ẹ̀yin fúnra yín èyí ọjọ́ tani iwọ ìfẹ́-inú sìn.

—Jóṣúà 24:15

ỌGÙSTINE GBÉ ÌṢẸKẸKẸ

Àkókò kan dé nínú ìgbésí ayé Augustine nígbà tí **ó yẹra fún jẹ́ rárá ó ṣeé ṣe fún ìgbà pípẹ́** .

Àríyànjiyàn ti wó lulẹ̀.

Àwọn ètò ìgbàgbọ́ ti kùnà .

ní sọnu tirẹ̀ ìgbẹ́kẹ̀lé.

Òtítọ́ duro ṣaaju òun—kìí ṣe gẹ́gẹ́ bí ohun èrò sí ṣe ayẹwo, ṣùgbọ́n gẹ́gẹ́ bí a pe sí gbọ́ràn.

Augustin le rárá gun ju sọ òun ṣe kìí ṣe òye. Òun le rárá ẹtọ to gun ju òun nilo jù bẹ́ẹ̀ lọ àkókò. Ẹsìn Kristẹni jẹ́ rárá gun ju a jíjìnnà àṣàyàn; rẹ̀ ti di ìjà tààrà.

Àwọn iṣoro jẹ́ rárá gun ju òótọ́.

Ìṣòro náà ni **ìfẹ́** .

Ati ni akoko yẹn, Augustine rii ohun kan ti o ni ẹ̀rù ati ominira ni akoko kanna:

kìí ṣe yíyàn jẹ́ funrararẹ a àṣàyàn.

ÌGBÉSÍ AYÉ ẸKỌ

Òtítọ́ nígbẹ̀yìn-gbẹ́yín awọn ibeere a ìdáhùn.

Àkókò kan wà tí ìmọ́lẹ̀ máa ń fi ohun tó pọ̀ ju bó ṣe yẹ lọ hàn. Nígbà tí Ìwé Mímọ́ bá dẹ́kun sísọ fún ọkàn, tó sì bẹ̀rẹ̀ sí í ṣe ìdájọ́ ọkàn. Nígbà tí àìdásí-tọ̀túntòsì bá wó lulẹ̀ lábẹ́ òye.

Ní àkókò yẹn, ìdádúró di àìgbọràn, àìpinnu sì di àtakò.

Ọlọ́run ṣe kìí ṣe agbara Àwọn nǹkan wọ̀nyí ló fà á tí wọ́n fi ń ṣe àtúnṣe sí ara wọn. yóò—ṣùgbọ́n Òun yọ kuro àwọn ìtànjẹ.

Nigbawo otitọ di tí a kò lè yẹ̀ sílẹ̀, Àwọn nǹkan wọ̀nyí ló fà á tí wọ́n fi ń ṣe àtúnṣe sí ara wọn. nìkan to ku ibeere ni kìí ṣe *"Ṣé òótọ́ ni èyí?"* ṣùgbọ́n *"Ṣé màá gbọ́ràn?"*

DÍGÌ ÌṢẸKẸKẸ (Ẹnikan ÌRÒYÌN)

Jókòó idakẹjẹẹ pẹlu àwọn wọ̀nyí awọn ibeere:

- Kini otitọ ní di kedere nínú tirẹ ìgbésí ayé iyẹn iwọ àwọn sibẹ kí ó yẹra fún?
- Nibo ní Ọlọ́run ti yọ kuro tirẹ àwọn àwáwí ṣùgbọ́n iwọ ní kìí ṣe síbẹ̀ ó dáhùn?
- Àwọn iwọ duro nínú Àwọn nǹkan wọ̀nyí ló fà á tí wọ́n fi ń ṣe àtúnṣe sí ara wọn. ìmọ́lẹ̀—tàbí duro nitosi rẹ̀?

Jẹ́ òótọ́. Ọlọ́run ni ti n sọrọ tẹlẹ .

IṢẸ FÚN Ìgbọràn

Lónìí, ṣe kìí ṣe beere Ọlọ́run fún jù bẹ́ẹ̀ lọ Ìmọ́lẹ̀. Béèrè fún **ìgboyà Rẹ̀** .

- Ṣe idanimọ ọkan agbegbe ibi ti otitọ ní di tí kò ṣe àṣìṣe
- Sọ̀rọ̀ rẹ̀ sókè pẹ̀lú ohùn rara sí Ọlọ́run
- Sọ èyí àdúrà laiyara:
  "Olúwa, Èmi ìfẹ́-inú rárá gun ju yẹra fun kini Ìwọ ní ṣe kedere."

Lẹ́yìn náà mu ọkan igbesẹ ti ìgbọràn—síbẹ̀ kékeré— *lónìí* .

ẸGBẸ ÌJÍRÒRÒ Àwọn ÌBÉÈRÈ

1. Kílódé? ṣe kedere nigba miiran pọ si resistance dípò bẹ́ẹ̀ ti ìgbọràn?
2. Bawo agolo isunmọtosi sí otitọ ṣẹ̀dá Àwọn nǹkan wọ̀nyí ló fà á tí wọ́n fi ń ṣe àtúnṣe sí ara wọn. ìtànjẹ ti ìgbàgbọ́?
3. Kini ṣẹlẹ Nigbawo àwọn onígbàgbọ́ ku a kò pinnu fún paapaa gígùn?

ÀDÚRÀ

Bàbá, Èmi jẹwọ iyẹn Nibẹ àwọn awọn otitọ Èmi ní duro nitosi ṣùgbọ́n kìí ṣe igbesẹ si isalẹ sinu. Ìrìn lọ kuro gbogbo àwáwí iyẹn ntọju emi láti ìgbọràn. Fún mi ní ìgboyà níbi tí òye ti wà tẹ́lẹ̀. yan
imọlẹ lórí itunu, otitọ lórí ìdádúró. Àmín.

ÀSỌTÍLẸ ÌKÉDE

Mo máa ń gbọ́ràn sí òtítọ́ pẹ̀lú
ìgbọràn. Mi ò fi ara pamọ́ mọ́
nínú àìnípinnu.
Àwọn imọlẹ ti Ọlọ́run àwọn aṣáájú
tèmi Àwọn ìgbésẹ̀. Lónìí, mo yan
Olúwa.

ÌFẸRẸSÍ SI Ìgbọràn

Lónìí, Èmi dá sí dahun ibi ti Ọlọ́run ní ti a n sọ kedere. Mo
kọ àìdásí àti ìdádúró.
Èmi yan ìgbọràn nisinsinyi.

WÍWÒ ṢÁájú SI ỌJỌ Mẹ́fà

Nigbawo otitọ di tí a kò lè yẹ̀ sílẹ̀, Augustin de ọdọ a fifọ ojúkòkòrò—kìí ṣe ti ìgbàgbọ́, ṣùgbọ́n ti **agbára** .

Ọla àwa ìfẹ́-inú ojú a otito ọpọlọpọ àwọn onígbàgbọ́ pàdé:

Kini ṣẹlẹ Nigbawo Àwọn nǹkan wọ̀nyí ló fà á tí wọ́n fi ń ṣe àtúnṣe sí ara wọn. ìfẹ́-inú awọn ifẹ sí gbọ́ràn—ṣùgbọ́n rilara alailagbara sí ṣe bẹ́ẹ̀ ni?

ỌJỌ Mẹ́fà

NÍGBÀ TÍ AGBARA ÌFẸṢẸ BÁ KÚ ÀTI ỌFẸ-ỌFẸ GBỌDỌ LÁBÒÓRÍ

KEY ÀKÓKÒ ÌWÉ MÍMỌ

"Sí ìfẹ́-inú ni lọ́wọ́lọ́wọ́ pẹlu èmi, ṣùgbọ́n Bawo sí ṣe kini ni o dara Èmi ṣe kìí ṣe wá."

— Àwọn ará Róòmù 7:18

"Tí èmi oore-ọfẹ ni tó fún ìwọ, fún Tèmi agbára ni ṣe pipe nínú àìlera."

— 2 Àwọn ará Kọ́ríǹtì 12:9

"Nítorí Ọlọ́run ni ẹni tí ó ń ṣiṣẹ́ nínú yín láti fẹ́ àti láti ṣe fún rere Rẹ̀," ayọ̀."

— Àwọn ará Fílípì 2:13

"Rárá o," ọkan agolo wá sí Èmi ayafi ti Àwọn nǹkan wọ̀nyí ló fà á tí wọ́n fi ń ṣe àtúnṣe sí ara wọn. Bàbá Àjọ WHO ti firanṣẹ Èmi awọn fa òun."

— Jòhánù 6:44

ỌGÙSTINE GBÉ ÌṢẸKẸKẸ

Augustine fẹ́ gbọ́ràn.

Ìṣòro náà nìyẹn.

Tirẹ̀ ọkàn jẹ́ gbàgbọ́. Tirẹ̀ ẹ̀rí-ọkàn jẹ́ jí. Tirẹ̀ ìfẹ́ ọkàn fún Ọlọ́run jẹ́ òótọ́. Síbẹ̀ Nigbawo òun gbìyànjú sí iyipada, òun ṣawari a irora otitọ: **ìfẹ́ ọkàn nìkan kò tó** .

Òun le orúkọ kini jẹ́ ó tọ́. le ṣàlàyé kini jẹ́ òótọ́. Ó lè fẹ́ kí ó jẹ́ mímọ́.

Ṣùgbọ́n òun le kìí ṣe ṣe ara rẹ̀ ọ̀fẹ́.

Àwọn ìfẹ́-inú ní jí—ṣùgbọ́n agbára ní kìí ṣe dé.

Ibí ni ọpọ̀ àwọn onígbàgbọ́ ti ń rẹ̀wẹ̀sì. Wọ́n máa ń fi àìlèṣeéṣe sí àìṣòótọ́ àti àìlera sí àgàbàgebè. Augustine kọ́ nǹkan kan. o yatọ: èyí ìṣẹ́jú-ààyá jẹ́ kìí ṣe ìkùnà—ó jẹ́ **ìmúrasílẹ̀** .

ÌGBÉSÍ AYÉ ẸKỌ

Agbára Ìfẹ́-inú kò le mu jade ìyípadà.

Ìwé Mímọ́ lae àwọn ìlérí iyẹn àwa ìfẹ́-inú gbọ́ràn nípasẹ̀ agbára ti pinnu. Ó ṣèlérí pé Ọlọ́run fúnra rẹ̀ ń ṣiṣẹ́ nínú wa—ìfẹ́ ọkàn *àti* agbára láti gbọ́ràn.

Àwọn ìṣẹ́jú-ààyá agbára ìfẹ́-inú kuna ni kìí ṣe Àwọn nǹkan wọ̀nyí ló fà á tí wọ́n fi ń ṣe àtúnṣe sí ara wọn. opin ti Àwọn nǹkan wọ̀nyí ló fà á tí wọ́n fi ń ṣe àtúnṣe sí ara wọn. ìrìnàjò. Ó ni nigbagbogbo ẹnu ọ̀nà sí oore-ọ̀fẹ́.

Oore-ọfẹ ni kìí ṣe Ọlọ́run ranlọ́wọ́ iwọ gbìyànjú Gba gan.

Oore-ọfẹ ni Ọlọ́run n ṣe nínú iwọ kini iwọ kò le ṣe ara rẹ.

Títí di àwa arọwọto Àwọn nǹkan wọ̀nyí ló fà á tí wọ́n fi ń ṣe àtúnṣe sí ara wọn. opin ti ara wa, àwa nigbagbogbo àìlóye oore-ọ̀fẹ́.

DÍGÌ ÌṢẸKẸKẸ (Ẹnìkan ÌRÒYÌN)

Jókòó idakẹjẹẹ pẹlu àwọn wọ̀nyí awọn ibeere:

- Nibo ní iwọ gbìyànjú sí gbọ́ràn Ọlọ́run nínú tirẹ tirẹ̀ agbára?
- Kini àṣà tabi ilana ní koju tirẹ ti o dara julọ àwọn ìsapá?
- Ṣé o ti túmọ̀ àìlera sí àìtóótun dípò kí o pè é?

Jẹ́ òótọ́. Èyí ni mímọ́ ilẹ̀.

IṢẸ FÚN Ìgbọràn

Lónìí, Duro n gbiyanju sí ṣẹgun kini Ọlọ́run awọn ifẹ sí **gbe** .

- Ṣe idanimọ ọkan agbegbe ibi ti iwọ rilara alailagbara
- Sọ̀rọ̀ rẹ̀ sókè pẹ̀lú ohùn rara sí Ọlọ́run láìsí ẹ̀sùn ara-ẹni
- Gbàdúrà èyí gbólóhùn lọ́ra díẹ̀díẹ̀:
  "Olúwa, Èmi kò le ṣe èyí láìsí Ìwọ."

Lẹ́yìn náà ìsinmi. Oore-ọfẹ awọn iṣẹ ti o dara julọ ibi ti igbiyanju awọn iduro.

ẸGBẸ ÌJÍRÒRÒ Àwọn ÌBÉÈRÈ

1. Kílódé? ṣe àwa koju gbigba àìlera?
2. Bawo ṣe ìsapá ara-ẹni yípo tiwa òye ti oore-ọ̀fẹ́?
3. Kini ṣe rẹ̀ àìtọ́ fún Ọlọ́run sí iṣẹ́ nínú àwa mejeeji sí ìfẹ́-inú àti sí ṣe?

ÀDÚRÀ

Bàbá, Èmi jẹwọ iyẹn Èmi ní gbìyànjú sí gbọ́ràn Ìwọ pẹlu tèmi tirẹ̀ agbára. Èmi ní gbẹ́kẹ̀lé lórí agbára ìfẹ́-inú ibi ti Èmi nilo oore-ọ̀fẹ́. Èmi mú Ìwọ tèmi àìlera—kìí ṣe gẹ́gẹ́ bí ohun àwáwí, ṣùgbọ́n gẹ́gẹ́ bí ohun ẹbọ. Ṣe ohun tí èmi kò lè ṣe fúnra mi nínú mi. Àmín.

ÀSỌTÍLẸ ÌKÉDE

Èmi ṣe kìí ṣe gbẹ́kẹ̀lé lórí tèmi tirẹ̀ agbára. Ọlọ́run ń ṣiṣẹ́ nínú mi.

ọ̀fẹ́ ni ó ń ṣe ohun tí agbára ìfẹ́-ọkàn kò lè ṣe.

òwúrọ̀ jije ti yipada láti ọwọ́ Ti Ọlọ́run agbára.

ÌFẸRẸSÍ SI Ìgbọràn

Lónìí, Èmi itusilẹ ìsapá ara-ẹni.

Èmi gbarale ni kikun lórí Àwọn nǹkan wọ̀nyí ló fà á tí wọ́n fi ń ṣe àtúnṣe sí ara wọn. oore-ọfẹ ti Ọlọ́run.

Èmi ìfẹ́-inú gba laaye Ọlọ́run sí iṣẹ́ nínú èmi—méjèjì sí ìfẹ́-inú àti sí ṣe.

WÍWÒ ṢÁájú SI ỌJỌ MEJE

ti Augustine ilọsiwaju ṣe kìí ṣe wá nípasẹ̀ ìsapá—ó wá nípasẹ̀ **ìdádúró** .

Ọla àwa ìfẹ́-inú pàdé a asọye ìṣẹ́jú kan:

Nigbawo Ọlọ́run sọ̀rọ̀, àti resistance wó lulẹ̀.

ỌJỌ MEJE

Gbà kí o sì ka: Nígbà tí Ọlọ́run bá dá ìjàkadì náà dúró

KEY ÀKÓKÒ ÌWÉ MÍMỌ

"Tìrẹ ọrọ ni a fitílà sí tèmi ẹsẹ̀ àti a imọlẹ sí tèmi ipa ọ̀nà."

— Sáàmù 119:105

"Fún" Àwọn nǹkan wọ̀nyí ló fà á tí wọ́n fi ń ṣe àtúnṣe sí ara wọn. ọrọ ti Ọlọ́run ni ìgbé ayé àti alagbara... a olufọye ti Àwọn nǹkan wọ̀nyí ló fà á tí wọ́n fi ń ṣe àtúnṣe sí ara wọn. ìrònú àti ète ọkàn."

— Àwọn Hébérù 4:12

"Nítorí náà, lẹ́yìn náà igbagbọ ń bọ̀ láti ọwọ́ gbígbọ́, àti gbígbọ́ láti ọwọ́ Àwọn nǹkan wọ̀nyí ló fà á tí wọ́n fi ń ṣe àtúnṣe sí ara wọn. ọrọ ti Ọlọ́run."

— Àwọn ará Róòmù 10:17

"Lónìí, bí iwọ ìfẹ́-inú gbọ́ Tirẹ̀ ohùn, ṣe kìí ṣe le ọkàn yín ."

— Àwọn Hébérù 3:15

ỌGÙSTINE GBÉ ÌṢẸKẸKẸ

Augustine ti dé òpin ara rẹ̀. Kò tún ń jiyàn
nípa òtítọ́ mọ́.

Òun jẹ́ rárá gun ju fífẹ̀yìntì síwájú ìgbọràn.

Òun jẹ́ rárá gun ju ṣe àṣehàn agbára òun ṣe kìí ṣe ní.

Ó sọkún—kì í ṣe nítorí pé ó ṣiyèméjì Ọlọ́run, ṣùgbọ́n nítorí pé kò lè yí ara rẹ̀ padà.

Àti lẹ́yìn náà Ọlọ́run Dídínà.

Kì í ṣe pẹ̀lú ààrá.

í ṣe pẹ̀lú àríyànjiyàn.

pẹlu àlàyé. Pẹ̀lú ohùn

kan.

"Gba" àti kà."

Àwọn àṣẹ jẹ́ o rọrun. Ó tí a nṣe rárá itunu, rárá ìfọ̀rọ̀wérọ̀, kò sí ìrònú. Ó ṣe kìí ṣe beere Augustin sí rilara ṣetán—níkan sí dáhùn.

Oore-ọfẹ ṣe kìí ṣe nigbagbogbo de
gẹ́gẹ́ bí Ìtura. Nígbà mìíràn, ó máa ń
dé gẹ́gẹ́ bí **ìtọ́sọ́nà** .

ÌGBÉSÍ AYÉ ẸKỌ

Ìṣẹ̀lẹ̀ tuntun nigbagbogbo ń bọ̀ Nigbawo igbiyanju pari.

Ti Ọlọ́run Ọrọ̀ ni kìí ṣe lasan ìwífún—ó ni **ìdásí** . Ìwé Mímọ́ kì í ṣe pé ó kàn ń kọ́ni nìkan; ó ń dá ìdààmú ọkàn dúró, ó sì ń tún ìfẹ́ inú ṣe.

ti Augustine ìjàkadì ṣe kìí ṣe opin nítorí òun nikẹhin gbìyànjú Gba gan. Ó pari nitori Ọlọ́run sọ̀rọ̀, àti Augustin dáhùn.

Nigbawo Ọlọ́run sọ̀rọ̀, ìgbọràn di ṣeé ṣe—kìí ṣe nítorí agbára hàn, ṣùgbọ́n nítorí oore-ọfẹ mu ṣiṣẹ.

DÍGÌ ÌṢẸKẸKẸ (Ẹnikan ÌRÒYÌN)

Jẹ́ sibẹ pẹlu àwọn wọ̀nyí awọn ibeere:

- Nibo ní iwọ de ọdọ Àwọn nǹkan wọ̀nyí ló fà á tí wọ́n fi ń ṣe àtúnṣe sí ara wọn. opin ti tirẹ tirẹ̀ agbára?
- Kini rọrun ìtọ́ni le Ọlọ́run tẹlẹ jẹ́ fífúnni ìwọ?
- Àwọn iwọ nduro fún iderun Nigbawo Ọlọ́run ni béèrè fún ìdáhùn?

Ṣe kìí ṣe ìsáré. Fetí sílẹ̀.

IṢẸ FÚN Ìgbọràn

Lónìí, gba laaye Ti Ọlọ́run Ọrọ̀ sí dá ìdarú dúró ìwọ.

- Ṣètò lẹ́gbẹ̀ẹ́ 15 ìṣẹ́jú láìsí àwọn ohun ìdààmú
- Ṣí sílẹ̀ Ìwé Mímọ́—kì í ṣe sí ẹ̀kọ́, ṣùgbọ́n sí **gbọ́**
- Beere Àwọn nǹkan wọ̀nyí ló fà á tí wọ́n fi ń ṣe àtúnṣe sí ara wọn. Mímọ́ Ẹmí:

  "Kini àwọn Ìwọ béèrè emi sí ṣe?

Nigbawo kedere ń bọ̀, ìṣe—láìsí ìdádúró.

ẸGBẸ ÌJÍRÒRÒ Àwọn ÌBÉÈRÈ

1. Kílódé? ṣe Ọlọ́run nigbagbogbo sọ̀rọ̀ nirọrun ní ipinnu àwọn àkókò?
2. Bawo agolo Ìwé Mímọ́ iṣẹ́ gẹ́gẹ́ bí ìdádúró dípò bẹ́ẹ̀ ju ìwífún?

3. Kini ntọju àwa láti n fesi lẹ́sẹ̀kẹsẹ̀ Nigbawo Ọlọ́run sọ̀rọ̀?

ÀDÚRÀ

Bàbá, Èmi o ṣeun Ìwọ iyẹn Ìwọ sọ̀rọ̀ Nigbawo Èmi òwúrọ̀ aláìlera. Dáwọ́ dúró tèmi igbiyanju pẹlu Tìrẹ Ọrọ̀.

Fúnni emi etí sí gbọ́ àti ìgboyà sí dáhùn. Èmi yan ìgbọràn Nigbawo Ìwọ sọ̀rọ̀.

Àmín.

ÀSỌTÍLẸ ÌKÉDE

Mo gbọ́ ohùn Ọlọ́run .

Ọrọ̀ àwọn olùdarí tèmi awọn igbesẹ.

Ijakadi n funni ọ̀nà sí ìgbọràn. Oore-ọ̀fẹ́ n fun ni agbara tèmi ìdáhùn.

ÌFẸRẸSÍ SI Ìgbọràn

Lónìí, Èmi dá sí dahun Nigbawo Ọlọ́run n sọrọ. Emi kii yoo fi idaduro tabi ṣe adehun.

Èmi ìfẹ́-inú gbọ́ràn Àwọn nǹkan wọ̀nyí ló fà á tí wọ́n fi ń ṣe àtúnṣe sí ara wọn. Ọrọ̀ Èmi gbọ́.

WÍWÒ ṢÁájú SI ỌJỌ Mẹjọ

Ìdádúró Augustine yọrí sí **ìpinnu** — ṣùgbọ́n ìpinnu náà yọrí sí **ìkọ̀sílẹ̀** .

Ọla àwa ìfẹ́-inú koju Àwọn nǹkan wọ̀nyí ló fà á tí wọ́n fi ń ṣe àtúnṣe sí ara wọn. iye owo ti ìgbọràn:

Kini gbọdọ ìṣubú lọ kuro Nigbawo oore-ọfẹ gba dimu?

ỌJỌ Mẹjọ

NÍGBÀ TÍ ORÍṢIRÍ BẸRẸ FÍFÚN ÌKỌSÍLẸ

KEY ÀKÓKÒ ÌWÉ MÍMỌ

"Bí ó bá jẹ́ pé ẹnikẹni awọn ifẹ sí wá lẹ́yìn Èmi, jẹ ki òun sẹ́ ara rẹ̀, àti mu gbé e sókè agbelebu lojoojumọ, àti tẹle Èmi."

— Lúùkù 9:23

"Fi sílẹ̀ kuro, nípa tirẹ ti tẹlẹ ìwà, Àwọn nǹkan wọ̀nyí ló fà á tí wọ́n fi ń ṣe àtúnṣe sí ara wọn. àtijọ́ ọkùnrin èwo ni ń bàjẹ́ gẹ́gẹ́ bí sí Àwọn nǹkan wọ̀nyí ló fà á tí wọ́n fi ń ṣe àtúnṣe sí ara wọn. ẹ̀tàn ìfẹ́kúfẹ̀ẹ́."

— Éfésù 4:22

"Ṣùgbọ́n ohunkohun ti o ba sele àwọn nǹkan wà èrè sí èmi, àwọn wọ̀nyí Èmi ní kà pipadanu fún Kristi."

— Àwọn ará Fílípì 3:7–8

"Jẹ́ kí a jẹ́ kí ó àwa dubulẹ lẹ́gbẹ̀ẹ́ gbogbo iwuwo, àti Àwọn nǹkan wọ̀nyí ló fà á tí wọ́n fi ń ṣe àtúnṣe sí ara wọn. ẹṣẹ èwo ni bẹ́ẹ̀ ni ni irọrun àwọn ìdẹkùn àwa."

— Àwọn Hébérù 12:1

ỌGÙSTINE GBÉ ÌṢẸKẸKẸ

Nigbawo oore-ọfẹ nikẹhin fọ́ nípasẹ̀, **Augustin ti Erinmi** ṣe kìí ṣe nirọrun lero idariji.

Òun **ti yipada itọsọna** .

Oore-ọfẹ ṣe kìí ṣe dunadura pẹlu tirẹ̀ àtijọ́ ìgbésí ayé. Ó ṣe kìí ṣe ìfilọ̀lẹ̀ Ìwàláàyè pẹ̀lú ara wọn. beere ìkọ̀sílẹ̀. Augustin oye iyẹn ìtẹ́ríba ìtumọ̀ ju ìfọwọ́sowọ́pọ̀ inú lọ—ó nílò ìyàsọ́tọ̀ tí ó hàn gbangba kúrò nínú àwọn ìlànà, àwọn ìfẹ́ ọkàn, àti awọn asomọ iyẹn le rárá gun ju dúró.

Èyí jẹ́ kìí ṣe ìyà. Ìbáṣepọ̀

ni.

Oore-ọfẹ ní ominira òun, ṣùgbọ́n ominira nilo ìtúsílẹ̀.

ÌGBÉSÍ AYÉ ẸKỌ

Oore-ọfẹ ṣe kìí ṣe nìkan ìgbàlà—ó àtúnṣe àwọn àṣẹ.

Àtúnṣe ni kìí ṣe Àwọn nǹkan wọ̀nyí ló fà á tí wọ́n fi ń ṣe àtúnṣe sí ara wọn. iye owo àwa sanwo fún oore-ọ̀fẹ́; rẹ̀ ni Àwọn nǹkan wọ̀nyí ló fà á tí wọ́n fi ń ṣe àtúnṣe sí ara wọn. **èso** ti oore-ọ̀fẹ́. Nígbà tí Ọlọ́run bá gba ọkàn, àwọn nǹkan kan kò lè dúró ní ipò wọn mọ́—kì í ṣe nítorí pé wọ́n máa ń jẹ́ ẹlẹ́ṣẹ̀ ní ìrísí, ṣùgbọ́n nítorí pé wọ́n ń díje fún àṣẹ.

Àtúnṣe àwọn ìdáhùn ọkan ibeere kedere:

Àjọ WHO ni nínú idiyele nisinsinyi?

Kini àwa kọ̀ sí itusilẹ nígbẹ̀yìn-gbẹ́yín tako tiwa ìgbọràn.

DÍGÌ ÌṢẸKẸKẸ (Ẹnìkan ÌRÒYÌN)

Jókòó loootọ pẹlu àwọn wọ̀nyí awọn ibeere:

- Kini ṣe oore-ọfẹ ọfẹ iwọ láti iyẹn iwọ àwọn sibẹ dimu lórí?
- Ǹjẹ́ ìbátan, ìwà tàbí ìfẹ́ ọkàn kan wà tó ń bá àṣẹ Ọlọ́run díje ?
- Kini ní Ọlọ́run tẹlẹ tí a fihàn gẹ́gẹ́ bí a "iwuwo," kìí ṣe nìkan a ẹ̀ṣẹ̀?

Ṣe kìí ṣe dá láre. Fetí sílẹ̀.

IṢẸ FÚN Ìgbọràn

Lónìí, ṣe adaṣe ni ero inu ìkọ̀sílẹ̀.

- Ṣe idanimọ **ọkan nkan** Ọlọ́run ni béèrè iwọ sí itusilẹ
- Orúkọ rẹ̀ kedere ṣaaju Òun
- Gba a ojulowo igbesẹ sí yọ ara rẹ kuro ninu ajọṣepọ láti rẹ̀

Àtúnṣe di gidi Nigbawo rẹ̀ ni ṣe ìṣeré lórí.

ẸGBẸ ÌJÍRÒRÒ Àwọn ÌBÉÈRÈ

1. Kílódé? ṣe ìkọ̀sílẹ̀ rilara fẹran pipadanu paapaa Nigbawo rẹ̀ àwọn aṣáájú sí òmìnira?
2. Bawo agolo o dara àwọn nǹkan di àwọn ìwọ̀n?
3. Kini ni Àwọn nǹkan wọ̀nyí ló fà á tí wọ́n fi ń ṣe àtúnṣe sí ara wọn. iyatọ laarin ìṣàkóso ẹṣẹ àti kàn mọ́ àgbélébùú rẹ̀?

ÀDÚRÀ

Bàbá, Èmi o ṣeun Ìwọ fún Àwọn nǹkan wọ̀nyí ló fà á tí wọ́n fi ń ṣe àtúnṣe sí ara wọn. oore-ọfẹ iyẹn ní dé ọ̀dọ̀ mi.

Fúnni emi ìgboyà sí itusilẹ kini rárá gun ju ohun ìní nínú tèmi

ìgbésí ayé. Mo yan ìtòlẹ́sẹẹsẹ ju ìsopọ̀mọ́ra lọ.

Èmi ìtẹríba ní kíkún—kìí ṣe Àmín.

ÀSỌTÍLẸ̀ ÌKÉDE

Oore-ọfẹ ń ṣàkóso tèmi ìgbésí ayé.

Gbogbo ìdíje asomọ ni pípadánù tirẹ̀ dimu.

Èmi Rìn kiri ọfẹ nítorí Èmi ní ti tu silẹ kini lẹ́ẹ̀kan dè é èmi.

Kristi nìkan ni Olúwa.

ÌFẸRẸSÍ SI Ìgbọràn

Lónìí, Èmi kọ silẹ kini Ọlọ́run ní mo ti mọ.

Emi kii yoo di ohun ti oore-ọfẹ ti dagba ju .

yan ominira nípasẹ̀ ìtẹríba.

WÍWÒ ṢÁájú SI ỌJỌ́ MẸSÁN-ÁN

Àìsí àtúnṣe ló ń fa ààyè—ṣùgbọ́n ààyè gbọ́dọ̀ **kún** . Ọla

àwa ìfẹ́-inú ṣe àwárí kini tẹ̀lé ìtújáde:

Kini ṣẹlẹ Nigbawo Ọlọ́run bẹ̀rẹ̀ sí tunto eto ìfẹ́ ọkàn àti kọ àwọn ẹ̀ka tuntun ?

ỌJỌ MẸSÁN-ÁN

NÍGBÀ TÍ ỌLỌRUN BÁ ṢE ÀṢẸ ÌFẸ TÍ Ó BÁ KỌ ÀWỌN ÀṢÀ TUNTUN

KEY ÀKÓKÒ ÌWÉ MÍMỌ

"Ìdùnnú funrararẹ pẹlu nínú Àwọn nǹkan wọ̀nyí ló fà á tí wọ́n fi ń ṣe àtúnṣe sí ara wọn. Olúwa, àti Òun yóò fúnni iwọ Àwọn nǹkan wọ̀nyí ló fà á tí wọ́n fi ń ṣe àtúnṣe sí ara wọn. àwọn ìfẹ́ ọkàn yín."

— Sáàmù 37:4

"Jẹ́" ti yipada láti ọwọ́ Àwọn nǹkan wọ̀nyí ló fà á tí wọ́n fi ń ṣe àtúnṣe sí ara wọn. isọdọtun ti tirẹ ọkàn."

— Àwọn ará Róòmù 12:2

"Àwọn wọ̀nyẹn Àjọ WHO jẹ ti ara sí Kristi Jésù ní kàn mọ́ agbelebu Àwọn nǹkan wọ̀nyí ló fà á tí wọ́n fi ń ṣe àtúnṣe sí ara wọn. ẹran ara pẹlu tirẹ̀ àwọn ìfẹ́ ọkàn àti àwọn ìfẹ́ ọkàn."

— Àwọn ará Gálátíà 5:24

"Ìbáwí funrararẹ fún Àwọn nǹkan wọ̀nyí ló fà á tí wọ́n fi ń ṣe àtúnṣe sí ara wọn idi ti ìwà-bí-Ọlọ́run."

— 1 Tímótì 4:7

ỌGÙSTINE GBÉ ÌṢẸKẸKẸ

Lẹ́yìn tí **Augustine ti kọ̀ sílẹ̀, ti Erinmi** kò rò pé ogun náà ti parí.

Oore-ọfẹ ní ominira òun—ṣùgbọ́n ominira ní sí jẹ́ **tí a ṣẹ̀dá** .

Àwọn àtijọ́ awọn ifẹ ṣe kìí ṣe parẹ́ pátápátá ní alẹ́. Àwọn iyatọ jẹ́ iyẹn àwọn ko si mọ ṣe àkóso. Augustin oye iyẹn Ọlọ́run ṣe kìí ṣe lasan yọ kuro ìfẹ́kúfẹ̀ẹ́ ẹ̀ṣẹ̀; Ó **tún pàṣẹ ìfẹ́** . Ohun tí ó ti ń ṣàkóso ọkàn tẹ́lẹ̀ ni ohun kan ti yí padà tóbi jù.

Èyí àtúntò ìṣètò nilo èrò ọkàn. Augustin gbà mọ́ra àdúrà, Ìwé Mímọ́, àti àwọn ìlù tí a ti kọ́—kì í ṣe gẹ́gẹ́ bí ojúṣe ìsìn, ṣùgbọ́n gẹ́gẹ́ bí ọ̀nà fún oore-ọ̀fẹ́ láti ṣe àgbékalẹ̀ àwọn èrò tuntun.

Ominira jẹ́ nisinsinyi jije ti kọ́.

ÌGBÉSÍ AYÉ ẸKỌ

Ọlọ́run awọn iyipada àwa láti ọwọ́ àtúnṣe àtúnṣe kini àwa ìfẹ́.

Ìfẹ́ ọkàn kì í parẹ́—a máa yí i padà. Ìgbésí ayé Kristẹni kì í ṣe ìdènà ìfẹ́ ọkàn, bí kò ṣe gbígbin ìfẹ́ mímọ́. Ohun tó ń gba ọkàn ló ń darí ìwà rere nígbẹ̀yìn-gbẹ́yín.

Àwọn àṣà tuntun kì í ṣe ìgbìyànjú láti jèrè
oore-ọ̀fẹ́ . àwọn awọn idahun sí oore-ọ̀fẹ́.
Ìbáwí ṣèdá aaye fún ìfẹ́ ọkàn sí ìyípadà.

DÍGÌ ÌṢẸKẸKẸ (Ẹnikan ÌRÒYÌN)

Ṣe àtúnṣe pẹ̀lú àdúrà:

- Kini awọn ifẹ ní Ọlọ́run tẹlẹ bẹ̀rẹ̀ sí iyipada nínú ìwọ?
- Èwo ni àtijọ́ awọn iwa àwọn rárá gun ju ìdájọ́, ṣùgbọ́n sibẹ wà níbí?
- Kini tuntun àwọn ìṣe le fun okun sii tirẹ tito lẹtọ pẹlu Ọlọ́run?

Ṣe kìí ṣe kẹgàn kekere àwọn ìbẹ̀rẹ̀. Ìṣẹ̀dá ni díẹ̀díẹ̀.

IṢẸ FÚN Ìgbọràn

Lónìí, fi idi mulẹ **ọkan mímọ́ àṣà** .

Yan ọkan:

- A ṣééṭì àkókò fún àdúrà
- Ojoojúmọ́ Ìwé Mímọ́ kíkà
- Ìdákẹ́jẹ́ẹ́ àti àtúnṣe
- Àmọ̀ọ́mọ̀ iṣiro

Fi ara rẹ lelẹ sí rẹ̀ fún Àwọn nǹkan wọ̀nyí ló fà á tí wọ́n fi ń ṣe àtúnṣe sí ara wọn.
Itele meje àwọn ọjọ́—kìí ṣe ni pipe, ṣùgbọ́n òótọ́.

ẸGBẸ ÌJÍRÒRÒ Àwọn ÌBÉÈRÈ

1. Kílódé? ṣe ìbáwí rilara ihamọ ṣaaju rẹ̀ rilara òmìnira?
2. Bawo ṣe awọn iwa apẹrẹ ìfẹ́ ọkàn afikun asiko?
3. Kini àwọn ìṣe ní julọ ran lọwọ iwọ ku ti o wa ni ibamu pẹlu Ọlọ́run?

ÀDÚRÀ

Bàbá, o ṣeun Ìwọ fún ominira emi láti ọwọ́ Tìrẹ oore-ọ̀fẹ́.

Kọ́ni emi sí ìfẹ́ kini Ìwọ ìfẹ́.

Tún àwọn ìfẹ́ ọkàn mi ṣe, kí o sì kọ́ àwọn ìwà mi sí ìwà-bí-Ọlọ́run . awọn iwa nínú tèmi ìgbésí ayé iyẹn pa mọ́ emi ti o wa ni ibamu pẹlu Ìwọ.

Àmín.

ÀSỌTÍLẸ̀ ÌKÉDE

Tèmi awọn ifẹ àwọn jije ti ṣe àtúntò láti ọwọ́ Ọlọ́run. Mo ní inú dídùn nínú Olúwa ju gbogbo ohun mìíràn lọ.

Àwọn àṣà tuntun ń gbilẹ̀ tí ó ń fún ìgbàgbọ́ mi lókun. Mo ń yí padà lójoojúmọ́.

ÌFẸRẸSÍ SI Ìgbọràn

Lónìí, Èmi dá sí ti ni ibawi ìtọ̀lẹ́sẹẹsẹ.

Èmi ìfẹ́-inú gbin awọn iwa iyẹn bọ́ tèmi ìfọkànsìn sí Ọlọ́run. Mo yan ìṣẹ̀dá ju mímọ̀ lọ.

WÍWÒ ṢÁájú SI ỌJỌ MẸWÀÁ

Gẹ́gẹ́ bí ti Augustine awọn ifẹ wà ti ṣe atunṣe, Ọlọ́run bẹ̀rẹ̀ sí **fi lékọ̀ọ́ òun pẹ̀lú ẹrù iṣẹ́** .

Ọla àwa ìfẹ́-inú ṣe àwárí a aláìlera otitọ:

Ominira ni kìí ṣe Àwọn nǹkan wọ̀nyí ló fà á tí wọ́n fi ń ṣe àtúnṣe sí ara wọn. òpin — ìtọ́jú tẹ̀lé oore-ọ̀fẹ́.

ỌJỌ MẸWÀÁ

NÍGBÀ TÍ ORÍṢIRÍṢI BA FI ẸRÍ RẸ

KEY ÀKÓKÒ ÌWÉ MÍMỌ

"Sí tani pupọ ni tí a fún, láti òun pupọ ìfẹ́-inú jẹ́ a nílò rẹ̀.

— Lúùkù 12:48

"Jù bẹ́ẹ̀ lọ," rẹ̀ ni nilo nínú awọn olutọju iyẹn ọkan jẹ́ ri olóòótọ́."

— 1 Àwọn ará Kọ́ríńtì 4:2

"Jẹ́" àwọn olùṣe ti Àwọn nǹkan wọ̀nyí ló fà á tí wọ́n fi ń ṣe àtúnṣe sí ara wọn. ọ̀rọ̀, àti kìí ṣe àwọn olùgbọ́ nìkan.

— Jákọ́bù 1:22

"Àwa àwọn àwọn aṣojú fún Kristi."

— 2 Àwọn ará Kọ́ríńtì 5:20

ỌGÙSTINE GBÉ ÌṢẸKẸKẸ

Gẹ́gẹ́ bí oore-ọfẹ ti ṣe àtúntò tirẹ̀ awọn ifẹ àti ṣinṣin tirẹ̀ ìgbọràn, **Augustin ti Hippo** wọ akoko tuntun kan.

Ọlọ́run bẹ̀rẹ̀ sí **fi lékọ̀ọ́ òun pẹlu ojuse** .

Augustine kò wá agbára. Ó wá ìṣòtítọ́. Síbẹ̀, ẹrù iṣẹ́ tẹ̀lé ìyípadà. Àwọn ọ̀rọ̀ rẹ̀ gbéṣẹ́. Wọ́n kíyè sí ìwà rẹ̀. Ìgbọràn rẹ̀ bẹ̀rẹ̀ sí ní ipa lórí àwọn ẹlòmíràn.

Kì í ṣe pé Grace gbà á sílẹ̀ nìkan

ni, ó ti gbé e kalẹ̀.

Ìyípadà yìí múni ronú jinlẹ̀. Augustine lóye pé òmìnira kì í ṣe àṣẹ láti fún ní òmìnira sí laaye láìròtẹ́lẹ̀—ó jẹ́ a pe sí laaye **pẹ̀lú ìṣọ́ra** . Tirẹ̀ ìgbésí ayé jẹ́ rárá ìkọ̀kọ̀ tó gùn jù . Wọ́n ń kà á.

ÌGBÉSÍ AYÉ ẸKỌ

Oore-ọfẹ nigbagbogbo àwọn aṣáájú sí ìtọ́jú.

Ọlọ́run ṣe kìí ṣe ọfẹ àwa bẹ́ẹ̀ ni àwa agolo pada sí ìdarí ara-ẹni ìgbé ayé. Òun awọn ọfẹ àwa kí a lè ṣojú fún un dáadáa. Gbogbo ẹ̀bùn oore-ọ̀fẹ́ ní iṣẹ́-àṣẹ kan—ìbá ṣe pé a lè rí i tàbí a fi pamọ́.

Ojúṣe kì í ṣe ìfúngunmọ́.

Ìgbẹ́kẹ̀lé ni.

Nígbà tí Ọlọ́run bá gbé ẹrù iṣẹ́ lé e lọ́wọ́, kì í ṣe pé ó ń béèrè fún pípé—ó ń béèrè fún **iṣòtítọ́** .

DÍGÌ ÌṢẸKẸKẸ (Ẹnìkan ÌRÒYÌN)

Ṣe àtúnṣe òótọ́:

- Nibo ní Ọlọ́run tẹlẹ tí a fi lé lọ́wọ́ iwọ pẹlu ipa?
- Àjọ WHO ni ti kan láti ọwọ́ tirẹ ìgbọràn tabi àìgbọràn?
- Ní iwọ ti a tọju oore-ọfẹ gẹ́gẹ́ bí iderun dípò bẹ́ẹ̀ ti ojuse?

Jẹ́ kí àwọn wọ̀nyí awọn ibeere ṣe àwárí tirẹ ọkàn.

IṢẸ FÚN Ìgbọràn

Lónìí, ṣe idanimọ **ọkan agbegbe ti ìtọ́jú** nínú tirẹ ìgbésí ayé. Ó lè jẹ́:

- A ibatan
- A ipa
- A ẹ̀bùn
- A ẹ̀rí

Beere Ọlọ́run:

"Bawo agolo Èmi aṣoju Ìwọ otitọ Nibi?"

Lẹ́yìn náà mu ọkan aimọọmọ iṣe iyẹn ṣe afihan Kristi.

ẸGBẸ ÌJÍRÒRÒ Àwọn ÌBÉÈRÈ

1. Kílódé? ṣe àwa nigba miiran koju ojuse lẹ́yìn òmìnira?
2. Bawo ṣe ìtọ́jú yatọ láti titẹ?
3. Kini ṣe rẹ̀ àìtọ́ sí laaye gẹ́gẹ́ bí a tí a lè rí aṣoju ti Kristi?

ÀDÚRÀ

Bàbá, o ṣeun Ìwọ fún Àwọn nǹkan wọ̀nyí ló fà á tí wọ́n fi ń ṣe àtúnṣe sí ara wọn. oore-ọfẹ iyẹn ní ti yipada èmi.

Kọ́ni emi sí gbe ojuse pẹlu irẹlẹ àti iṣootọ. Iranlọwọ emi aṣoju Ìwọ daradara nínú gbogbo ibi Ìwọ ní tí a fi lé lọ́wọ́ sí èmi. Èmi yan ìtọ́jú lórí irọrun.

Àmín.

ÀSỌTÍLẸ ÌKÉDE

Èmi òwúrọ̀ a oloootọ olutọju ti Ti Ọlọ́run oore-ọ̀fẹ́.

Ìgbésí ayé mi ń fi Kristi hàn níbikíbi tí wọ́n bá gbìn mí sí. Ojúṣe mi ń mú kí ìgbọràn mi lágbára sí i.

Èmi laaye gẹ́gẹ́ bí ohun aṣoju ti Kristi.

ÌFẸRẸSÍ SI Ìgbọràn

Lónìí, Èmi dá sí oloootọ ìtọ́jú.

Èmi ìfẹ́-inú laaye mọ̀ọ́mọ̀, mímọ̀ tèmi ìgbésí ayé ni ka láti ọwọ́ àwọn mìíràn. Èmi yan iṣootọ nínú kini Ọlọ́run ní tí a fi lé lọ́wọ́ sí èmi.

WÍWÒ ṢÁájú SI ỌJỌ MỌKÀLÁ

Gẹ́gẹ́ bí ojuse pọ si, Augustin ṣawari a tuntun ìpèníjà:

Bawo ṣe iwọ ku onírẹ̀lẹ̀ Nigbawo ipa ń dàgbà?

Ọla àwa ìfẹ́-inú koju a pẹ̀lẹ́pẹ̀lẹ́ Ijamba:

Nigbawo èrè halẹ̀ mọ́ ìgbẹ́kẹ̀lé lórí Ọlọ́run.

ỌJỌ MỌKÀLÁ

ÀWỌN IJAMBA TI WÍWÒLÒ LÁÌSÍ ÌGBẸKẸLẸ

KEY ÀKÓKÒ ÌWÉ MÍMỌ

"Láìsí Èmi iwọ agolo ṣe kò sí ohunkóhun."

—Jòhánù 15:5

"Jẹ́ kí a jẹ́ kí ó òun Àjọ WHO ronú òun awọn iduro mu fetísílẹ̀ kí ó má baà jẹ́ òun ṣubú."

— 1 Àwọn ará Kọ́ríǹtì 10:12

"Àwa ní èyí ìṣúra nínú amọ̀ àwọn ọkọ̀ ojú omi, iyẹn Àwọn nǹkan wọ̀nyí ló fà á tí wọ́n fi ń ṣe àtúnṣe sí ara wọn. didara julọ ti Àwọn nǹkan wọ̀nyí ló fà á tí wọ́n fi ń ṣe àtúnṣe sí ara wọn. agbara le jẹ́ ti Ọlọ́run àti kìí ṣe ti àwa."

— 2 Àwọn ará Kọ́ríǹtì 4:7

"Kìí ṣe iyẹn àwa àwọn tó ti ara wa... ṣùgbọ́n tiwa tó ni láti Ọlọ́run."

— 2 Àwọn ará Kọ́ríǹtì 3:5

ỌGÙSTINE GBÉ ÌṢẸKẸKẸ

Gẹ́gẹ́ bí ojuse pọ si, **Augustin ti Erinmi** di ó túbọ̀ wúlò.

Àwọn èniyàn fetí

sílẹ̀. Àwọn ìgbésí

ayé wà tí a ṣe ní

ìrísí. Òtítọ́ jẹ́ ṣe

àlàyé.

Ati iyẹn jẹ́ gangan Àwọn nǹkan wọ̀nyí ló fà á tí wọ́n fi ń ṣe àtúnṣe sí ara wọn. Ijamba.

Augustine lóye pé ìwúlò lè fi ìdákẹ́jẹ́ẹ́ rọ́pò ìgbẹ́kẹ̀lé tí a bá pàdánù ìṣọ́ra. Àwọn ẹ̀bùn tí Ọlọ́run fúnni lè di àrọ́pò fún Ọlọ́run fúnra rẹ̀. Ìpalára lè dín àìnírètí kù. Mímọ̀ pẹ̀lú òtítọ́ lè dín ebi fún oore-ọ̀fẹ́ kù.

Augustin koju èyí omi ṣan kiri mọ̀ọ́mọ̀. Òun tí a rántí paapaa kedere ẹni tí ó ti jẹ́ láìní oore-ọ̀fẹ́. Ó kọ̀ láti gbẹ́kẹ̀lé òye rẹ̀ ju wíwà Ọlọ́run lọ .

Ìwúlò kò wù ú. Ìgbẹ́kẹ̀lé ló mú kí ó dúró.

ÌGBÉSÍ AYÉ ẸKỌ

Ọlọ́run awọn ifẹ ìgbẹ́kẹ̀lé jù bẹ́ẹ̀ lọ ju èrè.

Èso rere láìsí ìgbẹ́kẹ̀lé ni àìlágbára. Ìwé Mímọ́ ń kọ́ni pé ẹ̀ka náà kì í so èso nípa ìsapá, bí kò ṣe nípa sísopọ̀ mọ́ igi àjàrà náà.

Ìwúlò di ewu Nigbawo:

- Àwa gbẹ́kẹ̀lé lórí fífúnni ní ẹ̀bùn dípò bẹ́ẹ̀ ti oore-ọfẹ
- Àwa rirọpo ìgbòkègbodò fún isunmọtosi
- Àwa gbẹ́kẹ̀lé ìrírí jù bẹ́ẹ̀ lọ ju Ọlọ́run

Ìgbẹ́kẹ̀lé ara ẹni máa ń jẹ́ kí ọ̀nà náà ṣí sílẹ̀. Láìsí i, àwọn iṣẹ́ rere pàápàá máa ń di òfo.

DÍGÌ ÌṢẸKẸKẸ (Ẹnìkan ÌRÒYÌN)

Ṣe àtúnṣe pẹ̀lú ìṣọ́ra:

- Nibo ní Ọlọ́run ṣe iwọ munadoko tabi èso rere?
- Ó ní imunadoko dinku tirẹ oye ti nilo fún Ọlọ́run?
- Àwọn iwọ gbigbekele lórí ti o ti kọja àwọn ìpàdé dípò bẹ́ẹ̀ ti lọ́wọ́lọ́wọ́ ìgbẹ́kẹ̀lé?

Jẹ́ kí àwọn wọ̀nyí awọn ibeere tun ṣe àtúnṣe tirẹ ọkàn.

IṢẸ FÚN Ìgbọràn

Lónìí, adaṣe **aimọọmọ ìgbẹ́kẹ̀lé** .

- Dúró díẹ̀ ṣaaju gbogbo iṣẹ́ pàtàkì
- Gba Ọlọ́run ní ọ̀rọ̀ ẹnu:
  "Olúwa, Èmi nilo Ìwọ fún èyí.
- Àìgbọ́ràn sí gbẹ́kẹ̀lé nìkan lórí ìrírí tabi

Ìgbẹ́kẹ̀lé ọgbọ́n ni kìí ṣe àìlera—ó ni ọgbọ́n.

ẸGBẸ ÌJÍRÒRÒ Àwọn ÌBÉÈRÈ

1. Kílódé? ṣe èrè nigbagbogbo rẹ̀wẹ̀sì ìgbẹ́kẹ̀lé?
2. Bawo agolo ẹ̀mí aṣeyọri ṣẹ̀dá ẹ̀mí àìlera?
3. Kini àwọn ìṣe Egba Mi O ṣetọju isunmọtosi pẹlu Ọlọ́run láàárín ẹrù iṣẹ́?

ÀDÚRÀ

Bàbá, Èmi jẹwọ iyẹn Èmi nigba miiran gbẹ́kẹ̀lé lórí kini Ìwọ ní tí a fúnni emi dípò lórí Ìwọ.

Mu pada sipo tèmi ìgbẹ́kẹ̀lé.

Kọ́ni emi sí ku ti sopọ mọ sí Ìwọ nínú gbogbo

Àwọn nǹkan. Mo yan ìbáṣepọ̀ ju òmìnira lọ.

Àmín.

ÀSỌTÍLẸ ÌKÉDE

Èmi ku tí ó gbẹ́kẹ̀lé lórí Ọlọ́run.

Tèmi tó ni kìí ṣe nínú tèmi agbára ṣùgbọ́n nínú Tirẹ̀

oore-ọ̀fẹ́. Èso ń ṣàn láti inú ìbáṣepọ̀, kì í ṣe ìsapá.

Èmi fara mọ́ nínú Kristi ojoojúmọ́.

ÌFẸRẸSÍ SI Ìgbọràn

Lónìí, Èmi dá sí tí ó ń tẹ̀lé ìlànà nínú Kristi.

Èmi ìfẹ́-inú kìí ṣe gbẹ́kẹ̀lé tèmi èrè jù bẹ́ẹ̀ lọ ju Ti Ọlọ́run

wíwà. Èmi yan ìgbẹ́kẹ̀lé ní gbogbo ipele ti èso rere.

WÍWÒ ṢÁájú SI ỌJỌ́ MÉJÀLÁ

Gẹ́gẹ́ bí Augustin duro tí ó gbẹ́kẹ̀lé, Ọlọ́run a gba laaye òun sí ojú ohun kan ti o jinle ju iwulo tabi ikuna lọ:

Àtúnṣe.

Ọla àwa ìfẹ́-inú koju a ìtúnṣe otitọ:

Bawo ṣe a oloootọ iranṣẹ gba atunṣe láìsí àtakò?

ỌJỌ MÉJÀLÁ

NÍGBÀ TÍ ỌLỌRUN BÁ TỌ ÀWỌN TÍ Ó GBẸKẸ LỌWỌ

KEY ÀKÓKÒ ÌWÉ MÍMỌ

"Fún" tani Àwọn nǹkan wọ̀nyí ló fà á tí wọ́n fi ń ṣe àtúnṣe sí ara wọn. Olúwa nifẹ Òun àwọn ìwà ìbàjẹ́, àti àwọn ìkọlù gbogbo ọmọ tí Ó gbà."

— Àwọn Hébérù 12:6

"Gẹ́gẹ́ bí ọpọlọpọ gẹ́gẹ́ bí Èmi ìfẹ́, Èmi ìbáwí àti ìbáwí. Nítorí náà, jẹ́ onítara àti ronú pìwàdà."

— Ìfihàn 3:19

"Jẹ́ kí a jẹ́ kí ó a olododo ọkùnrin idasesile èmi; rẹ̀ yóò jẹ́ a inú rere."

— Sáàmù 141:5

"Gbogbo Ìwé Mímọ́ ni a fi ìmísí Ọlọ́run fún, ó sì wúlò fún ẹ̀kọ́ , ìbáwí, fún àtúnṣe, fún ìtọ́ni nínú òdodo."

— 2 Tímótì 3:16

ỌGÙSTINE GBÉ ÌṢẸKẸKẸ

Bí **Augustine ti Hippo** ṣe ń dàgbàsókè ní agbára àti ẹrù iṣẹ́, Ọlọ́run kò mú àtúnṣe kúrò nínú ìgbésí ayé rẹ̀.

Òun **pọ̀ sí i ó** .

Àtúnṣe wá nípasẹ̀ Ìwé Mímọ́. Nípasẹ̀

àwọn ohùn tí a gbẹ́kẹ̀lé.

Láti ọwọ́ awọn ayidayida iyẹn fara hàn afọju àwọn ibi tí ó wà.

Augustine kò túmọ̀ àtúnṣe sí ìkọ̀sílẹ̀. Ó gbà pé ó jẹ́ **ẹ̀rí. ti gbẹ́kẹ̀lé** . Ọlọ́run ṣe àtúnṣe kini Òun ero sí pa mọ́. Òun awọn ẹ̀ka-ẹ̀kọ́ ohun tí Ó gbèrò láti lò.

Dípò kí Augustine kọ̀, ó fara mọ́ àtúnṣe

náà. ṣe kìí ṣe dínkù tirẹ̀ aláṣẹ. Ó tún un ṣe.

ÌGBÉSÍ AYÉ ẸKỌ

Àtúnṣe ni a àmì ti ọmọ, kìí ṣe ikuna.

Àwọn tí Ọlọ́run kò bá ṣe àtúnṣe kò múra sílẹ̀—wọ́n ń ṣe bẹ́ẹ̀ òsì nìkan. Ìwé Mímọ́ awọn iṣẹ rẹ̀ kedere: atunṣe ni ẹri ti ìbáṣepọ̀.

Ẹmí ìdàgbàsókè ni kìí ṣe ti fi han láti ọwọ́ Àwọn nǹkan wọ̀nyí ló fà á tí wọ́n fi ń ṣe àtúnṣe sí ara wọn. àìsí ti àtúnṣe, ṣùgbọ́n láti ọwọ́ Àwọn nǹkan wọ̀nyí ló fà á tí wọ́n fi ń ṣe àtúnṣe sí ara wọn.

idahun sí rẹ̀.

Ìtọ́sọ́nà máa ń rẹ ìgbéraga sílẹ̀ , ó máa ń mú kí òye túbọ̀ jinlẹ̀, ó sì máa ń pa èso mọ́.

DÍGÌ ÌṢẸKẸKẸ (Ẹnìkan ÌRÒYÌN)

Ṣe àtúnṣe òótọ́:

- Bawo ṣe iwọ nigbagbogbo dahun sí àtúnṣe?
- Ṣe iwọ gba ìbáwí ni aabo tabi pẹ̀lú ìfòyemọ̀?
- Ó ní Ọlọ́run ti wa afihan ohun agbegbe iyẹn nilo àtúnṣe?

Ṣe kìí ṣe ìkánjú ti o ti kọja ìdánilójú. Gba rẹ̀ gẹ́gẹ́ bí ìfẹ́.

IṢẸ FÚN Ìgbọràn

Lónìí, adaṣe **agbára ìkọ́ni** .

- Pe Ọlọ́run sí ṣe àwárí tirẹ ọkàn (Sáàmù) 139:23–24)
- Fetísílẹ̀ pẹ̀lú ìṣọ́ra sí Ìwé Mímọ́ àti ìmọ̀ràn
- Tí ó bá jẹ́ atunṣe ni kedere, dahun láìsí ìdádúró

Àtúnṣe àwọn béárì èso Nigbawo rẹ̀ ni ṣe ìṣeré lórí.

ẸGBẸ ÌJÍRÒRÒ Àwọn ÌBÉÈRÈ

1. Kílódé? ṣe atunṣe rilara halẹ̀mọ́ni sí Àwọn nǹkan wọ̀nyí ló fà á tí wọ́n fi ń ṣe àtúnṣe sí ara wọn. ìgbéraga?
2. Bawo agolo atunṣe pamọ́ igba pipẹ èso rere?
3. Kini ṣe ìyàtọ̀ iwa-bi-Ọlọrun atunṣe láti ìdálẹ́bi?

ÀDÚRÀ

Bàbá, o ṣeun Ìwọ fún ìfẹ́ emi to sí tọ èmi. Yọ kúrò ààbò láti tèmi ọkàn.
Kọ́ni emi sí gba ìtọ́ni pẹlu irẹlẹ àti ọpẹ́.

Àpẹẹrẹ emi sinu a ọkọ̀ ojú omi Ìwọ

agolo gbẹ́kẹ̀lé. Àmín.

ÀSỌTÍLẸ ÌKÉDE

Èmi gba Ti Ọlọ́run atunṣe pẹlu Ìrẹ̀lẹ̀. Ìtọ́sọ́nà ń yọ́

mi mọ́; kò kọ̀ mí sílẹ̀.

Èmi dagba lagbara sii nípasẹ̀ Ti Ọlọ́run ìfẹ́ ìbáwí.

Mo ṣì jẹ́ ẹni tí a lè kọ́ níwájú Olúwa.

ÌFẸRẸSÍ SI Ìgbọràn

Lónìí, mo gbà láti gba àtúnṣe láìsí àtakò . ìfẹ́-inú dahun

yára ibi ti Ọlọ́run àwọn ẹlẹ́wọ̀n èmi.

Èmi yan idagbasoke lórí ìgbéraga.

WÍWÒ ṢÁájú SI ỌJỌ 13

Gẹ́gẹ́ bí Augustin tí a fi sílẹ̀ sí àtúnṣe, Ọlọ́run bẹ̀rẹ̀ sí jinlẹ̀ ohun kan pataki fun olori ati igba pipẹ:

Àánú.

Ọla àwa ìfẹ́-inú ṣe àwárí:

Bawo fifọ di a orisun ti ìrọ̀rùn dípò bẹ́ẹ̀ ju ìkorò.

ỌJỌ 13
LÁTI ỌTÌ ÌFÍFÍFÍFÍ SI ÌFẸNÚ

KEY ÀKÓKÒ ÌWÉ MÍMỌ

"Ìbùkún" àwọn Àwọn nǹkan wọ̀nyí ló fà á tí wọ́n fi ń ṣe àtúnṣe sí ara wọn. aláàánú, fún àwọn yóò gba ààánú."

— Mátíù 5:7

"Ẹ fi ìtùnú tí àwa fúnra wa ń rí gbà láti ọ̀dọ̀ Ọlọ́run tu àwọn tí ó wà nínú ìṣòro nínú ."

— 2 Àwọn ará Kọ́ríńtì 1:4

"Rántí àwọn wọ̀nyẹn Àjọ WHO àwọn di mọ́lẹ̀, gẹ́gẹ́ bí bí dè é pẹlu wọn."

— Àwọn Hébérù 13:3

"A ti o farapa ọ̀pá Òun ìfẹ́-inú kìí ṣe ìfọ́.

— Aísáyà 42:3

ỌGÙSTINE GBÉ ÌṢẸKẸKẸ

Gẹ́gẹ́ bí **Augustin ti Erinmi** ti dagba nínú ìgbàgbọ́, nkankan idakẹjẹẹ ṣùgbọ́n ó ṣẹlẹ̀ gan-an .

Tirẹ̀ ti o ti kọja duro ẹ̀sùn òun—àti bẹ̀rẹ̀ **kíkọ́ni òun** .

Augustine kò gbàgbé ẹni tí ó jẹ́ tẹ́lẹ̀. Ó jẹ́ kí oore-ọ̀fẹ́ tún ṣe ìtumọ̀ ìtàn rẹ̀. Àwọn ìkùnà kan náà tí ó fa ìtìjú tẹ́lẹ̀ ti mú kí ó ní ìyọ́nú. kanna awọn ija iyẹn lẹ́ẹ̀kan ẹrú òun nisinsinyi ran lọwọ̀ òun damọ irora nínú àwọn mìíràn.

Ó ṣe àtúnṣe àṣìṣe láìsí ìwà ìkà . dojuko
ẹṣẹ láìsí ìkẹ́gàn.

Ó tọ́ àwọn aláìlera sọ́nà láìsí sùúrù . wosan láti ọwọ́
oore-ọfẹ, di ààánú.

ÌGBÉSÍ AYÉ ẸKỌ

Wosàn fifọ ń mú jáde ìrọ̀rùn, kìí ṣe ọlá.

Ọlọ́run ṣe kìí ṣe nu kuro tiwa àtijọ́; Òun ràpadà rẹ̀. Nigbawo fifọ ni fi sílẹ̀ fún oore-ọfẹ, rẹ̀ di a afárá dípò bẹ́ẹ̀ ju a ìdènà. Àánú ni a bi kìí ṣe láti ọ̀nà jíjìn, ṣùgbọ́n láti ìrántí.

Àwọn wọ̀nyẹn Àjọ WHO gbagbe ibi ti àwọn wà ti a ti gbàlà láti nigbagbogbo padanu sùúrù pẹ̀lú àwọn ẹlòmíràn.

Àwọn wọ̀nyẹn Àjọ WHO ranti di onírẹ̀lẹ̀ láìsí dídi gbà láyè.

DÍGÌ ÌṢẸKẸKẸ (Ẹnìkan ÌRÒYÌN)

Ṣe àtúnṣe pẹ̀lú àdúrà:

- Kini awọn ẹya ara ti tirẹ ti o ti kọja ní Ọlọ́run tẹlẹ tí a rà padà?
- Nibo le tirẹ wosan ọgbẹ́ jẹ́ ìtumọ̀ sí sin àwọn mìíràn?
- Ṣe iwọ tọ awọn miiran pẹlu sùúrù tabi ìjákulẹ̀?

Beere Ọlọ́run sí tò lẹ́sẹẹsẹ tirẹ ọkàn pẹlu Tirẹ̀.

IṢẸ FÚN Ìgbọràn

Lónìí, adaṣe **aimọọmọ àànú** .

- Ṣe idanimọ ọkan ènìyàn Àjọ WHO ni ń tiraka
- Dáhùn pẹlu sùúrù dípò bẹ́ẹ̀ ju idajọ
- Ìfilọ́lẹ̀ wíwà, àdúrà, tabi ìṣírí

Jẹ́ kí oore-ọfẹ sisan ita gẹ́gẹ́ bí rẹ̀ lẹ́ẹ̀kan ṣàn sí ìwọ.

ẸGBẸ ÌJÍRÒRÒ Àwọn ÌBÉÈRÈ

1. Bawo agolo rírántí tiwa ti o ti kọja daabobo àwa láti ẹ̀mí ìgbéraga?
2. Kini ni Àwọn nǹkan wọ̀nyí ló fà á tí wọ́n fi ń ṣe àtúnṣe sí ara wọn. iyatọ laarin aanu àti àdéhùn?
3. Bawo ṣe Ọlọ́run lo tiwa awọn itan sí sin àwọn mìíràn?

ÀDÚRÀ

Bàbá, o ṣeun Ìwọ fún ìràpadà tèmi ìfọ́. Kọ́ni emi sí fa siwaju Àwọn nǹkan wọ̀nyí ló fà á tí wọ́n fi ń ṣe àtúnṣe sí ara wọn. kanna aanu Èmi ní gbà. Pa ọkàn mi mọ́ kúrò nínú ìkà.

Jẹ́ kí aanu sisan nípasẹ̀ emi gẹ́gẹ́ bí ẹri ti Tìrẹ oore-ọ̀fẹ́. Àmín.

ÀSỌTÍLẸ ÌKÉDE

Tèmi ọkàn ṣe afihan Àwọn nǹkan wọ̀nyí ló fà á tí wọ́n fi ń ṣe àtúnṣe sí ara wọn aanu ti Ọlọ́run.

Oore-ọfẹ ní ti yipada tèmi fifọ sinu àánú. Èmi dahun sí awọn miiran pẹlu sùúrù àti ìfẹ́.

Àwọn aanu Èmi ní ti gba, Èmi lọfẹẹ fúnni.

ÌFẸRẸSÍ SI Ìgbọràn

Lónìí, Èmi dá sí Rìnrìn nínú àánú.

Èmi ìfẹ́-inú kìí ṣe gbagbe ibi ti Ọlọ́run ti a ti gbàlà emi láti. Èmi yan ìrọ̀rùn apẹrẹ láti ọwọ́ òtítọ́.

WÍWÒ ṢÁájú SI ỌJỌ ẸRÍLẸJÌNLÓGÚN

Gẹ́gẹ́ bí aanu jinle, Augustin pade a tuntun wahala: **Bawo ni ṣe iwọ ìfẹ́ àwọn ènìyàn jinlẹ̀ láìsí pípadánù kedere ti òótọ́ ni?**

Lọ́la, a ó ṣe àwárí:

Dídìmú otitọ àti ìfẹ́ láìsí ìbáṣepọ̀.

ỌJỌ ÒTÍTỌ MẸRÀNLÓGÚN A SỌ IN

ÌFẸ

KEY ÀKÓKÒ ÌWÉ MÍMỌ

"Nsoro Àwọn nǹkan wọ̀nyí ló fà á tí wọ́n fi ń ṣe àtúnṣe sí ara wọn. otitọ nínú ìfẹ́, àwa le dagba sókè nínú gbogbo àwọn nǹkan sinu Ẹni tí í ṣe orí—Kristi."

— Éfésù 4:15

"Jẹ́ kí a jẹ́ kí ó tirẹ ọ̀rọ̀ sísọ nigbagbogbo jẹ́ pẹlu oore-ọfẹ, alágbàṣe Pẹlu Iyọ bi."

— Kólósè 4:6

"Olóòótọ́ àwọn Àwọn nǹkan wọ̀nyí ló fà á tí wọ́n fi ń ṣe àtúnṣe sí ara wọn. ọgbẹ́ ti a ọ̀rẹ́."

— Àwọn Òwe 27:6

"Àwọn ọgbọn iyẹn ni láti loke ni akọkọ mímọ́, lẹ́yìn náà àlàáfìà, jẹ́jẹ́."

— Jákọ́bù 3:17

ỌGÙSTINE GBÉ ÌṢẸKẸKẸ

Gẹ́gẹ́ bí **Augustin ti Erinmi** ti dagba, òun jẹ́ ń pọ̀ sí i ti a pe sí koju aṣiṣe, ìdàrúdàpọ̀, àti ẹ̀ṣẹ̀—méjèjì nínú awọn ẹni-kọọkan àti nínú Àwọn nǹkan wọ̀nyí ló fà á tí wọ́n fi ń ṣe àtúnṣe sí ara wọn. Ṣọ́ọ̀ṣì.

Ó mọ ewu òtítọ́ líle koko . pẹlu mọ Àwọn nǹkan wọ̀nyí ló fà á tí wọ́n fi ń ṣe àtúnṣe sí ara wọn. Ijamba ti ipalọlọ ìfẹ́.

Augustin ní gbé lórí mejeeji àwọn ẹ̀gbẹ́. Òun ní lẹ́ẹ̀kan ti wa atunse láìsí àánú àti ní koju rẹ̀. Nisinsinyi, apẹrẹ láti ọwọ́ oore-ọfẹ, òun ti kọ ẹkọ sí sọ̀rọ̀ otitọ ninu a ọ̀nà iyẹn pe ìrònúpìwàdà dípò bẹ́ẹ̀ ju ààbò.

Òun ṣe kìí ṣe ti yọ omi kuro otitọ sí pamọ́ àlàáfìà.

Òun ṣe kìí ṣe fi ohun ìjà ṣe ohun ìjà otitọ sí fi idi rẹ mulẹ ìṣàkóso . sọ̀rọ̀ gẹ́gẹ́ bí ọkan Àjọ WHO ní ti wa wòsàn.

ÌGBÉSÍ AYÉ ẸKỌ

Òtítọ́ àti ìfẹ́ kì í ṣe òdìkejì; wọ́n jẹ́ alábàáṣiṣẹpọ̀. Òtítọ láìsí ìfẹ́ di ìwà ìkà.

Ìfẹ́ láìsí otitọ di ìbáṣepọ̀.

Ẹmí ìdàgbàsókè ni ti fi han kìí ṣe láti ọwọ́ yiyẹra fun lile awọn ibaraẹnisọrọ, ṣùgbọ́n nípa **bí** a ṣe ń bá wọn lò. Ìwé Mímọ́ kọ́ni pé ìdàgbàsókè máa ń wáyé nígbà tí a bá ń sọ òtítọ́ pẹ̀lú ìrẹ̀lẹ̀, sùúrù, àti àníyàn tòótọ́ fún ìmúpadàbọ̀sípò ẹnìkejì .

Ìfẹ́ ló ń pinnu **ohùn** . Òtítọ́ ó pinnu **itọsọna naa** .

DÍGÌ ÌṢẸKẸKẸ (Ẹnìkan ÌRÒYÌN)

Ṣe àtúnṣe òótọ́:

- Ṣe iwọ yẹra fun otitọ sí pa mọ́ àlàáfíà?
- Tàbí ṣe iwọ sọ̀rọ̀ otitọ láìsí ọwọ fún àánú?
- Bawo ṣe tirẹ ohun orin ṣe àfihàn tirẹ ọkàn?

Pe Ọlọ́run sí ṣe àwárí mejeeji tirẹ awọn ọrọ àti àwọn ìdí rẹ .

IṢẸ FÚN Ìgbọràn

Lónìí, adaṣe **otitọ ìfẹ́** .

- Ṣe idanimọ ọkan ìjíròrò iwọ ní yẹra fun tàbí a kò ṣe àkóso rẹ̀ dáadáa
- Gbàdúrà fún irẹlẹ àti kedere
- Tí ó bá jẹ́ yẹ, mu ọkan igbesẹ sí ọ̀dọ̀ òótọ́, ìjíròrò aláàánú

Ṣe kìí ṣe ifọkansi sí bori. Àfojúsùn sí mu pada.

ẸGBẸ ÌJÍRÒRÒ Àwọn ÌBÉÈRÈ

1. Kílódé? ni rẹ̀ nira sí dimu otitọ àti ìfẹ́ papọ̀?
2. Bawo ṣe ìbẹ̀rù ipa tiwa ìbánisọ̀rọ̀?
3. Kini ṣe ìyàtọ̀ iwa-bi-Ọlọrun atunṣe láti ti ara ẹni àríwísí?

ÀDÚRÀ

Bàbá, kọni emi sí sọ̀rọ̀ otitọ gẹ́gẹ́ bí Ìwọ ṣe.

Yọ kuro líle láti tèmi awọn ọrọ àti ìbẹ̀rù láti tèmi ìgbọràn. Jẹ́ kí ìfẹ́ apẹrẹ tèmi ohun orin àti otitọ itọsọna tèmi ifiranṣẹ.

Lò ó tèmi awọn ọrọ sí wosan, kìí ṣe ipalara. Amin.

ÀSỌTÍLẸ ÌKÉDE

Tèmi awọn ọrọ ṣe àfihàn Àwọn
nǹkan wọ̀nyí ló fà á tí wọ́n fi ń ṣe
àtúnṣe sí ara wọn. ọkàn ti Kristi. Mo
sọ otitọ pẹlu ifẹ ati kedere.
Ọlọ́run awọn lilo tèmi ohùn sí mú àtúnṣe.
Èmi dagba nínú ìdàgbàsókè nípasẹ̀ onígbọràn ìbánisọ̀rọ̀.

ÌFẸRẸSÍ SI Ìgbọràn

Lónìí, Èmi dá sí Nsoro otitọ nínú ìfẹ́.
Mi ò ní yẹra fún òtítọ́ tàbí kí n fi àánú sílẹ̀. Mo
yan ìbánisọ̀rọ̀ bíi ti Kristi.

WÍWÒ ṢÁájú SI ỌJỌ 15

Gẹ́gẹ́ bí Augustin tẹsiwaju sí aṣáájú, òun dojúkọ omiran ìpènìjà:

Kini ṣẹlẹ Nigbawo ìgbọràn awọn idiyele orúkọ rere, itunu, tabi ààbò?

Ọla àwa ìfẹ́-inú ṣe àwárí:

Kíkà Àwọn nǹkan wọ̀nyí ló fà á tí wọ́n fi ń ṣe àtúnṣe sí ara wọn. iye owo láìsí ìfàsẹ́yìn láti iṣootọ.

ỌJỌ 15

ÀWỌN Iye owó TI Olóòótọ́ Ìgbọràn

KEY ÀKÓKÒ ÌWÉ MÍMỌ

"Ẹnikẹ́ni tí ó bá fẹ́, ṣe kìí ṣe béárì tirẹ̀ agbelebu àti wá lẹ́yìn Èmi kò le jẹ́ Tèmi
ọmọ-ẹ̀yìn."

— Lúùkù 14:27

"Bẹ̀ẹ̀ni, àti gbogbo Àjọ WHO ìfẹ́ ọkàn sí laaye iwa-bi-Ọlọrun nínú Kristi Jésù ìfẹ́-inú jìyà inúnibíni."

— 2 Tímótì 3:12

"Jẹ́ kí a jẹ́ kí ó àwa lọ síwájú sí Òun, ita Àwọn nǹkan wọ̀nyí ló fà á tí wọ́n fi ń ṣe àtúnṣe sí ara wọn. àgọ́, atilẹyin Tirẹ̀ ẹ̀gàn."

— Àwọn Hébérù 13:13

"Fún" kini ìfẹ́-inú rẹ̀ èrè a ọkùnrin bí òun èrè Àwọn nǹkan wọ̀nyí ló fà á tí wọ́n fi ń ṣe àtúnṣe sí ara wọn. gbogbo agbaye, àti padanu tirẹ̀ ọkàn ara rẹ̀ ?"

— Mark 8:36

ỌGÙSTINE GBÉ ÌṢẸKẸKẸ

Gẹ́gẹ́ bí **Augustine ti Hippo** dàgbà ní ìdúróṣinṣin, ìgbọràn bẹ̀rẹ̀ sí í ná an ní owó ju ìsapá lọ.

Ó iye owo òun

ìtùnú. Ó ná an ní

ìtura.

Ó iye owo òun ìfọwọ́sowọ́pọ̀.

Dídúró fún òtítọ́ mú àtakò wá. Ṣíṣe olùṣọ́ àgùntàn pẹ̀lú ìṣòtítọ́ mú àìlóye wá. Kíkọ̀ adehun pe àríwísí. Augustin kọ́ ẹ̀kọ́ yẹn ìgbọràn ṣe kìí ṣe nigbagbogbo aṣáájú sí ìyìn—nígbà gbogbo, rẹ̀ àwọn aṣáájú sí ìyàraẹniṣọ́tọ̀.

Síbẹ̀ òun ṣe kìí ṣe ìfàsẹ́yìn.

Òun ní tẹlẹ ti kọ ẹkọ iyẹn adehun awọn idiyele jù bẹ́ẹ̀ lọ ju ìgbọràn yóò máa ṣe bẹ́ẹ̀ láéláé .

ÌGBÉSÍ AYÉ ẸKỌ

Ìgbọràn nigbagbogbo gbe a iye owó—ṣùgbọ́n àìgbọràn awọn idiyele jù bẹ́ẹ̀ lọ.

Jésù lae fi pamọ́ Àwọn nǹkan wọ̀nyí ló fà á tí wọ́n fi ń ṣe àtúnṣe sí ara wọn. iye owo ti jíjẹ́ ọmọ-ẹ̀yìn. Àwọn pe sí tẹle Òun pẹlu ìfẹ́ ọkàn sí padanu kini kò le jẹ́ pa mọ́ nínú paṣẹ sí èrè kini kò le jẹ́ sọnu.

Olóòótọ́ ìgbọràn awọn idanwo kini àwa nitootọ iye:

- Orúkọ rere tabi ododo
- Ìtùnú tabi ìpè
- Ìtẹ́wọ́gbà tabi ìfọkànsìn

Nigbawo ìgbọràn di gbowólórí, rẹ̀ ṣípayá Àjọ WHO àwa sìn.

DÍGÌ ÌṢẸKẸKẸ (Ẹnìkan ÌRÒYÌN)

Ṣe àtúnṣe òótọ́:

- Nibo ní ìgbọràn tẹlẹ iye owo iwọ nkankan?
- Kini pipadanu àwọn ìwọ jùlọ ìbẹ̀rù ti tí o bá tẹle Ọlọ́run ni kikun?
- Ní iwọ lailai yẹra fun ìgbọràn sí daabobo itunu tàbí orúkọ rere?

Jẹ́ kí àwọn wọ̀nyí awọn ibeere oju ilẹ otitọ láìsí ìbẹ̀rù.

IṢẸ FÚN Ìgbọràn

Lónìí, gba Àwọn nǹkan wọ̀nyí ló fà á tí wọ́n fi ń ṣe àtúnṣe sí ara wọn. iye owó—ṣùgbọ́n yan ìgbọràn lonakona.

- Ṣe idanimọ ọkan agbegbe ibi ti ìgbọràn rilara gbowo pupọ
- Orúkọ Àwọn nǹkan wọ̀nyí ló fà á tí wọ́n fi ń ṣe àtúnṣe sí ara wọn. ìbẹ̀rù ti a so mọ sí rẹ̀
- Jíjọ̀wọ́ iyẹn ìbẹ̀rù sí Ọlọ́run mọọmọ

Iṣòtítọ́ dagba Nigbawo ìgbọràn ni ti a yan pelu iye owo.

ẸGBẸ ÌJÍRÒRÒ Àwọn ÌBÉÈRÈ

1. Kílódé? ṣe àwa reti ìgbọràn sí jẹ́ rọrùn?
2. Bawo ṣe ìbẹ̀rù ti pipadanu apẹrẹ tiwa àwọn ìpinnu?
3. Kini iranlọwọ àwọn onígbàgbọ́ farada Àwọn nǹkan wọ̀nyí ló fà á tí wọ́n fi ń ṣe àtúnṣe sí ara wọn. iye owo ti ìṣòtítọ́?

ÀDÚRÀ

Bàbá, Èmi jẹwọ iyẹn Èmi nigba miiran ìbẹ̀rù Àwọn nǹkan wọ̀nyí ló fà á tí wọ́n fi ń ṣe àtúnṣe sí ara wọn. iye owo ti ìgbọ́ràn. Mú ìpinnu mi láti tẹ̀lé ọ lágbára láìka iye owó tí ó wà. Ìrànlọ́wọ́ emi iye iṣootọ loke ìtùnú.

Èmi yan ìfọkànsìn sí Ìwọ loke gbogbo míràn. Àmín.

ÀṢỌTÍLẸ ÌKÉDE

Èmi yan ìgbọràn lórí ìtùnú.

Àwọn iye owo ti iṣootọ ìfẹ́-inú kìí ṣe dídílọ́wọ́ èmi. Ọlọ́run ni tèmi èrè, kìí ṣe ifọwọsi láti àwọn miìràn. Mo tẹ̀lé Kristi ní kíkún.

ÌFẸRẸSÍ SI Ìgbọràn

Lónìí, Èmi dá sí oloootọ ìgbọràn.

Èmi kò ní fà sẹ́yìn nígbà tí ìgbọ́ràn bá di ohun tí ó léwu . yan Àwọn nǹkan wọ̀nyí ló fà á tí wọ́n fi ń ṣe àtúnṣe sí ara wọn. agbelebu lórí ìbáṣepọ̀.

WÍWÒ ṢÁájú SI ỌJỌ Ọdún mẹ́rìndínlógún

Gẹ́gẹ́ bí Augustin farada Àwọn nǹkan wọ̀nyí ló fà á tí wọ́n fi ń ṣe àtúnṣe sí ara wọn. iye owo ti ìgbọràn, Ọlọ́run ti mu lagbara òun pẹlu nkan kan pataki: **Ìfaradà.**

Ọla àwa ìfẹ́-inú ṣe àwárí:

Bawo iṣootọ ni tí ó dúró pẹ́ Nigbawo ìgbọràn di a gígùn ọ̀nà.

ỌJỌ Ọdún mẹ̀rìndínlógún
ÀWỌN Oore-ọ̀fẹ́ SI SÌNÚRÓ

KEY ÀKÓKÒ ÌWÉ MÍMỌ

"Jẹ́ kí a jẹ́ kí ó àwa sáré pẹlu ifarada Àwọn nǹkan wọ̀nyí ló fà á tí wọ́n fi ń ṣe àtúnṣe sí ara wọn. ere-ije iyẹn ni ṣẹ́ẹ̀tì ṣaaju àwa."

— Àwọn Hébérù 12:1

"Ó Àjọ WHO farada sí Àwọn nǹkan wọ̀nyí ló fà á tí wọ́n fi ń ṣe àtúnṣe sí ara wọn. opin yóò jẹ́ ti gbalà."

— Mátíù 24:13

"Àti" jẹ ki àwa kìí ṣe dagba àárẹ̀ lakoko n ṣe ó dára, fún nínú ti a gbọdọ san akoko àwa yóò ká bí àwa ṣe kìí ṣe padanu ọkàn."

— Àwọn ará Gálátíà 6:9

"Jẹ́" oloootọ titi di ikú, àti Èmi ìfẹ́-inú fúnni iwọ Àwọn nǹkan wọ̀nyí ló fà á tí wọ́n fi ń ṣe àtúnṣe sí ara wọn. adé ti ìgbésí ayé.

— Ìfihàn 2:10

ỌGÙSTINE GBÉ ÌṢẸKẸKẸ

Ìgbọràn kò rọrùn pẹ̀lú àkókò fún **Augustine ti Erinmi** . Ó gùn **sí i** .

Àwọn ni kutukutu kikankikan ti ìtẹríba fúnni ọ̀nà sí lojoojumọ iṣootọ. Nibẹ Kì í ṣe àwọn àkókò ìyípadà tó yanilẹ́nu nìkan ni wọ́n jẹ́—ìbáṣepọ̀ ni wọ́n ṣe. Kíkọ́ni. Ṣíṣe olùṣọ́ àgùntàn. Ṣíṣe àtúnṣe. Gbígbàdúrà. Fífaradà.

Augustin ti kọ ẹkọ iyẹn iyipada ni kìí ṣe tí ó dúró pẹ́ láti ọwọ́ ìfẹ́ nìkan. Ó jẹ́ tí ó dúró pẹ́ láti ọwọ́ **oore-ọfẹ ìfaradà** .

Nibẹ wà awọn ọjọ ti àárẹ̀. Àwọn ọjọ́ Nigbawo alatako ro eru. Àwọn ọjọ́ nígbà tí ìlọsíwájú bá dé dabi ẹni pe lọ́ra. Síbẹ̀ Augustin dúró—kìí ṣe nítorí òun jẹ́ lagbara, ṣùgbọ́n nítorí pé Ọlọ́run jẹ́ olóòtítọ́.

ÌGBÉSÍ AYÉ ẸKỌ

Ìfaradà ni oore-ọfẹ ti sọ lórí àkókò.

Ọpọ̀ àwọn onígbàgbọ́ máa ń bẹ̀rẹ̀ dáadáa ṣùgbọ́n wọ́n máa ń rẹ̀wẹ̀sì nígbà tí ìgbọràn bá di ohun tí a ń tún ṣe. àti àìrí. Ìwé Mímọ́ ranni létí àwa iyẹn ifarada ni kìí ṣe àṣàyàn—ó jẹ́ pàtàkì.

Ọlọ́run ṣe kìí ṣe beere àwa sí jẹ́ Ó jẹ́
ohun ìyanu. Ó ní kí a jẹ́ olóòótọ́.

Ìfaradà ni kìí ṣe agídí ìsapá; rẹ̀ ni tẹsiwaju ìgbẹ́kẹ̀lé lórí oore-ọ̀fẹ́ nígbà tí agbára bá ń parẹ́.

DÍGÌ ÌṢẸKẸKẸ (Ẹnìkan ÌRÒYÌN)

Ṣe àtúnṣe òótọ́:

- Nibo ní iwọ ti dagba àárẹ̀ nínú ìgbọràn?
- Kini iṣootọ rilara àìkíyèsí tabi tí a kò san án lẹ́san?
- Ní iwọ àṣìṣe ìfàsẹ́yìn fún ìkùnà?

Jẹ́ kí Ọlọ́run àtúnṣe fírémù tirẹ ojú ìwòye.

IṢẸ FÚN Ìgbọràn

Lónìí, tun ṣe adehun sí **ibamu iṣootọ** .

- Ṣe idanimọ ọkan agbegbe ibi ti iwọ ní ro ó ti rẹ̀ tabi ìrẹ̀wẹ̀sì
- Mú wa rẹ̀ ṣaaju Ọlọ́run loooto̩
- Yan sí tẹ̀síwájú—láìsí nduro fún sọ di tuntun ìmọ̀lára

ìfaradà nigbagbogbo ṣáájú isọdọtun.

ẸGBẸ ÌJÍRÒRÒ Àwọn ÌBÉÈRÈ

1. Kílódé? ni ìfaradà Gba gan ju ìbẹ̀rẹ̀ o dara?
2. Bawo ṣe ifarada apẹrẹ ẹ̀mí ìdàgbàsókè?
3. Kini àwọn ìṣe Egba Mi O àwọn onígbàgbọ́ ku oloootọ lórí àkókò?

ÀDÚRÀ

Bàbá, Èmi jẹwọ iyẹn Èmi nigba miiran dagba àárẹ̀ nínú n ṣe
dara. Mu okun lagbara emi pẹlu Tìrẹ oore-ọfẹ sí faradà.
Kọ́ni emi sí gbẹ́kẹ̀lé Àwọn nǹkan wọ̀nyí ló fà á tí wọ́n fi ń ṣe àtúnṣe sí ara wọn.
ilana Ìwọ àwọn ṣiṣẹ nínú tèmi ìgbésí ayé.

Èmi yan iṣooto lórí ìmọ̀lára. Àmín.

ÀSỌTÍLẸ ÌKÉDE

Èmi sáré tèmi ere-ije pẹlu

ìfaradà. ti Ọlọ́run oore-ọfẹ ń

gbé e ró emi ojoojúmọ́.

Èmi ṣe kìí ṣe dagba ààrẹ̀ tabi padanu ọkàn.

Èmi pari kini Ọlọ́run ní tí a fi lé lọ́wọ́ sí èmi.

ÌFẸRẸSÍ SI Ìgbọràn

Lónìí, Èmi dá sí ìfaradà.

Èmi ìfẹ́-inú ku oloooto paapaa Nigbawo ilọsiwaju

rilara lọra. Èmi gbẹ́kẹ̀lé Ti Ọlọ́run akoko àti Tirẹ̀

iṣẹ́ nínú èmi.

WÍWÒ ṢÁájú SI ỌJỌ ẸJỌ mẹ́tàdínlógún

Gẹ́gẹ́ bí ìfaradà jinle, Augustin ti kọ ẹkọ omiran pataki otitọ:

Iṣòtítọ́ ṣe kìí ṣe mu kuro ẹ̀mí alatako.

Ọla àwa ìfẹ́-inú ṣe àwárí:

Bawo sí iduro ile-iṣẹ Nigbawo resistance ń mú kí ó le sí i.

ỌJỌ DÍDÍ ẸJỌ mẹ́tàdínlógún

ILÉ-IṢẸ LÁBẸ ÌTỌJÚ

KEY ÀKÓKÒ ÌWÉ MÍMỌ

"Jẹ́" aláìlera, jẹ́ ṣọra; nítorí tirẹ alatako Àwọn nǹkan wọ̀nyí ló fà á tí wọ́n fi ń ṣe àtúnṣe sí ara wọn. bìlísì awọn irin-ajo bí kìnnìún tí ń ké ramúramù."

— 1 Pétérù 5:8

"Níní ti pari gbogbo, sí dúró."

— Éfésù 6:13

"Nínú Àwọn nǹkan wọ̀nyí ló fà á tí wọ́n fi ń ṣe àtúnṣe sí ara wọn. agbaye iwọ ìfẹ́-inú ní ìpọ́njú; ṣùgbọ́n jẹ́ ti o dara yọ ayọ̀, Èmi ti ṣẹgun ayé."

— Jòhánù 16:33

"Kò Àwọn nǹkan wọ̀nyí ló fà á tí wọ́n fi ń ṣe àtúnṣe sí ara wọn. bìlísì àti òun ìf inú sá lọ láti ìwọ."

— Jákọ̀bù 4:7

ỌGÙSTINE GBÉ ÌṢẸKẸKẸ

Bí **Augustine ti Hippo** ṣe ń dúró ṣinṣin, àtakò kò parẹ́—ó **yí ìrísí rẹ̀ padà** .

Nibẹ wà ita awọn titẹ: àríwísí, àìlóye, resistance sí òtítọ́.

Àwọn ìfúnpá inú wà: àárẹ̀, ìrẹ̀wẹ̀sì, ìdánwò láti rọ̀ ìdánilójú.

Augustine kọ́ pé àtakò nípa tẹ̀mí sábà máa ń le sí i níbi tí ìgbọràn bá dúró ṣinṣin. Ìṣòtítọ́ kì í fa ìyìn láti inú òkùnkùn—ó máa ń fa àtakò.

Síbẹ̀ Augustine kò túmọ̀ ìfúnpá sí ìkùnà. Ó gbà pé ó jẹ́ ẹ̀rí.

ÌGBÉSÍ AYÉ ẸKỌ

Ìfúnpá ṣe kìí ṣe àìtọ́ iwọ àwọn kuro papa naa.

Nígbà gbogbo, rẹ̀ ọna iwọ àwọn gangan ibi ti iwọ yẹ jẹ́.

Ìwé Mímọ́ ń kọ́ni iyẹn ẹ̀mí resistance ni apakan ti Àwọn nǹkan wọ̀nyí ló fà á tí wọ́n fi ń ṣe àtúnṣe sí ara wọn. Kristẹni ìrìn àjò náà. ọ̀tá ṣe kìí ṣe tako kini awọn iduro rárá ewu. Dúró dúró ile-iṣẹ ni kìí ṣe nípa ìlọsíwájú ní ìkà—ó ni nipa **kọ̀ sí ìfàsẹ́yìn** .

Ìṣẹ́gun kì í ṣe ìgbà gbogbo ni a máa ń tẹ̀síwájú. Nígbà mìírán. rẹ̀ ni nirọrun **to ku olóòtítọ́** .

DÍGÌ ÌṢẸKẸKẸ (Ẹnìkan ÌRÒYÌN)

Ṣe àtúnṣe òótọ́:

- Nibo ní iwọ ro titẹ nítorí ti ìgbọràn?
- Irú àtakò wo ló ń tàn ọ́ jẹ jùlọ—láti jáwọ́ nínú rẹ̀, láti juwọ́ sílẹ̀, tàbí láti dàgbàsókè ààrẹ̀?
- Ní iwọ àṣìṣe alatako fún Ti Ọlọ́run àìtẹ́wọ́gbà?

Jẹ́ kí Ọlọ́run àtúnṣe fírémù Àwọn nǹkan wọ̀nyí ló fà á tí wọ́n fi ń ṣe àtúnṣe sí ara wọn. ìjàkadì.

IṢẸ FÚN Ìgbọràn

Lónìí, adaṣe **aimọọmọ líle** .

- Ṣe idanimọ ọkan agbegbe ibi ti titẹ ní tí a dán wò iwọ láti fàsẹ́yìn
- Tun fidi mulẹ tirẹ ìgbọràn ṣaaju Ọlọ́run
- Kéde sókè pẹ̀lú ohùn rara:
  "Èmi ìfẹ́-inú dúró."

Dúró dúró ni ohun iṣe ti ìgbàgbọ́.

ẸGBẸ ÌJÍRÒRÒ Àwọn ÌBÉÈRÈ

1. Kílódé? ṣe iṣootọ nigbagbogbo famọra àtakò?
2. Bawo agolo àwọn onígbàgbọ́ ṣe iyatọ laarin atunṣe àti àtakò?
3. Kini iranlọwọ iwọ ku ṣinṣin lábẹ́ ẹ̀mí titẹ?

ÀDÚRÀ

Bàbá, fun okun sii emi sí iduro ilé-iṣẹ́.

Fún mi ní òye láti mọ ìdènà láìsí ìbẹ̀rù . emi pẹlu ìgboyà, ìfaradà, àti gbẹ́kẹ̀lé nínú Ìwọ.

Èmi kì yóò fà sẹ́yìn kúrò nínú ìgbọ́ràn. Àmín.

ÀSỌTÍLẸ ÌKÉDE

Èmi iduro ile-iṣẹ nínú ìgbàgbọ́.

Ìfúngunmọ́ kò ní mú mi kúrò nínú ìgbọ́ràn.

Ọlọ́run agbára ń gbé e ró emi lábẹ́ àtakò.

Mo dúró ṣinṣin ní gbogbo àkókò.

ÌFẸRẸSÍ SI Ìgbọràn

Lóníí, Èmi dá sí duro ilé-iṣẹ́.

Èmi ìfẹ́-inú kìí ṣe adehun lábẹ́ titẹ.

Èmi gbẹ́kẹ̀lé Ọlọ́run sí fowosowopo emi gẹ́gẹ́ bí Èmi jẹ́ olóòótọ́.

WÍWÒ ṢÁájú SI ỌJỌ MẸJỌDÍNLÓGÚN

Gẹ́gẹ́ bí Augustin duro ile-iṣẹ, òun ṣawari ohun kan pataki:

Àtakò agolo jinlẹ̀ ọgbọn bí àwa fetísílẹ̀ daradara.

Ọla àwa ìfẹ́-inú ṣe àwárí:

Bawo Ọlọ́run awọn lilo rogbodiyan àti ìpèníjà sí mú ṣinṣin òye.

ỌJỌ Ọgbọ́n Mẹ́jọlá tí a dá sílẹ̀ nínú ìjà

KEY ÀKÓKÒ ÌWÉ MÍMỌ

"Bí ó bá jẹ́ pé eyikeyi ti iwọ kò sí ọgbọ́n, jẹ ki òun beere ti Ọlọ́run."

—Jákọ́bù 1:5

"Àwọn ọgbọn iyẹn ni láti loke ni akọkọ mímọ́, lẹ́yìn náà àlàáfià, jẹ́jẹ́, ṣetán láti So eso, kún ti aanu àti o dara àwọn èso."

—Jákọ́bù 3:17

"Fún" irin àwọn ohun tí a mú ṣinṣin irin, bẹ́ẹ̀ ni a ọkùnrin àwọn ohun tí a mú ṣinṣin Àwọn nǹkan wọ̀nyí ló fà á tí wọ́n fi ń ṣe àtúnṣe sí ara wọn. ojú ti tirẹ̀ ọ̀rẹ́."

— Àwọn Òwe 27:17

"Bí ó tilẹ̀ jẹ́ pé Òun jẹ́ a Ọmọkùnrin, sibẹsibẹ Òun ti kọ ẹkọ ìgbọràn láti ọwọ́ Àwọn nǹkan wọ̀nyí ló fà á tí wọ́n fi ń ṣe àtúnṣe sí ara wọn. àwọn nǹkan èwo ni Ó jìyà."

— Àwọn Hébérù 5:8

ỌGÙSTINE GBÉ ÌṢẸKẸKẸ

Ìjà di ọkan ti Ti Ọlọ́run julọ munadoko àwọn olùkọ́ nínú Àwọn nǹkan wọ̀nyí ló fà á tí wọ́n fi ń ṣe àtúnṣe sí ara wọn. ìgbésí ayé ti

Augustin ti Erinmi .

Àìfohùnṣọ̀kan dán sùúrù rẹ̀ wò.

Àtakò tún ìrònú rẹ̀ ṣe. Àríwísí tú

àṣírí ìdí rẹ̀.

Augustine kọ́ pé kì í ṣe pé a ń dá ọgbọ́n sílẹ̀ láti inú ìtùnú, bí kò ṣe láti **inú ìfẹ́sọ̀nà** . Ìjà fi agbara mu òun sí ṣe ayẹwo Ìwé Mímọ́ jù bẹ́ẹ̀ lọ jinlẹ̀, gbadura Lóòótọ́ , àti fetísílẹ̀ jù bẹ́ẹ̀ lọ pẹ̀lú ìṣọ́ra. Ó bọ́ àwọn nǹkan sílẹ̀ lọ kuro lai fi ironu han awọn idahun ó sì fi òye rọ́pò wọn.

Òun ṣawari iyẹn ń fèsìpadà yára nigbagbogbo ó ń rẹ̀wẹ̀sì òtítọ́, ṣùgbọ́n Dídáhùn pẹ̀lú ọgbọ́n ń fún un lókun.

ÌGBÉSÍ AYÉ ẸKỌ

Ọgbọ́n dagba ibi ti irẹlẹ fetísílẹ̀.

Ìjà ṣípayá kini ìmọ̀ nìkan ṣoṣo kò le ṣe bẹ́ẹ̀. Ó ṣípayá ìgbéraga, ó ṣàlàyé ìdánilójú, ó sì fi agbára mú onígbàgbọ́ láti fi ìyàtọ̀ hàn láàrín ìhùwàpadà àti ìhùwàpadà.

Ọlọ́run nigbagbogbo awọn lilo àìfararọ sí:

- Mu pọn ìfòyemọ̀
- Wẹ di mímọ́ awọn idi
- Jíjinlẹ̀ òye

Ọgbọ́n ni kìí ṣe Àwọn nǹkan wọ̀nyí ló fà á tí wọ́n fi ń ṣe àtúnṣe sí ara wọn. àìsí ti ìforígbárí—ó ni Àwọn nǹkan wọ̀nyí ló fà á tí wọ́n fi ń ṣe àtúnṣe sí ara wọn. agbára sí ku olóòtítọ́, onírẹ̀lẹ̀, àti kedere nínú rẹ̀.

DÍGÌ ÌṢẸKẸKẸ (Ẹnikan ÌRÒYÌN)

Ṣe àtúnṣe pẹ̀lú àdúrà:

- Báwo lo ṣe sábà máa ń dáhùn sí ìjà—ní ọ̀nà ìgbèjà tàbí ní ọ̀nà ìmòye?
- Kini tuntun àìfararọ le Ọlọ́run jẹ́ lilo sí túnṣe tirẹ ọgbọ́n?
- Àwọn iwọ jù bẹ́ẹ̀ lọ ìtara sí jẹ́ ọtun tabi sí jẹ́ olóòtítọ́?

Jẹ́ kí Àwọn nǹkan wọ̀nyí ló fà á tí wọ́n fi ń ṣe àtúnṣe sí ara wọn. Ẹmí ṣe àwárí tirẹ ọkàn.

IṢẸ FÚN Ìgbọràn

Lóníí, yan a **ọlọgbọn idahun** lórí a yára ìṣesí.

- Ṣe idanimọ a lọ́wọ́lọ́wọ́ rogbodiyan tabi àìfohùnṣọ̀kan
- Dúró díẹ̀ ṣaaju n fesi
- Beere Ọlọ́run fún ọgbọn ṣaaju Nsoro tabi ìṣeré

Ọgbọ́n nigbagbogbo ṣípayá funrararẹ nínú ìdènà.

ẸGBẸ ÌJÍRÒRÒ Àwọn ÌBÉÈRÈ

1. Kílódé? ṣe rogbodiyan ṣípayá ẹ̀mí ìdàgbàsókè?
2. Bawo agolo àìfararọ jinlẹ̀ ọgbọn dípò bẹ́ẹ̀ ti ìkorò?

3. Kini àwọn ìṣe Egba Mi O àwọn onígbàgbọ́ dahun ọgbọn lábẹ́ titẹ?

ÀDÚRÀ

Bàbá, Èmi beere Ìwọ fún ọgbọ́n.

Kọ́ni emi sí fetísílẹ̀ ṣaaju dáhùn.

Lo ìjà láti tún ọkàn mi ṣe kí ó sì mú kí ìgbàgbọ́ mi yé mi kedere . Tìrẹ ọgbọn itọsọna tèmi awọn ọrọ àti àwọn ìgbésẹ̀.

Àmín.

ÀSỌTÍLẸ ÌKÉDE

Mo gba ọgbọ́n láti ọ̀dọ̀ Ọlọ́run.

Ìjà ló ń mú kí òye mi túbọ̀ jinlẹ̀.

Èmi dahun pẹlu kedere, ìrẹ̀lẹ̀, àti oore-ọ̀fẹ́.

ti Ọlọ́run ọgbọn ń ṣàkóso tèmi ìgbésí ayé.

ÌFẸRẸSÍ SI Ìgbọràn

Lóníí, mo pinnu láti fi ọgbọ́n dáhùn . ìfẹ́-inú kìí ṣe gba laaye rogbodiyan sí le tèmi ọkàn.

Èmi yan ìfòyemọ̀ lórí ìṣesí.

WÍWÒ ṢÁájú SI ỌJỌ ỌDÚN MẸSÀNLÓGÚN

Gẹ́gẹ́ bí Augustin dagba nínú ọgbọ́n, Ọlọ́run tí a fi lé lọ́wọ́ òun pẹlu nkankan wuwo ju:

Àwọn ìtọ́jú ti àwọn ọkàn.

Ọla àwa ìfẹ́-inú ṣe àwárí:

Kini rẹ̀ ọna sí gbe ojuse fún awọn miiran ṣaaju Ọlọ́run.

ỌJỌ ỌDÚN MẸSÀNLÓGÚN
ÈNÌYÀN TÍ Ó Ń GBÀ, KÌ Í ṢE ÈRÒ NÍKAN

KEY ÀKÓKÒ ÌWÉ MÍMỌ

"Gbọ́ràn àwọn wọ̀nyẹn Àjọ WHO òfin lórí ìwọ, àti jẹ́ tẹríba, fún àwọn aago jade fun tirẹ àwọn ọkàn, gẹ́gẹ́ bí àwọn wọ̀nyẹn Àjọ WHO gbọdọ̀ fúnni àkọọ́lẹ̀.

— Àwọn Hébérù 13:17

"Olùṣọ́ Àgùntàn Àwọn nǹkan wọ̀nyí ló fà á tí wọ́n fi ń ṣe àtúnṣe sí ara wọn. agbo ẹran ti Ọlọ́run èwo ni ni láàrin ìwọ."

— 1 Pétérù 5:2

"Béárì ọkan ti ẹlomiran ẹrù, àti bẹ́ẹ̀ ni mú ṣẹ Àwọn nǹkan wọ̀nyí ló fà á tí wọ́n fi ń ṣe àtúnṣe sí ara wọn. ofin ti Kristi."

— Àwọn ará Gálátíà 6:2

"Àjọ WHO ni tó fún àwọn nǹkan wọ̀nyí ?"

— 2 Àwọn ará Kọ̀ríńtì 2:16

ỌGÙSTINE GBÉ ÌṢẸKẸKẸ

Bí **Augustine ti Hippo** ṣe ń dàgbàsókè nínú ọgbọ́n àti agbára, ó túbọ̀ ń mọ òtítọ́ kan tó ń múni ronú jinlẹ̀:

Kì í ṣe èrò nìkan ló ń bá lò mọ́. Ó ń bá

àwọn ènìyàn lò .

Gbogbo ọrọ òun ti kọ apẹrẹ ẹ̀rí ọkàn. Gbogbo

ìpinnu ló ní ipa lórí ìgbésí ayé.

Gbogbo ìbáṣepọ̀—tàbí kedere—ní awọn abajade ju ara rẹ.

Augustine kọ́ pé ìdarí ẹ̀mí kì í ṣe nípa bíbẹ̀rẹ̀ àríyànjiyàn tàbí gbígbà àwọn ipò. Ó jẹ́ nípa **gbígbé ọkàn síwájú Ọlọ́run** . Ìmọ̀ yìí rẹ ẹ́ sílẹ̀ gidigidi. Ìwúwo ẹrù iṣẹ́ kò mú kí ìgbẹ́kẹ̀lé rẹ̀ pọ̀ sí i; ó mú kí ìgbẹ́kẹ̀lé rẹ̀ pọ̀ sí i.

Òun oye iyẹn awọn ero agolo jẹ́ àríyànjiyàn—ṣùgbọ́n awọn ọkàn

gbọdọ jẹ́
tí a ṣe olùṣọ́ àgùntàn .

ÌGBÉSÍ AYÉ ẸKỌ

Ọlọ́run àwọn olùtọ́jú àwọn ènìyàn, kìí ṣe awọn iru ẹrọ.

Ó ṣeé ṣe láti ní ìfẹ́ sí òtítọ́ àti àìbìkítà sí àwọn ènìyàn. Ìwé Mímọ́ kìlọ̀ nígbà gbogbo pé kì í ṣe nípa òdodo nìkan ni a fi ń wọn ìtọ́sọ́nà àti **agbára** .

Gbigbe awọn ọkàn tumo si:

- Fífetísílẹ̀ ṣaaju Nsoro
- Sísìn kí ó tó sọ pé
- Gbígbàdúrà ṣaaju ìṣeré

Ipa láìsí ìfẹ́ di ìṣàkóso. Òtítọ́ láìsí àníyàn
di ẹrù.

Ọlọ́run awọn ipe Tirẹ̀ àwọn ìránṣẹ́ sí oluṣọ-agutan ọkàn, kìí ṣe lasan ìpínlẹ̀ àwọn ìdánilójú.

DÍGÌ ÌṢẸKẸKẸ (Ẹnìkan ÌRÒYÌN)

Ṣe àtúnṣe òótọ́:

- Àjọ WHO ní Ọlọ́run tí a fi lé lọ́wọ́ sí tirẹ ipa?
- Ṣe iwọ wo àwọn ènìyàn gẹ́gẹ́ bí awọn ojuse tàbí àwọn ìdádúró?
- Àwọn tirẹ awọn ọrọ apẹrẹ jù bẹ́ẹ̀ lọ láti ọwọ́ ìdálẹ́bi tabi láti ọwọ́ bìkítà?

Jẹ́ kí àwọn wọ̀nyí awọn ibeere ṣe àwárí tirẹ àwọn ìdí.

IṢẸ FÚN Ìgbọràn

Lónìí, adaṣe **aimọọmọ iṣẹ́ olùṣọ́-àgùntàn** .

- Ṣe idanimọ ọkan ènìyàn Ọlọ́run ní ti a gbe kalẹ nínú tirẹ ìtọ́jú tabi ipa lori
- Gbàdúrà fún wọn pataki láti ọwọ́ orúkọ
- Tẹ̀lé ọwọ́ jade pẹlu ìṣírí, fetísílẹ̀, tabi atilẹyin

Gbigbe awọn ọkàn bẹ̀rẹ̀ pẹlu àfiyèsí.

ẸGBẸ ÌJÍRÒRÒ Àwọn ÌBÉÈRÈ

1. Kílódé? ni rẹ̀ o rorun gan sí gbèjà awọn ero ju sí ìtọ́jú fún àwọn ènìyàn?
2. Bawo ṣe ẹ̀mí ojuse jinlẹ̀ ìrẹ̀lẹ̀?

3. Àwọn àṣà wo ló ń ran àwọn aṣáájú lọ́wọ́ láti máa ṣe olùṣọ́ àgùntàn dípò àwọn olùdarí?

ÀDÚRÀ

Baba, rán mi létí pé àwọn èniyàn ṣe pàtàki ju àríyànjiyàn lọ. Kọ́ mi láti gbé ọkàn pẹ̀lú ìrẹ̀lẹ̀ àti ìtọ́jú.

Olùṣọ́ emi láti ìgbéraga, líle, tabi àìbìkítà.

Ran mi lọwọ lati ṣe oluṣọ-agutan otitọ ohun ti O ti fi le mi lọwọ.

Amin.

ÀSỌTÍLẸ ÌKÉDE

Mo gbé àwọn èniyàn pẹ̀lú ìrẹ̀lẹ̀ àti ìfẹ́.

Ọlọ́run fi ọkàn lé mi lọ́wọ́, kìí ṣe èrò lásán .

ipa ṣe afihan Àwọn nǹkan wọ̀nyí ló fà á

tí wọ́n fi ń ṣe àtúnṣe sí ara wọn. ọkàn ti

Kristi.

Èmi oluṣọ-agutan otitọ kini Ọlọ́run ní ti a gbe kalẹ nínú tèmi ìtọ́jú.

ÌFẸRẸSÍ SI Ìgbọràn

Lónìí , mo ti pinnu láti tọ́jú àwọn èniyàn, kìí ṣe láti gbèjà ipò nìkan.

ìfẹ́-inú oluṣọ-agutan pẹlu sùúrù, àdúrà, àti ìfẹ́.

Èmi yan ojuse ju ìdámọ̀ lọ.

WÍWÒ ṢÁájú SI ỌJỌ OGÚN

Gẹ́gẹ́ bí Augustin ti gbe Àwọn nǹkan wọ̀nyí ló fà á tí wọ́n fi ń ṣe àtúnṣe sí ara wọn. iwuwo ti àwọn ọkàn, òun ti kọ ẹkọ omiran àṣekára ẹ̀kọ́:

Ìdarí nilo jinlẹ̀ irẹlẹ sí ku ni ilera.

Ọla àwa ìfẹ́-inú ṣe àwárí:

Bawo Ọlọ́run àwọn ohun ìpamọ́ Àwọn nǹkan wọ̀nyí ló fà á tí wọ́n fi ń ṣe àtúnṣe sí ara wọn. ọkàn ti a iranṣẹ lábẹ́ ojuse.

ỌJỌ OGÚN
ÌRẸLẸ TÍ Ó Ń GBÉ ÌṢÀKÓSO LÓRÍ

KEY ÀKÓKÒ ÌWÉ MÍMỌ

"Ọlọ́run tako Àwọn nǹkan wọ̀nyí ló fà á tí wọ́n fi ń ṣe àtúnṣe sí ara wọn. ìgbéraga, ṣùgbọ́n n funni oore-ọfẹ sí Àwọn nǹkan wọ̀nyí ló fà á tí wọ́n fi ń ṣe àtúnṣe sí ara wọn. onírẹ̀lẹ̀."

— Jákọ̀bù 4:6

"Ẹnikẹ́ni tí ó bá fẹ́, awọn ifẹ sí di nla láàrin ìwọ, jẹ ki òun jẹ́ tirẹ ìránṣẹ́."

— Mátíù 20:26

"Ó gbọdọ̀ pọ si, ṣùgbọ́n Èmi gbọdọ̀ dínkù."

— Jòhánù 3:30

"Kini ṣe iwọ ní iyẹn iwọ ṣe kìí ṣe gba?

— 1 Àwọn ará Kọ́ríńtì 4:7

ỌGÙSTINE GBÉ ÌṢẸKẸKẸ

Ní ìpele yìí nínú ìgbésí ayé rẹ̀, **Augustine ti Hippo** gbé ẹrù—ẹ̀mí, ọgbọ́n, àti olùṣọ́ àgùntàn.

Àwọn èniyàn dúró dè é. Àwọn

ìjọ gbára lé e. Àwọn ìjíròrò ń wá

ọ̀nà láti mọ̀ dájú.

Ati Augustin mọ nkankan ewu jẹ́ ó ṣeé ṣe.

Ìṣàkóso lè mú kí èniyàn yí padà díẹ̀díẹ̀ pé ó pọndandan. Àwọn àbájáde náà sinmi lórí wọn. Àwọn ló ni ipa náà. Augustine tako èyí . idakẹjẹẹ ṣùgbọ́n mọ̀ọ́mọ̀. Òun tí a rán lẹ́tí ara rẹ̀—nígbà gbogbo—èyí òun jẹ́ kìí ṣe orisun ti òtítọ́, ṣùgbọ́n a **iranṣẹ ti ó** .

Ìrẹ̀lẹ̀ jẹ́ kìí ṣe àṣàyàn fún òun.

Ìwàláàyè ni.

ÌGBÉSÍ AYÉ ẸKỌ

Ìpè láìsí irẹlẹ nígbẹ̀yìn-gbẹ́yín wó lulẹ̀.

Kì í ṣe nípa agbára nìkan ni a fi ń mú ìdarí dúró, ṣùgbọ́n nípa gbígbẹ́kẹ̀lé Ọlọ́run nígbà gbogbo. Ìwé Mímọ́ ṣe kedere: oore-ọ̀fẹ́ ń ṣàn níbi tí ìrẹ̀lẹ̀ bá wà, ṣùgbọ́n ìtakora ń ṣàn níbi tí ó bá wà. ń bọ̀ ibi ti ìgbéraga gba gbòǹgbò.

Ìrẹ̀lẹ̀ ntọju olori:

- A le kọ́
- A le ṣe iṣirò fun
- Ẹni tí ó gbẹ́kẹ̀lé
- Ní ààbò

Nigbawo irẹlẹ ń bàjẹ́, paapaa o dara itọsọna di ewu.

DÍGÌ ÌṢẸKẸKẸ (Ẹnìkan ÌRÒYÌN)

Ṣe àtúnṣe pẹ̀lú ìṣọ́ra:

- Nibo ní Ọlọ́run tí a fi lé lọ́wọ́ iwọ pẹlu ojuse tabi ipa?
- Bawo ṣe iwọ olùṣọ́ tirẹ ọkàn lodi si ìgbéraga?
- Ṣe iwọ sibẹ damọ ohun gbogbo iwọ ní gẹ́gẹ́ bí ti gba, kìí ṣe tí a ti jèrè?

Jẹ́ kí Ọlọ́run ṣe ayẹwo kìí ṣe nìkan tirẹ àwọn ìṣe, ṣùgbọ́n tirẹ iduro.

IṢẸ FÚN Ìgbọràn

Lónìí, adaṣe **aimọọmọ ìrẹ̀lẹ̀** .

- Gba ọkan agbegbe ibi ti iwọ rilara igboya tabi ti fi idi mulẹ
- O ṣeun Ọlọ́run kedere fún rẹ̀
- Pe Tirẹ̀ nlọ lọwọ itọsọna àti atunṣe

Ìrẹ̀lẹ̀ dagba ibi ti ọpẹ awọn aye.

ẸGBẸ ÌJÍRÒRÒ Àwọn ÌBÉÈRÈ

1. Kílódé? ni ìgbéraga nigbagbogbo pẹ̀lẹ́pẹ̀lẹ́ nínú ìdarí?
2. Bawo ṣe irẹlẹ daabobo igba pipẹ èso rere?
3. Kini àwọn ìṣe Egba Mi O àwọn aṣáájú ku tí ó gbẹ́kẹ̀lé lórí Ọlọ́run?

ÀDÚRÀ

Bàbá, Èmi gba iyẹn ohun gbogbo Èmi ní ń bọ̀ láti Ìwọ. Ṣọ́dà tèmi ọkàn láti ìgbéraga àti ìgbẹ́kẹ̀lé ara-ẹni.

Kọ́ mi láti ṣe amọ̀nà, sìn, àti gbọ́ràn pẹ̀lú ìrẹ̀lẹ̀. Jẹ́ kí oore-ọ̀fẹ́ máa bá a lọ láti sinmi lórí ayé mi.

Àmín.

ÀSỌTÍLẸ̀ ÌKÉDE

Èmi Rìn kiri nínú irẹlẹ ṣaaju Ọlọ́run.

Oore-ọ̀fẹ́ ló ń gbé ìpè mi àti ipa mi ró. Mo ń sìn, kì í ṣe ẹni tó ń gbé ara mi ga.

Ọlọ́run nìkan ṣoṣo gba Àwọn nǹkan wọ̀nyí ló fà á tí wọ́n fi ń ṣe àtúnṣe sí ara wọn. ògo.

ÌFẸRẸSÍ SI Ìgbọràn

Lóníí, mo fi ara mi fún ìrẹ̀lẹ̀ nínú gbogbo ẹrù iṣẹ́ tí Ọlọ́run fún mi. Èmi yóò máa jẹ́ ẹni tí ó ṣeé kọ́, tí ó mọrírì, tí ó sì gbára lé mi.

Èmi yan oore-ọfẹ lórí ìgbẹ́kẹ̀lé ara-ẹni .

WÍWÒ ṢÁájú SI ỌJỌ́ ỌKAN- LỌGỌN

Àwa nisinsinyi wọlé Àwọn nǹkan wọ̀nyí ló fà á tí wọ́n fi ń ṣe àtúnṣe sí ara wọn.
ìṣẹ́jú-ààyá idaji ti Àwọn nǹkan wọ̀nyí ló fà á tí wọ́n fi ń ṣe àtúnṣe sí ara wọn. ìrìnàjò.

Gẹ́gẹ́ bí Augustin tẹsiwaju lóòtọ́, Ọlọ́run bẹ̀rẹ̀ sí apẹrẹ ohun kan tí ó dúró pẹ́:

Àtijọ́.

Ọla àwa ìfẹ́-inú ṣe àwárí:

Kini onínúure ti ìgbésí ayé ewe èso ju a igbesi aye.

ỌJỌ ỌKAN- LỌGỌN

ÌGBÉSÍ AYÉ FÚN KINI ÀWỌN ÈNÌYÀN TÓ KÒ SÍ Ìwọ

KEY ÀKÓKÒ ÌWÉ MÍMỌ

"Àwọn mìíràn ní ṣiṣẹ́, àti iwọ ní ti wọle sinu tiwọn àwọn iṣẹ́.

—Jòhánù 4:38

"Olódodo ń rìn nínú ìwà títọ́ rẹ̀; àwọn ọmọ rẹ̀ ni a bùkún fún lẹ́yìn rẹ̀."

— Àwọn Òwe 20:7

"Kini iwọ ní ti gbọ́ láti èmi... dá àwọn wọ̀nyí sí oloootọ àwọn ọkùnrin Àjọ WHO ìfẹ́-inú lè kọ́ àwọn ẹlòmíràn pẹ̀lú."

— 2 Tímótì 2:2

"Nítorí náà, kọni àwa sí nọ́mbà tiwa àwọn ọjọ́, iyẹn àwa le èrè a ọkàn ti ọgbọ́n."

— Sáàmù 90:12

ỌGÙSTINE GBÉ ÌṢẸKẸKẸ

Gẹ́gẹ́ bí Àwọn nǹkan wọ̀nyí ló fà á tí wọ́n fi ń ṣe àtúnṣe sí ara wọn. ọdún kọjá, **Augustin ti Erinmi** di ń pọ̀ sí i mọ̀ pé tirẹ̀ ìgbésí ayé jẹ́ rárá gun ju wọn láti ọwọ́ ìgbòkègbodò, ṣùgbọ́n láti ọwọ́ **ogún** .

Òun jẹ́ rárá gun ju béèrè, *Kini òwúrọ̀ Èmi ń ṣàṣeyọrí?*

Ó jẹ́ béèrè, *Kí ni yóò dúró síbẹ̀?*

Augustin kọ, ti kọ, tí a ṣe àtúnṣe, àti ṣe olùṣọ́-àgùntàn—ṣùgbọ́n pẹlu a ìmọ̀ tó ń pọ̀ sí i iyẹn òun jẹ́ ilé fún iran iran òun yóò lae pàdé. Tirẹ̀ awọn ọrọ ni apẹrẹ pẹlu ìtọ́jú. Tirẹ̀ ẹ̀kọ́ jẹ́ tí a fi lé lọ́wọ́ sí àwọn mìíràn. Tirẹ̀ iṣootọ ni rárá gun ju kíákíá—ó jẹ́ **àmọ̀ọ́mọ̀** .

Òun oye iyẹn Ọlọ́run awọn wiwọn ogún kìí ṣe láti ọwọ́ hihan, ṣùgbọ́n láti ọwọ́

gbigbejade .

Àṣẹ tí a ti ṣe àkóso rẹ̀ ni tí a ṣe láti ọwọ́ iṣooto, kìí ṣe olókìkí.

Ìjọba Ọlọ́run ń tẹ̀síwájú nípasẹ̀ ìtẹ̀síwájú. Ohun tí a bá da sínú àwọn ẹlòmíràn ni ọ̀nà tí Ọlọ́run fi ń tẹ̀síwájú iṣẹ́ Rẹ̀ ju ìgbésí ayé wa lọ.

Ìgbésí ayé fún kini àwọn tí wọ́n wà láàyè ju àwọn tí wọ́n wà láàyè lọ iwọ tumo si:

- Ìdókòwò nínú àwọn ènìyàn jù bẹ́ẹ̀ lọ ju awọn iṣẹ akanṣe
- Ṣíṣe àfikún iṣẹ̀dá lórí idanimọ
- Yíyàn iṣooto lórí lẹ́sẹ̀kẹsẹ̀

Àṣẹ tí a ti ṣe àkóso rẹ̀ ni kìí ṣe kini àwọn ènìyàn ranti nipa àwa—ó ni kini Ọlọ́run tẹsiwaju lati ṣe nípasẹ̀ kini àwa ní otitọ tí a fúnni.

DÍGÌ ÌṢẸ̀KẸ̀KẸ̀ (Ẹ̀nìkan ÌRÒYÌN)

Ṣe àtúnṣe pẹ̀lú àdúrà:

- Kini àwọn iwọ ilé iyẹn ìfẹ́-inú ku lẹ́yìn iwọ?
- Àjọ WHO àwọn iwọ mọ̀ọ́mọ̀ idoko-owo nínú?
- Àwọn tirẹ lojoojumọ awọn yiyan apẹrẹ láti ọwọ́ ayérayé tabi ìkánjúkánjú?

Jẹ́ kí Ọlọ́run tun ṣe àtúnṣe tirẹ ìran.

IṢẸ FÚN Ìgbọràn

Lónìí, mu ọkan **tí ó da lórí ogún-ìní ìgbésẹ̀** .

- Ṣe idanimọ ọkan ènìyàn sí mọ̀ọ́mọ̀ fi owo pamọ́ nínú
- Gbani níyànjú, kọ́ni, tabi gbadura pẹlu wọn
- Fi ara rẹ lelẹ sí igba pipẹ iṣootọ dípò bẹ́ẹ̀ ju igba kukuru ipa

Àṣẹ tí a ti ṣe àkóso rẹ̀ dagba lọ́ra—ṣùgbọ́n ní ìdúróṣinṣin.

ẸGBẸ ÌJÍRÒRÒ Àwọn ÌBÉÈRÈ

1. Bawo ṣe Ìwé Mímọ́ ṣalaye ogún lọna orisirisi láti àṣà?
2. Kílódé? ni idoko-owo nínú àwọn ènìyàn nigbagbogbo Diedie ju ilé àwọn pẹpẹ ìrúbọ?
3. Kini iranlọwọ àwọn onígbàgbọ́ duro dojukọ lórí igba pipẹ èso?

ÀDÚRÀ

Bàbá, kọni emi sí laaye pẹlu ayérayé nínú ìwòran.

Ṣe àtúnṣe àwọn ohun pàtàkì mi pẹ̀lú ohun tó wà pé títí . emi fi owo pamọ́ otitọ nínú àwọn ènìyàn àti òtítọ́. Jẹ́ kí ìgbésí ayé mi so èso ju ìgbésí ayé mi lọ.
Àmín.

ÀSỌTÍLẸ ÌKÉDE

Èmi laaye fún kini Ó ń wà lááyè ju mi lọ.
Ìgbésí ayé mi ń so èso tó máa wà tító láé nínú Ìjọba Ọlọ́run . fi owo pamọ́ nínú àwọn ènìyàn, kìí ṣe nìkan awọn abajade.
Ọlọ́run ń pọ̀ sí i kini Èmi otitọ olùtọ́jú.

ÌFẸRẸSÍ SI Ìgbọràn

Lónìí, mo pinnu láti gbé pẹ̀lú ojú ìwòye ayérayé.
Èmi yóò náwó sí ohun tí ó wà pẹ́ títí.
Èmi yan ogún lórí lẹ́sẹ̀kẹsẹ̀.

WÍWÒ ṢÁájú SI ỌJỌ MEJI-LE -LOGUN

Gẹ́gẹ́ bí ogún gba apẹrẹ, a tuntun ìpèníjà náà ń yọjú:

Bawo ṣe iwọ ku olooototọ Nigbawo iwọ ìfẹ́-inú kìí ṣe wo Àwọn nǹkan wọ̀ny lò fà á tí wọ́n fi ń ṣe àtúnṣe sí ara wọn. kún ìkórè?

Ọla àwa ìfẹ́-inú ṣe àwárí:

Gbígbẹ́kẹ̀lé Ọlọ́run pẹlu a ko ri èso.

ỌJỌ MEJI-LE -LOGUN

Olóòótọ́ láìrí ìkórè

KEY ÀKÓKÒ ÌWÉ MÍMỌ

"Ọkan àwọn irugbin àti omiran ń kórè."

— Jòhánù 4:37

"Àti" níní ti pari gbogbo... sí dúró."

— Éfésù 6:13

"Àwọn wọ̀nyí gbogbo kú nínú ìgbàgbọ́, kìí ṣe níní gba Àwọn nǹkan wọ̀nyí ló fà á tí wọ́n fi ń ṣe àtúnṣe sí ara wọn. àwọn ìlérí, ṣùgbọ́n níní mo ti rí wọn lókèèrè."

— Àwọn Hébérù 11:13

"Èmi gbìn, Àpólò tí a fi omi bomi, ṣùgbọ́n Ọlọ́run fúnni Àwọn nǹkan wọ̀nyí ló fà á tí wọ́n fi ń ṣe àtúnṣe sí ara wọn. pọ̀ sí i."

— 1 Àwọn ará Kọ́ríńtì 3:6

ỌGÙSTINE GBÉ ÌṢẸKẸKẸ

Gẹ́gẹ́ bí **Augustin ti Erinmi** ti wọle Àwọn nǹkan wọ̀nyí ló fà á tí wọ́n fi ń ṣe àtúnṣe sí ara wọn. nigbamii ọdún ti tirẹ̀ iṣẹ́ ìránṣẹ́, òun di mímọ̀ síi nípa òtítọ́ kan tí ó ṣe pàtàkì:

Pupọ ti kini Ọlọ́run jẹ́ n ṣe nípasẹ̀ òun yóò **walaaye ju òun** .

Ó ṣiṣẹ́ kára láìsí ìdánilójú pé àbájáde rẹ̀ yóò hàn gbangba. Ó ṣe àtúnṣe àṣìṣe pẹ̀lú ìmọ̀ pé ó lè gba ìrandíran láti tún ìbàjẹ́ ṣe. Ó kọ́ òtítọ́ ní ìgbẹ́kẹ̀lé. Ọlọ́run sí pamọ́ rẹ̀ ju tirẹ̀ ohùn.

Augustine kò béèrè pé kí ó rí àbájáde rẹ̀. Ó gbẹ́kẹ̀lé Onkọ̀wé náà.

ÌGBÉSÍ AYÉ ẸKỌ

Ọlọ́run ṣe kìí ṣe beere àwa sí pari Àwọn nǹkan wọ̀nyí ló fà á tí wọ́n fi ń ṣe àtúnṣe sí ara wọn. iṣẹ́—níkan sí jẹ́ oloootọ sí tiwa apakan. Iwe mimọ kọni leralera pe Ijọba naa nlọsiwaju nipasẹ iṣẹ apapọ kọja àkókò. Díẹ̀ ohun ọ̀gbìn.

Díẹ̀ omi. Àwọn mìíràn kórè. Ṣùgbọ́n Ọlọ́run nìkan ṣoṣo awọn iṣakoso pọ si.

Iṣòtítọ́ ni ìgbọràn **láìsí àwọn ìdánilójú** .

Nigbawo àwa tẹnumọ́ lórí rírí awọn abajade, àwa lọ́nà pèlépèlé ibi ara wa ní Àwọn nǹkan wọ̀nyí ló fà á tí wọ́n fi ń ṣe àtúnṣe sí ara wọn. aarin ti Ọlọrun iṣẹ́. Nigbawo àwa gbẹ́kẹ̀lé Ọlọ́run pẹlu a ko ri èso, àwa ọlá Tirẹ̀ ìjọba-aláṣẹ.

DÍGÌ ÌṢẸKẸKẸ (Ẹnìkan ÌRÒYÌN)

Ṣe àtúnṣe òótọ́:

- Nibo ní iwọ ti dagba ìrẹ̀wẹ̀sì nítorí awọn abajade àwọn tí a fi dádúró?
- Ní iwọ dogba èso rere pẹlu ríran?
- Àwọn iwọ ìfẹ́ ọkàn sí gbọ́ràn paapaa bí iwọ lae wo àbájáde rẹ̀ ?

Jẹ́ kí Ọlọ́run tunṣe atunṣe tirẹ àwọn ìfojúsùn.

IṢẸ FÚN Ìgbọràn

Lónìí, itusilẹ tirẹ nilo sí wo àwọn àbájáde.

- Ṣe idanimọ ọkan agbegbe ibi ti iwọ rilara a ko ri tabi a ko ṣẹ
- Sọ̀rọ̀ èyí àdúrà sókè pẹ̀lú ohùn rara:
  "Olúwa, Èmi gbẹ́kẹ̀lé Ìwọ pẹlu Àwọn nǹkan wọ̀nyí ló fà á tí wọ́n fi ń ṣe àtúnṣe sí ara wọn. ìkórè."
- Tẹ̀síwájú otitọ láìsí ṣiṣatunṣe ìgbọràn sí awọn abajade

Ìgbẹ́kẹ̀lé ń gbé e ró ìgbọràn.

ẸGBẸ ÌJÍRÒRÒ Àwọn ÌBÉÈRÈ

1. Kílódé? ṣe àwa ìjàkadì sí gbọ́ràn láìsí rírí àwọn àbájáde?
2. Bawo ṣe igbagbọ àgbà Nigbawo awọn abajade àwọn tí a kò rí?
3. Kini iranlọwọ àwọn onígbàgbọ́ ku oloootọ kọja gígùn àwọn àkókò?

ÀDÚRÀ

Bàbá, kọni emi sí gbẹ́kẹ̀lé Ìwọ pẹlu awọn abajade Èmi le lae wo.
Ọfẹ emi láti Àwọn nǹkan wọ̀nyí ló fà á tí wọ́n fi ń ṣe àtúnṣe
sí ara wọn. nilo fún idanimọ tabi lẹ́sẹ̀kẹsẹ̀ èso.
Ran mi lọwọ lati duro ṣinṣin si iṣẹ ti iwọ ti yàn. Mo
gbẹkẹle ọ pẹlu ikore.
Àmín.

ÀSỌTÍLẸ ÌKÉDE

Mo dúró ṣinṣin láìsí pé mo nílò láti rí àbájáde.
Ọlọ́run ló ń mú kí àkókò rẹ̀ pọ̀ sí i.
Ìgbọràn mi kò jẹ́ ohun tí a fi
ṣòfò . gbẹ́kẹ̀lé Ọlọ́run pẹlu a
ko ri èso.

ÌFẸRẸSÍ SI Ìgbọràn

Lónìí, Èmi dá sí oloootọ ìgbọràn láìsí àwọn ipò. ìfẹ́-inú
gbìn, omi, àti gbẹ́kẹ̀lé Ọlọ́run pẹlu Àwọn nǹkan wọ̀nyí ló
fà á tí wọ́n fi ń ṣe àtúnṣe sí ara wọn. ìkórè.
Èmi yan gbẹ́kẹ̀lé lórí iṣakoso.

WÍWÒ ṢÁájú SI ỌJỌ MẸTA-LE -LOGUN

Gẹ́gẹ́ bí Augustin gbẹkẹle Ọlọ́run pẹlu a ko ri èso, òun ti kọ ẹkọ omiran otitọ:
Iṣòtítọ́ ṣe kìí ṣe yọ kuro ìyà—ó àwọn àtúnṣe àwọn fírẹ́mù rẹ̀.
Ọla àwa ìfẹ́-inú ṣe àwárí:
Bawo ìyà awọn apẹrẹ ireti dípò bẹ́ẹ̀ ju parun rẹ̀.

ỌJỌ MẸTA-LE -LOGUN

ÌJÌYÀ ÌYẸ Ó Ń fún ìrètí lágbára

KEY ÀKÓKÒ ÌWÉ MÍMỌ

"Awa tun nṣogo ninu awọn ipọnju, nitori a mọ̀ pe ipọnju nmu ifarada wa; àti ìfaradà, ohun kikọ; àti ohun kikọ, ìrètí."

— Àwọn ará Róòmù 5:3–4

"Fún" tiwa imọlẹ ìpọ́njú, èwo ni ni ṣùgbọ́n fún a ìṣẹ́jú kan, ni ṣiṣẹ fún àwa a pupọ diẹ sii ju gbogbo rẹ̀ lọ àti ayérayé iwuwo ti ògo."

— 2 Àwọn ará Kọ́ríńtì 4:17

"Bí ó tilẹ̀ jẹ́ pé Òun pa èmi, sibẹsibẹ ìfẹ́-inú Èmi gbẹ́kẹ̀lé Òun."

— Iṣẹ́ 13:15

"Ìbùkún" ni Àwọn nǹkan wọ̀nyí ló fà á tí wọ́n fi ń ṣe àtúnṣe sí ara wọn. ọkùnrin Àjọ WHO farada ìdánwò; fún Nigbawo òun ní ti fọwọsi, òun ìfẹ́-inú gba Àwọn nǹkan wọ̀nyí ló fà á tí wọ́n fi ń ṣe àtúnṣe sí ara wọn. adé ti ìgbésí ayé.

— Jákọ́bù 1:12

ỌGÙSTINE GBÉ ÌṢẸKẸKẸ

Gẹ́gẹ́ bí **Augustine ti Erinmi** rìn jinlẹ̀ sí ìdàgbàsókè rẹ̀, ìjìyà kò pòórá nínú ìgbésí ayé rẹ̀.

Ó ti yipada tirẹ̀ ipa.

Ìrora kò ṣiṣẹ́ gẹ́gẹ́ bí ìyà mọ́. Ìṣòro kò túmọ̀ sí ìkùnà mọ́.

Ìdádúró rárá gun ju tí a fi hàn gbangba ìkọ̀sílẹ̀.

Augustin ti kọ ẹkọ iyẹn ìyà le boya le Àwọn nǹkan wọ̀nyí ló fà á tí wọ́n fi ń ṣe àtúnṣe sí ara wọn. ọkàn tabi **ìrètí ìdádúró** —ó sinmi lórí ibi tí a gbé ìgbẹ́kẹ̀lé lé. Ó jẹ́ kí ìrora gbé e lọ sí ọ̀dọ̀ Ọlọ́run dípò kí ó jìnnà sí I. Dípò kí ó béèrè fún àlàyé, ó rọ̀ mọ́ ìwà Ọlọ́run.

Ìrètí jẹ́ rárá gun ju ohun tó ṣe pàtàkì.

Ó di ayérayé.

ÌGBÉSÍ AYÉ ẸKỌ

Ìjìyà àwọn àtúnṣe ireti Nigbawo gbẹ́kẹ̀lé ni fidimule nínú Ọlọ́run.

Ìwé Mímọ́ ṣe kìí ṣe ìlérí ominira láti ìyà. Ó àwọn ìlérí ète inú rẹ̀. Ìrètí tí a dá láti inú ìjìyà lágbára ju ìrètí lọ—ó dúró ṣinṣin ju àwọn ipò lọ.

Ìjìyà ń fún ara lágbára ireti Nigbawo:

- Àwa gbẹ́kẹ̀lé Ti Ọlọ́run ohun kikọ lórí tiwa itunu
- Àwa túmọ̀ irora nípasẹ̀ ayérayé, kìí ṣe lẹ́sẹ̀kẹsẹ̀
- Àwa gba laaye ifarada sí apẹrẹ ohun kikọ

Ìrètí tí a kò tí ì dán wò jẹ́ aláìlágbára . ti a ti yọ́ mọ́ láti ọwọ́ ìyà ó faradà.

DÍGÌ ÌṢẸKẸKẸ (Ẹnìkan ÌRÒYÌN)

Ṣe àtúnṣe pẹ̀lú àdúrà:

- Ìyà wo ni o rò pé kò yẹ kí ó wà nínú ìrìnàjò ìgbàgbọ́ rẹ?
- Bawo ní irora ipenija tabi àtúnṣe tirẹ ìrètí?
- Ǹjẹ́ tirẹ ireti fidimule nínú ìtura—tàbí nínú Ọlọ́run?

Jẹ́ kí Ọlọ́run pade iwọ loooto Nibi.

IṢẸ FÚN Ìgbọràn

Lónìí, adaṣe **tí ó dá lórí ìrètí gbẹ́kẹ̀lé** .

- Ṣe idanimọ ọkan agbegbe ti nlọ lọwọ ìṣòro
- Sọ̀rọ̀ èyí otitọ sókè pẹ̀lú ohùn rara:
  "Ọlọ́run ni olóòtítọ́, paapaa Nibi."
- Yan ọkan iṣe ti ìgbọràn tabi ọpẹ pelu irora

Ìrètí dagba Nigbawo gbẹ́kẹ̀lé ni ti a ṣe adaṣe.

ẸGBẸ ÌJÍRÒRÒ Àwọn ÌBÉÈRÈ

1. Bawo ṣe Ìwé Mímọ́ tun ṣe itumọ ìyà?

2. Kílódé? ṣe ìyà nigbagbogbo ṣípayá ibi ti tiwa ireti nitootọ ìsinmi?
3. Kini àwọn ìṣe Egba Mi O àwọn onígbàgbọ́ farada irora pẹlu ìrètí?

ÀDÚRÀ

Bàbá, Èmi mú Ìwọ tèmi irora láìsí ṣe àṣehàn rẹ̀ ni Ó rọrùn .
Gbé ìrètí mi kalẹ̀ nínú òtítọ́ rẹ, kìí ṣe nínú ipò mi. gbogbo ìgbẹ́jọ́
sí apẹrẹ ohun kikọ àti jinlẹ̀ gbẹ́kẹ̀lé.
Èmi yan ireti iyẹn dúró pẹ́.
Àmín.

ÀSỌTÍLẸ ÌKÉDE

Ìrètí mi dúró lórí Ọlọ́run. Ìjìyà kò
ní pa ìgbàgbọ́ mi run.
Ọlọ́run ń dá ìfaradà àti ìwà sílẹ̀ nínú mi. Ìrètí mi
kò ní já mi kulẹ̀.

ÌFẸRẸSÍ SI Ìgbọràn

Lóníí, Èmi dá sí gbigbekele Ọlọ́run nínú ìyà.
Èmi ìfẹ́-inú gba laaye awọn idanwo sí jinlẹ̀ ìrètí,
kìí ṣe dínkù òun. Èmi yan ayérayé oju-iwoye lórí
ìtura ìgbà díẹ̀ .

WÍWÒ ṢÁájú SI ỌJỌ MẸRIN-LE -LOGUN

Gẹ́gẹ́ bí ireti jinlẹ sii, Ọlọ́run bẹ̀rẹ̀ sí mura silẹ Àwọn nǹkan wọ̀nyí ló fà á tí wọ́n fi ń ṣe àtúnṣe sí ara wọn. ọkàn fún nkankan pẹ̀lẹ́pẹ̀lẹ́ ṣugbọn pataki:

Gbigbasilẹ lọ.

Ọla àwa ìfẹ́-inú ṣe àwárí:

Bawo igbagbọ kọ́ ẹ̀kọ́ sí itusilẹ iṣakoso àti isinmi ni kikun nínú Ọlọ́run.

ỌJỌ MẸRIN-LE -LOGUN

KÍKỌ LÁTI JẸ KÍ A SÌ GBẸKẸ ỌLỌRUN PẸLÚ

KEY ÀKÓKÒ ÌWÉ MÍMỌ

"Fi gbogbo ọkàn rẹ gbẹ́kẹ̀lé Olúwa, má sì gbẹ́kẹ̀lé òye ara rẹ."

— Àwọn Òwe 3:5–6

"Jẹ́" síbẹ̀, àti mọ iyẹn Èmi òwúrọ̀ Ọlọ́run."

— Sáàmù 46:10

"Ṣíṣe àwọn eré gbogbo tirẹ ìtọ́jú lórí Òun, fún Òun àwọn àníyàn fún ìwọ."

— 1 Pétérù 5:7

"Ó Àjọ WHO ní ti wọle Tirẹ̀ isinmi ní ara rẹ̀ pẹlu dáwọ́ dúró láti tirẹ̀ iṣẹ́."

— Àwọn Hébérù 4:10

ỌGÙSTINE GBÉ ÌṢẸKẸKẸ

Nínú Àwọn nǹkan wọ̀nyí ló fà á tí wọ́n fi ń ṣe àtúnṣe sí ara wọn. nigbamii awọn akoko ti tirẹ̀ ìgbésí ayé, **Augustin ti Erinmi** ti kọ ẹkọ a ẹ̀kọ́ pé ìgbọràn nìkan kò lè kọ́ ọ.

Òun ti kọ ẹkọ sí **jẹ**

ki lọ . Kì í ṣe ti

ìgbàgbọ́.

Kì í ṣe ti ojuse.

Ṣugbọn ti iṣakoso.

Augustin ní ti lo ọdún ironu jinlẹ̀, ẹ̀kọ́ kedere, Ṣíṣe olùṣọ́ àgùntàn pẹ̀lú ìṣọ́ra. Síbẹ̀, iṣẹ́ ìsìn olóòótọ́ pàápàá lè gbé àníyàn ní ìdákẹ́jẹ́ẹ́—ìmọ̀lára pé àbájáde sinmi lórí ìṣọ́ra wa. Bí àkókò ti ń lọ, Augustine gbà pé ìgbẹ́kẹ̀lé jẹ́ ohun tí a lè gbẹ́kẹ̀lé. kìí ṣe ti fihan láti ọwọ́ ìsapá, ṣùgbọ́n láti ọwọ́ ìsinmi.

Òun ti kọ ẹkọ sí ibi awọn abajade ibi ti àwọn ti iṣe: nínú Ti Ọlọ́run àwọn ọwọ́.

ÌGBÉSÍ AYÉ ẸKỌ

Ìgbẹ́kẹ̀lé ni ti fi han kìí ṣe láti ọwọ́ ìgbòkègbodò, ṣùgbọ́n nípa fífúnni ní ìfarabalẹ̀.

Ọpọ̀ àwọn onígbàgbọ́ ló ń gbọ́ràn sí Ọlọ́run ṣùgbọ́n wọ́n ṣì ní ẹrù ìdarí. A máa ń gbèrò, a máa ń ṣàkóso, a sì máa ń retí—nígbà gbogbo pẹ̀lú òtítọ́—ṣùgbọ́n láìsí ìsinmi. Ìwé Mímọ́ kọ́ni. iyẹn otitọ gbẹ́kẹ̀lé awọn idasilẹ Àwọn nǹkan wọ̀nyí ló fà á tí wọ́n fi ń ṣe àtúnṣe sí ara wọn. nilo sí iṣakoso awọn abajade.

Jíjẹ́ kí a lọ kò túmọ̀ sí pé a kò gbọ́dọ̀ gbọ́ràn. ọna yọ kuro ninu ifẹsẹmulẹ láti **àníyàn** .

Ìgbàgbọ́ ó dàgbà Nigbawo àwa Duro títẹ̀lé lórí òye àti bẹ̀rẹ̀ ìsinmi nínú Ọlọ́run ìtọ́jú.

DÍGÌ ÌṢẸKẸKẸ (Ẹnìkan ÌRÒYÌN)

Ṣe àtúnṣe idakẹjẹẹ:

- Nibo àwọn iwọ sibẹ n gbiyanju sí iṣakoso awọn abajade?
- Kini ẹrù ní Ọlọ́run beere iwọ sí ìtúsílẹ̀?
- Ǹjẹ́ tirẹ ìgbọràn ti a wakọ láti ọwọ́ gbẹ́kẹ̀lé tabi àníyàn?

Jókòó pẹlu àwọn wọ̀nyí awọn ibeere òótọ́.

IṢẸ FÚN Ìgbọràn

Lóníí, adaṣe **aimọọmọ ìtúsílẹ̀** .

- Ṣe idanimọ ọkan àníyàn iwọ ní ti wa gbigbe
- Sọ̀rọ̀ rẹ̀ sókè pẹ̀lú ohùn rara sí Ọlọ́run
- Pẹ̀lú ìmọ̀ itusilẹ ojuse fún Àwọn nǹkan wọ̀nyí ló fà á tí wọ́n fi ń ṣe àtúnṣe sí ara wọn. abajade

Sọ laiyara:

"Olúwa, Èmi gbẹ́kẹ̀lé Ìwọ pẹlu èyí.

ẸGBẸ ÌJÍRÒRÒ Àwọn ÌBÉÈRÈ

1. Kílódé? ni fifọwọsilẹ lọ nigbagbogbo Gba gan ju gbigba ìgbésẹ̀?
2. Bawo agolo ojuse idakẹjẹẹ yípo sinu àníyàn?
3. Kini àwọn ìṣe Egba Mi O àwọn onígbàgbọ́ isinmi lakoko to ku olóòtítọ́?

ÀDÚRÀ

Bàbá, Èmi jẹwọ iyẹn Èmi nigbagbogbo gbe kini Ìwọ lae beere emi sí dimu. Kọ́ni emi sí gbẹ́kẹ̀lé Ìwọ ni kikun.

Egba Mi O emi itusilẹ àníyàn àti isinmi nínú
Tìrẹ mo bìkítà. ibi gbogbo abajade nínú Tìrẹ
àwọn ọwọ́.
Àmín.

ÀSỌTÍLẸ ÌKÉDE

Èmi gbẹ́kẹ̀lé Ọlọ́run pẹlu gbogbo àbájáde.
Èmi itusilẹ iṣakoso àti isinmi nínú Tirẹ
àníyàn. Ọlọ́run jẹ́ olóòótọ́ ju ìsapá
mi lọ.
Èmi laaye láti isinmi, kìí ṣe àníyàn.

ÌFẸRẸSÍ SI Ìgbọràn

Lónìí, Èmi dá sí gbigbekele Ọlọ́run ni kikun.
Èmi ìfẹ́-inú itusilẹ iṣakoso ibi ti Ọlọ́run ní beere emi sí
ìgbẹ́kẹ̀lé. Mo yan ìsinmi tí ó fidí múlẹ̀ nínú ìgbàgbọ́.

WÍWÒ ṢÁájú SI ỌJỌ ARUNDINLOGBON

Gẹ́gẹ́ bí Augustin ti kọ ẹkọ sí jẹ ki lọ, nkankan ẹlẹ́wà tẹ̀lé e:

Ayọ̀ padà—kò padà láti àṣeyọrí, ṣùgbọ́n láti ìsinmi.

Ọla àwa ìfẹ́-inú ṣe àwárí:

Bawo ayọ awọn sisan Nigbawo Àwọn nǹkan wọ̀nyí ló fà á tí wọ́n fi ń ṣe àtúnṣe sí ara wọn. ọkàn ìsinmi nínú Ọlọ́run.

ỌJỌ ARUNDINLOGBON
ÀWỌN Ayọ̀ ÌYẸ WÁ LÁTI ÌSINMI

KEY ÀKÓKÒ ÌWÉ MÍMỌ

"Nínú Tìrẹ wíwà ni kíkún ti ayọ̀."

— Sáàmù 16:11

"Àwọn ayọ ti Àwọn nǹkan wọ̀nyí ló fà á tí wọ́n fi ń ṣe àtúnṣe sí ara wọn. Olúwa ni tirẹ agbára."

— Nehemáyà 8:10

"Wá," sí Èmi... àti Èmi ìfẹ́-inú fúnni iwọ ìsinmi."

— Mátíù 11:28–29

"Ìwọ ìfẹ́-inú pa mọ́ òun nínú pipe alaafia, ẹni tí ó bá ọkàn ni duro lórí Ìwọ."

— Aísáyà 26:3

ỌGÙSTINE GBÉ ÌṢẸKẸKẸ

Nínú Àwọn nǹkan wọ̀nyí ló fà á tí wọ́n fi ń ṣe àtúnṣe sí ara wọn. nigbamii ọdún ti tirẹ̀ ìgbésí ayé, **Augustin ti Erinmi** ṣawari a ayọ òun kò mọ̀ ní àwọn àkókò ìṣáájú.

Ó jẹ́ kìí ṣe Àwọn nǹkan wọ̀nyí ló fà
á tí wọ́n fi ń ṣe àtúnṣe sí ara wọn.
ayọ ti Àṣeyọrí. Kìí ṣe ayọ̀
ìfọwọ́sowọ́pọ̀.
Kì í ṣe paapaa Àwọn nǹkan wọ̀nyí ló fà
á tí wọ́n fi ń ṣe àtúnṣe sí ara wọn. ayọ ti
aṣeyọri nínú iṣẹ́ ìránṣẹ́. Ó jẹ́ ayọ̀ **ìsinmi**

.

Bí Augustine ṣe kọ́ bí a ṣe ń darí ara wa àti bí a ṣe ń gbẹ́kẹ̀lé Ọlọ́run pátápátá, àníyàn náà túká tirẹ̀ dimu. Àwọn igbiyanju iyẹn lẹ́ẹ̀kan ti jọba tirẹ̀ ti inu ìgbésí ayé parẹ́. Ohun tó kù ni ayọ̀ tó dákẹ́jẹ́ẹ́, tó dúró ṣinṣin, tí kì í ṣe ti àwọn ipò tó yí padà, ṣùgbọ́n níwájú Ọlọ́run .

Ayọ̀ jẹ́ rárá gun ju nkankan òun Ó di
ohun tí ó ń gbé.

ÌGBÉSÍ AYÉ ẸKỌ

Ayọ̀ ni Àwọn nǹkan wọ̀nyí ló fà á tí wọ́n fi ń ṣe àtúnṣe sí ara wọn. èso ti isinmi, kìí ṣe ìsapá.

Ọpọ̀lọpọ̀ àwọn onígbàgbọ́ ló ń lépa ayọ̀ nípasẹ̀ àṣeyọrí, ìjẹ́rìí, tàbí ìṣe ẹ̀mí. Ìwé Mímọ́ ń kọ́ni nkankan o yatọ: ayọ awọn sisan nipa ti ara níbi tí ọkàn bá dúró sí nínú Ọlọ́run.

Ayọ̀ kò nílò ipò pípé. Ó nílò ìgbẹ́kẹ̀lé tí ó dájú.

Nigbawo isinmi rọpo igbiyanju, ayọ ń yọ jáde—kìí ṣe gẹ́gẹ́ bí ìtara, ṣùgbọ́n gẹ́gẹ́ bí **agbára** .

DÍGÌ ÌṢẸKẸKẸ (Ẹnikan ÌRÒYÌN)

Ṣe àtúnṣe pẹ̀lú àdúrà:

- Nibo ní iwọ ti wa wiwa ayọ nípasẹ̀ ìsapá?
- Kini ní àníyàn olè jí ayọ láti nínú tirẹ ìgbésí ayé?
- Bawo le isinmi nínú Ọlọ́run mu pada ayọ̀?

Gba laaye Àwọn nǹkan wọ̀nyí ló fà á tí wọ́n fi ń ṣe àtúnṣe sí ara wọn. Ẹmí sí tunṣe atunṣe tirẹ àwọn ìfojúsùn.

IṢẸ FÚN Ìgbọràn

Lóníí, adaṣe **aláyọ̀ ìsinmi** .

- Ṣètò lẹ́gbẹ̀ẹ́ àkókò sí nirọrun jẹ́ nínú Ti Ọlọ́run wíwà
- Ṣe kìí ṣe beere fún ohunkohun
- Gba Ti Ọlọ́run isunmọtosi pẹlu ọpẹ

Ayọ̀ nigbagbogbo awọn ipadabọ Nigbawo àwa Duro ti n beere awọn abajade.

ẸGBẸ ÌJÍRÒRÒ Àwọn ÌBÉÈRÈ

1. Kílódé? ṣe àwa alábàáṣiṣẹpọ̀ ayọ pẹlu aṣeyọri dípò bẹ́ẹ̀ ju ìsinmi?
2. Bawo ṣe àníyàn bàjẹ́ ayọ̀?
3. Kini àwọn ìṣe Egba Mi O àwọn onígbàgbọ́ laaye láti isinmi dípò bẹ́ẹ̀ ti • lílépa?

ÀDÚRÀ

Bàbá, o ṣeun Ìwọ fún Àwọn nǹkan wọ̀nyí ló fà á tí wọ́n fi ń ṣe àtúnṣe sí ara wọn. ayọ iyẹn ń bọ̀ láti ìsinmi nínú Ìwọ. Tú sílẹ̀ emi láti igbiyanju iyẹn olè jíjà àlàáfíà.

Mu pada sipo ayọ sí tèmi ọkàn gẹ́gẹ́ bí
Èmi gbẹ́kẹ̀lé Ìwọ ni kikun. gba Tìrẹ ayọ
gẹ́gẹ́ bí tèmi agbára.
Àmín.

ÀSỌTÍLẸ ÌKÉDE

Àwọn ayọ ti Àwọn nǹkan wọ̀nyí ló
fà á tí wọ́n fi ń ṣe àtúnṣe sí ara
wọn. Olúwa ni tèmi agbára. Èmi
laaye láti isinmi, kìí ṣe láti titẹ.
Ayọ̀ awọn sisan láti Ti Ọlọ́run wíwà nínú
tèmi ìyè. Ọkàn mi dúró ṣinṣin nínú Rẹ̀.

ÌFẸRẸSÍ SI Ìgbọràn

Lónìí, Èmi dá sí ìgbé ayé láti ìsinmi.
Èmi kì yóò lépa ayọ̀ nípasẹ̀ ìsapá.
Èmi gba Àwọn nǹkan wọ̀nyí ló fà á tí wọ́n fi ń ṣe àtúnṣe sí ara wọn. ayọ iyẹn awọn sisan láti gbigbekele Ọlọ́run.

WÍWÒ ṢÁájú SI ỌJỌ Mẹ́fàdínlọ́gbọ̀n

Gẹ́gẹ́ bí ayọ ti yanjú nínú ti Augustine ọkàn, Ọlọ́run ti pese sile òun fún nkankan onírẹ̀lẹ̀ àti mímọ́:

Ìparí daradara.

Ọla àwa ìfẹ́-inú ṣe àwárí:

Bawo a ìgbésí ayé ti a so mọto nínú Ọlọ́run ń gbára dì fún a alaafia parí.

ỌJỌ Ìparí ogún-lé-mẹ́rìndínlọ́gbọ̀n DÁRADÁRA

KEY ÀKÓKÒ ÌWÉ MÍMỌ

"Èmi ní ja Àwọn nǹkan wọ̀nyí ló fà á tí wọ́n fi ń ṣe àtúnṣe sí ara wọn. o dara ìjà, Èmi ní ti pari Àwọn nǹkan wọ̀nyí ló fà á tí wọ́n fi ń ṣe àtúnṣe sí ara wọn. ẹ̀yà, Èmi ní pa mọ́ Àwọn nǹkan wọ̀nyí ló fà á tí wọ́n fi ń ṣe àtúnṣe sí ara wọn. ìgbàgbọ́."

— 2 Tímótì 4:7

"Jẹ́ kí a jẹ́ kí ó àwa sáré pẹlu ifarada Àwọn nǹkan wọ̀nyí ló fà á tí wọ́n fi ń ṣe àtúnṣe sí ara wọn. ere-ije iyẹn ni ṣẹ̀ẹ̀tì ṣaaju àwa."

— Àwọn Hébérù 12:1

"Jẹ́" oloootọ titi di ikú, àti Èmi ìfẹ́-inú fúnni iwọ Àwọn nǹkan wọ̀nyí ló fà á tí wọ́n fi ń ṣe àtúnṣe sí ara wọn. adé ti ìgbésí ayé.

— Ìfihàn 2:10

"Àwọn opin ti a ọrọ ni dara julọ ju tirẹ̀ ìbẹ̀rẹ̀."

— Oníwàásù 7:8

ỌGÙSTINE GBÉ ÌṢẸKẸKẸ

Nínú Àwọn nǹkan wọ̀nyí ló fà á tí wọ́n fi ń ṣe àtúnṣe sí ara wọn. pípa ọdún ti tirẹ̀ ìgbésí ayé, **Augustin ti Erinmi** ṣe kìí ṣe lọ́ra díẹ̀díẹ̀ nítorí pé ìgbàgbọ́ rẹ̀ ti rẹ̀wẹ̀sì.

Òun fa fifalẹ nítorí tirẹ̀ àfojúsùn ti di didan.

Òun rárá gun ju wọn ìgbésí ayé láti ọwọ́ iṣelọpọ, ṣùgbọ́n láti ọwọ́ **iṣootọ** . Òun ti kọ́ ẹ̀kọ́ iyẹn awọn ibẹrẹ fúnni ní ìṣírí, ṣùgbọ́n awọn opin jẹ́rìí. Ọpọlọpọ bẹ̀rẹ̀ daradara; diẹ pari daradara. Augustin jẹ́ ti pinnu sí pari pẹlu tirẹ̀ gbẹ́kẹ̀lé láìsí ìṣòro kankan, tirẹ̀ ọkàn onínúure, ìrètí rẹ̀ sì dúró lórí Ọlọ́run.

Òun gbé pẹlu Àwọn nǹkan wọ̀nyí ló fà á tí wọ́n fi ń ṣe àtúnṣe sí ara wọn. opin nínú iwò—kìí ṣe pẹ̀lú ìbẹ̀rù, ṣùgbọ́n òótọ́.

ÌGBÉSÍ AYÉ ẸKỌ

Ìparí daradara ni Àwọn nǹkan wọ̀nyí ló fà á tí wọ́n fi ń ṣe àtúnṣe sí ara wọn. ibi-afẹde ti jíjẹ́ ọmọ-ẹ̀yìn.

Ìwé Mímọ́ ṣe kìí ṣe ṣe ayẹyẹ Bawo pariwo àwa bẹ̀rẹ̀, ṣùgbọ́n Bawo otitọ a máa fara dà á. Pípari rẹ̀ dáadáa nílò ìdúróṣinṣin, ìrẹ̀lẹ̀, ìrònúpìwàdà, àti ìgbẹ́kẹ̀lé—ní pàtàkì jùlọ Nigbawo agbára ń parẹ́ àti hihan dínkù.

Ìparí daradara tumo si:

- Tó kù oloooto̩ Nigbawo rárá o̩kan ni wíwo
- Gbígbé̩ké̩lé O̩ló̩run Nigbawo agbara àwo̩n ìkò̩sílè̩
- Dídìmú ireti Nigbawo awo̩n abajade àwo̩n pari

O̩ló̩run awo̩n iye **iṣooto̩ sí Àwo̩n nǹkan wò̩nyí ló fà á tí wó̩n fi ń ṣe àtúnṣe sí ara wo̩n. òpin** .

DÍGÌ ÌṢE̩KE̩KE̩ (E̩nìkan ÌRÒYÌN)

Ṣe àtúnṣe pè̩lú àdúrà:

- Kini ṣe "ipari" ó dára" àìtó̩ sí ìwo̩?
- Kini awo̩n iwa tabi awo̩n iwa le halè̩ mó̩ni igba pipe̩ ìṣòtító̩?
- Àwo̩n iwo̩ ìgbé ayé loni nínú a ò̩nà iwo̩ yóò jé̩ o ṣeun fún lé̩yìn náà?

Jé̩ kí O̩ló̩run ape̩re̩ tire̩ oju-iwoye ju Àwo̩n nǹkan wò̩nyí ló fà á tí wó̩n fi ń ṣe àtúnṣe sí ara wo̩n. ló̩wó̩ló̩wó̩ ìṣé̩jú kan.

IṢE̩ FÚN Ìgbo̩ràn

Lónìí, adaṣe **ti o dojuko̩ opin iṣooto̩** .

- Ṣe idanimo̩ o̩kan àṣà tabi iduro iye̩n ìfé̩-inú Egba Mi O iwo̩ pari daradara
- Mu okun sii rè̩ mò̩ò̩mò̩ loni
- Ìtújáde ohunkohun iye̩n le adehun igba pipe̩ ìgbo̩ràn

Ipari daradara láti o̩wó̩ ìgbé ayé daradara nisinsinyi.

E̩GBE̩ ÌJÍRÒRÒ Àwo̩n ÌBÉÈRÈ

1. Kílódé? ni ìparí daradara nigbagbogbo Gba gan ju ìbè̩rè̩ lágbára?
2. Bawo ṣe ayérayé oju-iwoye ape̩re̩ lojoojumo̩ àwo̩n ìpinnu?
3. Kini àwo̩n ìṣe fowosowopo iṣooto̩ lórí a ìgbésí ayé?

ÀDÚRÀ

Bàbá, Egba Mi O emi laaye pe̩lu Àwo̩n nǹkan wò̩nyí ló fà á tí wó̩n fi ń ṣe àtúnṣe sí ara wo̩n. opin nínú wo. Kó̩ni emi sí iye iṣooto̩ lórí Ìyìn. Fún lágbára emi sí farada pe̩lu ireti àti gbé̩kè̩lé. Mo fé̩ parí eré ìje mi dáadáa. Àmín.

ÀSỌTÍLẸ ÌKÉDE

Èmi ìfẹ́-inú pari tèmi ere-ije pẹlu
igbagbọ tí ó wà ní mímọ́. ti Ọlọ́run
oore-ọfẹ ń gbé e ró emi sí Àwọn
nǹkan wọ̀nyí ló fà á tí wọ́n fi ń ṣe
àtúnṣe sí ara wọn. opin.
Èmi ku oloootọ nínú gbogbo akoko ti
ìgbésí ayé. Mo parí dáadáa.

ÌFẸRẸSÍ SI Ìgbọràn

Lónìí, mo pinnu láti gbé ìgbésí ayé fún ìṣòtítọ́ ìgbà
pípẹ́ . ìfẹ́-inú ṣe awọn yiyan iyẹn ọlá Ọlọ́run titi di
Àwọn nǹkan wọ̀nyí ló fà á tí wọ́n fi ń ṣe àtúnṣe sí
ara wọn. opin.
Èmi gbẹ́kẹ̀lé Ọlọ́run sí gbe emi nípasẹ̀ gbogbo akoko.

WÍWÒ ṢÁájú SI ỌJỌ MÉJÌNLÓGÚN

Bí Augustine ṣe ń múra láti parí rẹ̀ dáadáa, Ọlọ́run fi ìparí kan hàn án, èyí tó sì múni ronú jinlẹ̀. otitọ:

Tiwa awọn igbesi aye tẹsiwaju sí sọ̀rọ̀ lẹ́yìn àwa àwọn lọ.

Ọla àwa ìfẹ́-inú ṣe àwárí:

Kini rẹ̀ ọna sí jẹ́ ka láti ọwọ́ iran iran sibẹsibẹ ọmọ tí a kò bí.

ỌJỌ MÉJÌNLÓGÚN

A ÌGBÉSÍ AYÉ ÌYẸ Tẹ̀síwájú Láti Sọ̀rọ̀

KEY ÀKÓKÒ ÌWÉ MÍMỌ

"Ìwọ àwọn tiwa lẹ́tà... mọ àti ka láti ọwọ́ gbogbo ènìyàn."

— 2 Kọ́ríǹtì 3:2–3 "Ẹni tí

ó wà ti ku, òun sibẹ ń sọ̀rọ̀."

— Àwọn Hébérù 11:4

"Àwọn ìrántí ti Àwọn nǹkan wọ̀nyí ló fà á tí wọ́n fi ń ṣe àtúnṣe sí ara wọn. olododo ìbùkún ni ."

— Àwọn Òwe 10:7

"Nítorí náà, tànmọ́lẹ̀ tirẹ imọlẹ ṣaaju àwọn ọkùnrin, iyẹn àwọn le wo tirẹ o dara awọn iṣẹ kí ẹ sì yin Baba yín tí ń bẹ ní ọrun lógo."

— Mátíù 5:16

ỌGÙSTINE GBÉ ÌṢẸKẸKẸ

Nigbawo **Augustin ti Erinmi** sunmọ Àwọn nǹkan wọ̀nyí ló fà á tí wọ́n fi ń ṣe àtúnṣe sí ara wọn. opin ti tirẹ̀ ti ayé ìrìnàjò, Kò ṣàníyàn nípa kí wọ́n rántí rẹ̀.

Òun jẹ́ ti oro kan pẹlu jije **olóòtítọ́** .

Ó ti mọ̀ tipẹ́tipẹ́ pé ìgbésí ayé tí a fi ara wa fún Ọlọ́run kì í parí sí ìdákẹ́jẹ́ẹ́. Wọ́n ń bá a lọ láti sọ̀rọ̀—kì í ṣe nípasẹ̀ orúkọ rere, ṣùgbọ́n nípasẹ̀ èso. ṣe kìí ṣe laaye sí ṣẹ̀dá a ogún; òun gbé sí gbọ́ràn Ọlọ́run. Síbẹ̀ ìgbọràn kọ ìránṣẹ́ kan tí ó pẹ́ ju tirẹ̀ lọ.

Ìgbésí ayé rẹ̀ di ìwé—tí a kà láti ìran dé ìran, àṣà àti ọrúndún. Kì í ṣe nítorí pé ó jẹ́ ẹni pípé.

Ṣùgbọ́n nítorí òun jẹ́ yọrí sí.

ÌGBÉSÍ AYÉ ẸKỌ

Olóòótọ́ awọn igbesi aye tẹsiwaju sí sọ̀rọ̀ lẹ́yìn àwọn àwọn lọ.

Ìwé Mímọ́ kọ́ni pé ìgbọràn máa ń dún ju àkókò lọ. Àwọn ọ̀rọ̀ máa ń parẹ́, ṣùgbọ́n èso àwọn tó kù. Àwọn ipa ti a fi ara rẹ̀ sílẹ̀ ìgbésí ayé nigbagbogbo awọn opin àwọn ibi ẹni kọọkan lae ronú àti awọn akoko àwọn lae gbé sí wo.

Àwa àwọn nigbagbogbo kíkọ nkankan:

- Láti ọwọ́ tiwa awọn yiyan
- Láti ọwọ́ tiwa ohun kiko
- Láti ọwọ́ tiwa ìgbọràn

Àwọn ibeere ni kìí ṣe bóyá tiwa awọn igbesi aye ìfẹ́-inú sọ̀rọ̀—ṣùgbọ́n **kini àwọn ìfẹ́-inú sọ** . **ÀKÓKÒ DÍRÒ (ÌRÒYÌN TÍ ẸNÌKAN)**

Ṣe àtúnṣe pẹ̀lú ìṣọ́ra:

- Kini ifiranṣẹ ni tirẹ ìgbésí ayé lọwọlọwọ kíkọ?
- Tí ó bá jẹ́ awọn miiran tẹ̀lé e tirẹ àpẹẹrẹ, ibi ti yóò rẹ̀ aṣáájú wọn?
- Kini ṣe iwọ fẹ́ tirẹ ìgbọràn sí sọ gígùn lẹ́yìn iwọ àwọn lọ?

Gba laaye ayérayé sí fi tóni létí Àwọn nǹkan wọ̀nyí ló fà á tí wọ́n fi ń ṣe àtúnṣ sí ara wọn. wà níbí.

IṢẸ FÚN Ìgbọràn

Lónìí, laaye pẹlu **aimọọmọ ẹlẹ́rìí** .

- Yan ọkan iṣe iyẹn ṣe afihan Kristi kedere
- Sọ̀rọ̀ otitọ pẹ̀lẹ́pẹ̀lẹ́ ibi ti ìdákẹ́jẹ́ẹ́ yóò ṣìni lọ́nà
- Lóògbé pẹ̀lú ìmọ̀, mímọ̀ tirẹ ìgbésí ayé ni jije ka

Iṣòtítọ́ loni ó kọ̀wé ti ọla ẹ̀rí.

ẸGBẸ ÌJÍRÒRÒ Àwọn ÌBÉÈRÈ

1. Bawo ṣe awọn igbesi aye tẹsiwaju sí sọ̀rọ̀ ju awọn ọrọ?
2. Kini ṣe ìyàtọ̀ pípẹ́ ẹ̀mí ipa láti ipa igba dię?
3. Bawo agolo lasan ìgbọràn apẹrẹ ohun iyalẹnu ogún?

ÀDÚRÀ

Bàbá, ran leti emi iyẹn tèmi ìgbésí ayé ni jije ka.

Egba Mi O emi laaye nínú a ọ̀nà iyẹn awọn ọlá Ìwọ ju lónìí. Jẹ́ kí ìgbọràn mi sọ òtítọ́, oore-ọ̀fẹ́, àti ìrètí fún àwọn ẹlòmíràn . Tìrẹ ifiranṣẹ kedere nípasẹ̀ tèmi ìgbésí ayé.

Àmín.

ÀSỌTÍLẸ ÌKÉDE

Tèmi ìgbésí ayé ni a ìgbé ayé lẹ́tà ti Kristi.

Òtítọ́ Ọlọ́run ni a kọ sílẹ̀ kedere nípasẹ̀ ìgbọràn mi.

Òtítọ́ mi yóò sọ̀rọ̀ kọjá ìgbésí ayé mi.

Èmi laaye sí ṣe ògo Ọlọ́run nínú gbogbo ìran.

ÌFẸRẸSÍ SI Ìgbọràn

Lónìí, Èmi dá sí ìgbé ayé mọọmọ ṣaaju Ọlọ́run àti Àwọn mìíràn. Èmi yóò jẹ́ kí ìgbésí ayé mi fi Kristi hàn ní òtítọ́.

Èmi yan ìgbọràn iyẹn sọ̀rọ̀ ju èmi.

WÍWÒ ṢÁájú SI ỌJỌ Mẹjọ- Ogún

Bí ìrìnàjò náà ṣe ń súnmọ́ òpin rẹ̀, Ọlọ́run yí àfiyèsí wa sí inú ìgbà ìkẹyìn kan:

Bawo ṣe àwa laaye lojoojumọ pẹlu ayérayé nínú ìwòran?

Ọla àwa ìfẹ́-inú ṣe àwárí:

Ìgbésí ayé ọkọọkan ọjọ́ gẹ́gẹ́ bí a oloootọ aṣoju ti Kristi.

ỌJỌ Mẹjọ- Ogún

Gbígbé ayé gẹ́gẹ́ bí Aṣojú Krístì GBOGBO ỌJỌ

KEY ÀKÓKÒ ÌWÉ MÍMỌ

"Nísinsìnyí lẹ́yìn náà, àwa àwọn àwọn aṣojú fún Kristi, gẹ́gẹ́ bí botilẹjẹpe Ọlọ́run ń bẹ̀bẹ̀ nípasẹ̀ wa."

— 2 Àwọn ará Kọ́ríńtì 5:20

"Gẹ́gẹ́ bí Òun ni, bẹ́ẹ̀ ni àwọn àwa nínú èyí ayé."

— 1 Jòhánù 4:17

"Ìwọ àwọn Àwọn nǹkan wọ̀nyí ló fà á tí wọ́n fi ń ṣe àtúnṣe sí ara wọn. imọlẹ ti Àwọn nǹkan wọ̀nyí ló fà á tí wọ́n fi ń ṣe àtúnṣe sí ara wọn. ayé."

— Mátíù 5:14

"Ìwà ẹ̀yin fúnra yín ọgbọn sí ọ̀dọ̀ àwọn ará ìta."

— Kólósè 4:5

ỌGÙSTINE GBÉ ÌṢẸKẸKẸ

Láti ọwọ́ Àwọn nǹkan wọ̀nyí ló fà á tí wọ́n fi ń ṣe àtúnṣe sí ara wọn. ipari awọn akoko ti tirẹ̀ ìgbésí ayé, **Augustin ti Erinmi** rárá gun ju ya ìgbàgbọ́ sọ́tọ̀ kúrò nínú ìwà.

Ìgbàgbọ́ jẹ́ kìí ṣe nkankan òun *Ó di* . Ó jẹ́ ohun tí ó *ní ipa nínú rẹ̀* .

Gbogbo ìjírórò, ìpinnu, àti ìdáhùn ló gbéṣẹ̀—kì í ṣe nítorí pé ó wá nǹkan ṣe ipa, ṣùgbọ́n nítorí òun oye aṣoju. Augustin mọ̀ pé òun kò sọ̀rọ̀ fún ara rẹ̀ nìkan mọ́. Ìgbésí ayé rẹ̀ jẹ́ ẹlẹ́rìí Kristi tí ó ń polongo.

Òun gbé mọ̀ iyẹn Kristi jẹ́ jíje túmọ̀ nípasẹ̀ òun.

ÌGBÉSÍ AYÉ ẸKỌ

Àwọn aṣojú kì í ṣe àwọn ènìyàn tí wọ́n ní èrò ara wọn—wọ́n ń ṣojú fún àwọn aláṣẹ.

Ìwé Mímọ́ kọ́ wa pé àwọn onígbàgbọ́ jẹ́ aṣojú Kristi lórí ilẹ̀ ayé. Aṣojú kì í ṣe apẹ̀rẹ̀ ìhìn iṣẹ́ náà; ó ń gbé e kalẹ̀ pẹ̀lú òtítọ́. Àwọn nǹkan wọ̀nyí ló fà á tí wọ́n fi ń ṣe àtúnṣe sí ara wọn. ifiranṣẹ ni nigbagbogbo ṣe ìdájọ́ láti ọwọ́ Àwọn nǹkan wọ̀nyí ló fà á tí wọ́n fi ń ṣe àtúnṣe sí ara wọn. iwa ti Àwọn nǹkan wọ̀nyí ló fà á tí wọ́n fi ń ṣe àtúnṣe sí ara wọn. ìránṣẹ́.

Ìgbésí ayé gẹ́gẹ́ bí ohun aṣoju tumọ si:

- Ìbáramu laarin igbagbọ àti ihuwasi
- Ìmọ̀ iyẹn awọn iṣe ibasọrọ ẹ̀kọ́ ìsìn
- Ojoojúmọ́ iṣootọ nínú lasan àwọn ìṣẹ́jú

Àwọn ìhìnrere ni nigbagbogbo akọkọ pade nípasẹ̀ awọn aye, kìí ṣe àwọn ìwàásù.

DÍGÌ ÌṢẸKẸKẸ (Ẹnìkan ÌRÒYÌN)

Ṣe àtúnṣe pẹ̀lú ìṣọ́ra:

- Kini àwòrán ti Kristi ṣe tirẹ lojoojumọ ìgbésí ayé wà níbí?
- Nibo le tirẹ ihuwasi tako tirẹ ìjẹ́wọ́?
- Ṣe iwọ laaye mọọmọ gẹ́gẹ́ bí a aṣoju—tàbí lairotẹlẹ gẹ́gẹ́ bí a onígbàgbọ́?

Jẹ́ kí Ọlọ́run túnṣe ìmọ̀ rẹ .

IṢẸ FÚN Ìgbọràn

Lónìí, adaṣe **aimọọmọ aṣoju** .

- Yan ọkan lasan ibaraenisepo
- Beere funrararẹ: *Bawo yóò Kristi jẹ́ ni aṣoju Nibi?*
- Dáhùn gẹ́gẹ́ bí ó ti yẹ—pẹ̀lú oore-ọfẹ, òtítọ́, sùúrù, tabi ìgboyà

Ipò aṣojú ni gbé ọkan ìṣẹ́jú-ààyá ní a àkókò.

ẸGBẸ ÌJÍRÒRÒ Àwọn ÌBÉÈRÈ

1. Kini ṣe rẹ̀ iṣeṣe àìtọ́ sí laaye gẹ́gẹ́ bí Ti Kristi aṣojú?
2. Bawo ṣe lojojumo awọn iṣe apẹrẹ Bawo awọn miiran rí Kristi bí?
3. Kini awọn italaya ṣe ibamu aṣoju ṣòro?

ÀDÚRÀ

Baba, mo gba ojuse lati soju Kristi . tèmi awọn ọrọ, àwọn ìṣe, àti awọn iwa pẹlu Tìrẹ ọkàn. Jẹ́ kí tèmi ìgbésí ayé ṣe àfihàn Àwọn nǹkan wọ̀nyí ló fà á tí wọ́n fi ń ṣe àtúnṣe sí ara wọn. otitọ Èmi jẹ́wọ́.

Egba Mi O emi laaye mọọmọ gẹ́gẹ́ bí Tìrẹ aṣoju.

Amin.

ÀSỌTÍLẸ ÌKÉDE

Èmi òwúrọ̀ Ti Kristi aṣoju nínú èyí ayé.

Tèmi ìgbésí ayé ṣe afihan Tirẹ̀ òtítọ́, ìfẹ́, àti aláṣẹ. Mo ń ṣojú fún Kristi ní gbogbo ibi.

Ọlọ́run ni ògo nípasẹ̀ tèmi ìgbọràn.

ÌFẸRẸSÍ SI Ìgbọràn

Lóníí, Èmi dá sí ìgbé ayé mọọmọ gẹ́gẹ́ bí Ti Kristi aṣoju. Èmi ìfẹ́-inú tò lẹ́sẹẹsẹ tèmi lojoojumọ ìgbésí ayé pẹlu Àwọn nǹkan wọ̀nyí ló fà á tí wọ́n fi ń ṣe àtúnṣe sí ara wọn.

ifiranṣẹ Èmi gbe.

Èmi yan oloootọ aṣoju lórí irọrun.

WÍWÒ ṢÁájú SI ỌJỌ Mẹ́sàn- án

Gẹ́gẹ́ bí Àwọn nǹkan wọ̀nyí ló fà á tí wọ́n fi ń ṣe àtúnṣe sí ara wọn. ìrìn àjò ti sunmọ ìparí, Ọlọ́run mú àwa sí a ipari inú iduro:

Ìgbésí ayé ti ṣetán.

Ọla àwa ìfẹ́-inú ṣe àwárí:

Kini rẹ̀ ọna sí laaye ti a ti pese sile—laisi ìbẹ̀rù—fún ayérayé.

ỌJỌ ÌGBÉ-AYÉ Ọgbọ̀n-dínlọ́gbọ̀n Ó ṢETỌ̀LẸ̀ FÚN Àìláéláé

KEY ÀKÓKÒ ÌWÉ MÍMỌ

"Kọ́ni àwa sí nọ́mbà tiwa àwọn ọjọ́, iyẹn àwa le èrè a ọkàn ti ọgbọ́n."

— Sáàmù 90:12

"Fún" sí èmi, sí laaye ni Kristi, àti sí kú ni èrè.

— Àwọn ará Fílípì 1:21

"Nítorí náà, iyẹn àwa le ní igboiya àti kìí ṣe jẹ́ tiju ṣaaju Òun ní Wíwá rẹ̀ .

— 1 Jòhánù 2:28

"Ṣètò" tirẹ ọkàn lórí àwọn nǹkan loke, kìí ṣe lórí àwọn nǹkan lórí Àwọn nǹkan wọ̀nyí ló fà á tí wọ́n fi ń ṣe àtúnṣe sí ara wọn. ilẹ̀ ayé."

— Kólósè 3:2

ỌGÙSTINE GBÉ ÌṢẸKẸKẸ

Nínú Àwọn nǹkan wọ̀nyí ló fà á tí wọ́n fi ń ṣe àtúnṣe sí ara wọn. ipari akoko ti tirẹ̀ ìgbésí ayé, **Augustin ti Erinmi** gbé pẹlu ohun ìmọ̀ tí kò lè mì nípa ayérayé.

Kì í ṣe pẹ̀lú

ìbẹ̀rù. pẹlu

ìbẹ̀rù. Ṣùgbọ́n

pẹlu **kedere** .

Òun rárá gun ju di mọ́ra sí àkókò. Òun ti a ṣe abojuto rẹ̀. Augustin oye ìyè yẹn ti ṣetán fún ayérayé ṣe kìí ṣe àìtọ́ yiyọ kuro láti ìgbésí ayé—ó ìtumọ̀ gbígbé ní ọjọ́ kọ̀ọ̀kan pẹ̀lú ìbáṣepọ̀ ayérayé.

Ikú jẹ́ rárá gun ju ohun Ìdádúró.

Ìyípadà ni.

Nítorí pé tirẹ̀ ìgbésí ayé ní ti wa paṣẹ sí ọ̀dọ̀ Ọlọ́run, ayérayé ro tí a mọ̀ dáadáa kuku ju lọ àlejò.

ÌGBÉSÍ AYÉ ẸKỌ

Ìmúrasílẹ̀ fún ayérayé ń mú jáde alaafia nínú Àwọn nǹkan wọ̀nyí ló fà á tí wọ́n fi ń ṣe àtúnṣe sí ara wọn. wà níbí.

Ìwé Mímọ́ lae awọn ipe àwọn onígbàgbọ́ sí ìbẹ̀rù ayérayé. Ó awọn ipe àwa sí laaye **ti a ti pese sile** .

Nigbawo Kristi ni Àwọn nǹkan wọ̀nyí ló fà á tí wọ́n fi ń ṣe àtúnṣe sí ara wọn. aarin t ìgbésí ayé, ayérayé di ìtẹ̀síwájú—kìí ṣe àdánù.

Ìgbésí ayé ti ṣetán tumo si:

- Dídìmú àwọn ohun ayé tí ó rọrùn
- Rìnrìn lojoojumọ nínú ìrònúpìwàdà àti ìgbọràn
- Ṣíṣe ìdádúró ireti ju àkókò

Àwọn wọ̀nyẹn Àjọ WHO laaye ti ṣetán ṣe kìí ṣe ìkánjú ìgbésí ayé—wọ́n **rapada r**

DÍGÌ ÌṢẸKẸKẸ (Ẹnìkan ÌRÒYÌN)

Ṣe àtúnṣe idakẹjẹẹ:

- Tí ó bá jẹ́ loni wà tirẹ kẹhin ọjọ́, kini yóò ku tí a kò tíì yanjú?
- Kini awọn asomọ ṣe ayérayé rilara jíjìnnà dípò bẹ́ẹ̀ ju ìrètí?
- Àwọn iwọ ìgbé ayé ti a ti pese sile—tabi lasan nígbà tí a bá ń ronú àkókò?

Jẹ́ kí Àwọn nǹkan wọ̀nyí ló fà á tí wọ́n fi ń ṣe àtúnṣe sí ara wọn. Ẹmí mú onírẹ̀lẹ̀ kedere, kìí ṣe àníyàn.

IṢẸ FÚN Ìgbọràn

Lónìí, adaṣe **ayérayé ìtòlẹ́sẹẹsẹ** .

- Àdírẹ́sì ọkan a ko ni idahun ìgbọràn tabi ibatan
- Ìtújáde ọkan ti ayé asomọ iyẹn dimu tirẹ ọkàn paapaa ni wiwọ daradara
- O ṣeun Ọlọ́run fún Àwọn nǹkan wọ̀nyí ló fà á tí wọ́n fi ń ṣe àtúnṣe sí ara wọn. ireti ti ayérayé

Ìmúrasílẹ̀ dagba nípasẹ̀ aimọọmọ ìtòlẹ́sẹẹsẹ.

ẸGBẸ ÌJÍRÒRÒ Àwọn ÌBÉÈRÈ

1. Kílódé? ṣe ayérayé nigbagbogbo rilara àkópọ̀ dípò bẹ́ẹ̀ ju wà níbí?
2. Bawo ṣe ìgbé ayé ti ṣetán ipa lojoojumọ àwọn ohun pàtàkì?

3. Kini iranlọwọ àwọn onígbàgbọ́ laaye ti pese sile láìsí ìbẹ̀rù?

ÀDÚRÀ

Bàbá, kọni emi sí laaye pẹlu ayérayé nínú wo.
Yọ kuro ìbẹ̀rù àti rọpo rẹ̀ pẹlu ìdánilójú.

Ẹ ràn mí lọ́wọ́ láti ṣètò ọjọ́ mi pẹ̀lú ọgbọ́n àti ìgbọràn . laaye ṣetán—kìí ṣe ẹ̀rù—ṣùgbọ́n ni aabo nínú Ìwọ. Àmín.

ÀSỌTÍLẸ ÌKÉDE

Èmi laaye ti ṣetán fún ayérayé.
Tèmi ireti ni ti a so mọto ju èyí ìgbésí ayé.
Mo n rin ni alaafia, idaniloju, ati igboran. Kristi ni igbesi aye mi—nisinsinyi ati titi lai.

ÌFẸRẸSÍ SI Ìgbọràn

Lónìí, Èmi dá sí ìgbé ayé ti pese sile fún ayérayé.
Èmi ìfẹ́-inú paṣẹ tèmi ìgbésí ayé gẹ́gẹ́ bí sí ayérayé òtítọ́.
Èmi yan ìmúrasílẹ̀ fidimule nínú Kristi.

ỌJỌ ỌGỌTÌ TÍ A KỌ

Láti ọwọ́ OLORUN, KÌ Í ṢE Láti ọwọ́

Àwọn ỌKÙNRIN

KEY ÀKÓKÒ ÌWÉ MÍMỌ

"Ìwọ àwọn tiwa lẹ́tà ti a kọ nínú tiwa ọkàn, mọ àti ka láti ọwọ́ gbogbo àwọn ọkùnrin; kedere iwọ àwọn ohun lẹ́tà ti Kristi... ti a kọ kìí ṣe pẹlu ínkì ṣùgbọ́n láti ọwọ́ Àwọn nǹkan wọ̀nyí ló fà á tí wọ́n fi ń ṣe àtúnṣe sí ara wọn. Ẹmí ti Ọlọrun alààyè."

— 2 Àwọn ará Kọ́ríńtì 3:2–3

"Nípasẹ̀ tiwọn àwọn èso iwọ ìfẹ́-inú mọ wọn."

— Mátíù 7:16

"Jẹ́ kí a jẹ́ kí ó tirẹ imọlẹ bẹ́ẹ̀ ni tànmọ́lẹ̀ ṣaaju àwọn ọkùnrin."

— Mátíù 5:16

"Nítorí Ọlọ́run ni ẹni tí ó ń ṣiṣẹ́ nínú yín láti fẹ́ àti láti ṣe fún rere Rẹ̀," ayọ̀."

— Àwọn ará Fílípì 2:13

ỌGÙSTINE GBÉ ÌṢẸKẸKẸ

Ní ìpele yìí nínú ìgbésí ayé rẹ̀, **Augustine ti Hippo** lóye ohun tí ọ̀pọ̀ àwọn onígbàgbọ́ kò lóye ní kíkún:

Tirẹ̀ ìgbésí ayé jẹ́ rárá gun ju ikọkọ.

Kì í ṣe nítorí pé ó wá àfiyèsí—ṣùgbọ́n nítorí pé ìgbọràn fi **ẹ̀rí sílẹ̀** . Augustine mọ̀ pé kì í ṣe àwọn ìwé rẹ̀, ìwàásù rẹ̀, tàbí àríyànjiyàn rẹ̀ ni ẹ̀rí tó lágbára jùlọ tí òun mú wá . Iṣẹ́ Ọlọ́run tí a lè rí tí a kọ sínú ìwà rẹ̀ ni.

Òun ní lẹ́ẹ̀kan gbìyànjú sí onkọ̀wé tirẹ̀ tirẹ̀

Ìdámọ̀. Nísinsìnyí, ó jẹ́ kí Ọlọ́run kọ̀wé.

Àwọn ọkùnrin lè ṣàtúnṣe

ìtàn. Ọlọ́run ó kọ̀wé **àwọn**

ìyípadà .

ÌGBÉSÍ AYÉ ẸKỌ

Gbogbo ìgbésí ayé sọ a ìtàn—bóyá mọ̀ọ́mọ̀ tabi kì í ṣe.

Ìwé Mímọ́ kéde pé àwọn onígbàgbọ́ jẹ́ àwọn lẹ́tà alààyè, tí ayé máa ń kà nígbà gbogbo . Àwọn ibeere ni kìí ṣe *bí* àwa àwọn jije ka, ṣùgbọ́n **Àjọ WHO ni n ṣe Àwọn nǹkan wọ̀nyí ló fà á tí wọ́n fi ń ṣe àtúnṣe sí ara wọn. kíkọ** .

A ìgbésí ayé ti a kọ láti ọwọ́ àwọn ọkùnrin ni apẹrẹ láti ọwọ́:

- Àṣà
- Ìfúnpá
- Ìbẹ̀rù ti èrò

A ìgbésí ayé ti a kọ láti ọwọ́ Ọlọ́run ni apẹrẹ láti ọwọ́:

- Ìgbọràn
- Ìrònúpìwàdà
- Oore-ọfẹ
- Òtítọ́

Nìkan ọkan ń mú jáde èso iyẹn ó faradà.

DÍGÌ ÌṢẸKẸKẸ (Ẹnìkan ÌRÒYÌN)

Jókòó pẹ̀lú ìṣọ́ra pẹlu àwọn wọ̀nyí awọn ibeere:

- Àjọ WHO ní ti wa ṣíṣẹ̀dá tirẹ itan jùlọ—Ọlọ́run tabi àwọn ènìyàn?
- Kini ifiranṣẹ ṣe tirẹ lọ́wọ́lọ́wọ́ igbesi aye ìbánisọ̀rọ̀?
- Tí ó bá jẹ́ ẹnìkan "ka" tirẹ ìgbésí ayé, kini yóò àwọn kọ ẹkọ nipa Kristi?

Jẹ́ kí Ẹmí má ṣe wá ọ̀rọ̀ rẹ, ṣùgbọ́n kí ó wá **àwọn àpẹ̀ẹrẹ rẹ**

. FÚN Ìgbọràn

Lónìí, mọọmọ fi sílẹ̀ tirẹ itan sí Ọlọ́run.

- Ṣe idanimọ ọkan agbegbe ibi ti iwọ ní a gba laaye ita àwọn ohùn sí apẹrẹ iwọ
- Jíjọ̀wọ́ rẹ̀ mọọmọ sí Àwọn nǹkan wọ̀nyí ló fà á tí wọ́n fi ń ṣe àtúnṣe sí ara wọn. Mímọ́ Ẹmí
- Gbàdúrà èyí sókè pẹ̀lú ohùn rara:

  "Olúwa, kọ Tìrẹ otitọ sinu tèmi ìgbésí ayé.

Ìgbọràn ni Ti Ọlọ́run inki.

ẸGBẸ ÌJÍRÒRÒ Àwọn ÌBÉÈRÈ

1. Kini ṣe rẹ̀ àìtọ́ sí jẹ́ a "ìgbésí ayé" lẹ́tà" nínú wulo àwọn òfin?
2. Bawo ṣe àṣà igbiyanju sí onkọ̀wé tiwa ìdánimọ̀?
3. Kílódé? ṣe tí a lè rí èso ọrọ jù bẹ́ẹ̀ lọ ju ọ̀rọ̀ sísọ ìjẹ́wọ́?

ÀDÚRÀ

Bàbá, Èmi So eso tèmi ìgbésí ayé sí Ìwọ gẹ́gẹ́
bí Àwọn nǹkan wọ̀nyí ló fà á tí wọ́n fi ń ṣe
àtúnṣe sí ara wọn. Onkọwe. Pa ohun tí o kò
kọ rẹ́.
Kọ sílẹ̀ Tìrẹ otitọ sinu tèmi ìwà.
Jẹ́ kí tèmi ìgbésí ayé ibasọrọ Kristi kedere sí Àwọn
nǹkan wọ̀nyí ló fà á tí wọ́n fi ń ṣe àtúnṣe sí ara wọn.
ayé. Àmín.

ÀSỌTÍLẸ ÌKÉDE

Tèmi ìgbésí ayé ni ti a kọ láti ọwọ́ Ọlọ́run, kìí ṣe láti ọwọ́ àwọn ọkùnrin.
Àwọn Ẹmí ti Àwọn nǹkan wọ̀nyí ló fà á tí wọ́n fi
ń ṣe àtúnṣe sí ara wọn. ìgbé ayé Ọlọ́run awọn
apẹrẹ tèmi ìwà. Ìgbọràn mi jẹ́rìí sí Kristi.
Èmi òwúrọ̀ a ìgbé ayé lẹ́tà, ka láti ọwọ́ ayé .

ÌFẸRẸSÍ SI Ìgbọràn

Lónìí, mo pinnu láti gbé ìgbésí ayé mi ní ọ̀nà tí ó tọ́
níwájú Ọlọ́run . ìfẹ́-inú kìí ṣe gba laaye àṣà tabi titẹ
sí ṣalaye èmi.
Èmi yan sí jẹ́ ti a kọ láti ọwọ́ Àwọn nǹkan wọ̀nyí ló fà á tí wọ́n fi ń ṣe àtúnṣe sí ara wọn. Ẹmí ti Àwọn nǹkan wọ̀nyí ló fà á tí wọ́n fi ń ṣe àtúnṣe sí ara wọn. ìgbé ayé Ọlọ́run.

WÍWÒ ṢÁájú SI ỌJỌ Ọgbọ̀n- Ọkan

Nisinsinyi iyẹn àwa oye **Àjọ WHO ni kíkọ**, àwa gbọdọ koju **kini a ṣe é** .

ỌJỌ NÍGBÀ TÍ ỌKỌKANLỌGỌN Rárá ỌKAN IS

WÍWÒ

A **ÌṢẸLẸ SI WỌLẸ**

Ó ni ohun lasan ìṣẹ́jú kan.

Rárá ìkéde.

Rárá àwọn ẹlẹ́rìí.

Rárá titẹ láti ẹnikẹni bí bẹ́ẹ̀ kọ́.

Ìwọ nìkan ló ní àṣàyàn kan.

Ó kéré tó bẹ́ẹ̀ tí ẹnikẹ́ni kò ní kíyèsí tí o bá fojú fo ó. to iyẹn iwọ le ṣàlàyé rẹ̀ kúrò níbẹ̀. Ìdákẹ́jẹ́ẹ́ to iyẹn rẹ̀ rilara ohun tí kò ṣe pàtàkì.

Ati síbẹ̀—ìwọ ṣiyemeji.

Kì í ṣe nítorí ti Àbájáde rẹ̀. Kì í ṣe

nítorí orúkọ rere.

Ṣùgbọ́n nítorí nkankan nínú iwọ mọ:

èyí ìṣẹ́jú-ààyá ni jije tí a kọ .

ÒTÍTỌ TÍ Ó DÁKẸ

Pupọ julọ ti ìgbésí ayé ni kìí ṣe gbé lórí a ipele.

Ó ń gbé ní àwọn yàrá tí ẹnikẹ́ni kò ti ń pàtẹ́, nínú ìpinnu tí ẹnikẹ́ni kò gbà sílẹ̀, nínú ìrònú. rárá ọkan gbọ́. Ìwé Mímọ́ lae awọn ohun ìtọ́jú àwọn wọ̀nyí àwọn ìṣẹ́jú gẹ́gẹ́ bí alailera. Ó ń tọ́jú wọn bí **ẹni tí ó ń ṣẹ̀dá nǹkan** .

Kini iwọ adaṣe nínú àṣírí nígbẹ̀yìn-gbẹ́yín ó farahàn nínú gbogbo eniyan.

ÌWÉ MÍMỌ AS Ẹlẹ́rìí

"Tìrẹ Bàbá Àjọ WHO ríran nínú àṣírí ìfẹ́-inú èrè iwọ ní gbangba."

— Mátíù 6:6

"Ó Àjọ WHO ni oloootọ nínú kini ni ó kéré jùlọ ni oloootọ pẹlu nínú púpọ̀."

— Lúùkù 16:10

"Wá kiri èmi, O Ọlọ́run, àti mọ ọkan mi ."
— Sáàmù 139:23

A TẸRẸ ÌTỌNI

Kí ló dé tí o bá ń ṣe ìgbọràn lónìí **láìsí èrè** ? Kì í ṣe nítorí
pé a ó kíyèsí i.
Kì í ṣe nítorí rẹ̀ ìfẹ́-inú jẹ́ ìyìn.
Ṣùgbọ́n nítorí pé Ọlọ́run
ríran.
Yan ìdáhùn tó tọ́. Sọ fún wa
Àwọn nǹkan wọ̀nyí ló fà á tí
wọ́n fi ń ṣe àtúnṣe sí ara wọn.
otitọ iwọ le fi ara pamọ́.
Dá àṣà tí ẹnikẹ́ni kò ní mọ̀ nípa rẹ̀ dúró. Jẹ́ kí
àkókò yìí jẹ́ ti Ọlọ́run nìkan.

A ÌBÉÈRÈ SI JÓKÓ PẸLÚ

Tí ó bá jẹ́ èyí ìṣẹ́jú-ààyá wà Àwọn nǹkan wọ̀nyí ló fà á tí wọ́n fi ń ṣe
àtúnṣe sí ara wọn. nìkan ojú ìwé ẹnìkan lailai ka ti tirẹ igbesi aye, kini
yóò rẹ̀ sọ nipa Àjọ WHO iwọ àwọn dídi?
Má ṣe kánjú ju ìbéèrè náà lọ. Jẹ́
kí ó yé ọ.

A RỌRỌ IṢẸ

Lónìí, ṣe idanimọ **ọkan ikọkọ ìṣẹ́jú-ààyá** àti yan ìgbọràn nibẹ. Má ṣe
kéde rẹ̀.
Ṣe kìí ṣe àkọsílẹ̀
rẹ̀.
Ṣe kìí ṣe ṣàlàyé rẹ̀.
Jẹ́ kí rẹ̀ jẹ́ ìjọsìn.

A ÀDÚRÀ (PẸLÚ ÌDÁKẸẸ A SỌ)

Bàbá,
Kọ́ni emi sí laaye ṣaaju Ìwọ, kìí ṣe ṣaaju àwọn ènìyàn.
Fọ̀ọ̀mù tèmi ohun kikọ ibi ti rárá ọkan rí.
Kọ otitọ sinu Àwọn nǹkan wọ̀nyí ló fà á tí
wọ́n fi ń ṣe àtúnṣe sí ara wọn. farasin àwọn
ibi ti tèmi ìgbésí ayé. Mo yan òtítọ́ ní ìkọ̀kọ̀.
Àmín.

A RÍRÍ ÌKÉDE

Èmi laaye ṣaaju Àwọn nǹkan wọ̀nyí ló fà á tí wọ́n fi ń ṣe àtúnṣe sí ara wọn. ojú ti

Ọlọ́run.
Tèmi ìgbọràn ṣe kìí ṣe gbarale lórí ìríran.
Èmi yan iṣootọ Nigbawo rárá ọkan ń wò ó.
WÍWÒ ṢÁájú SI ỌJỌ Ọgbọ̀n- méjì
Ọla, Àwọn nǹkan wọ̀nyí ló fà á tí wọ́n fi ń ṣe àtúnṣe sí ara wọn. eto àwọn àyípadà. kan *wà* tí wọ́n ń wò ọ́—ṣùgbọ́n wọn kò lóye rẹ dáadáa. A
ó ṣe àwárí:

ỌJỌ Ọgbọ̀n-méjì – Nigbawo Ìwọ Ṣé a kò lóye wọn dáadáa

Bawo a ìgbé ayé lẹ́tà dáhùn Nigbawo ka àṣìṣe.

ỌJỌ Ọgbọ̀n- méjì

NIGBAWO Ìwọ ÀWỌN A kò lóye

A ÌṢẸLẸ SI WỌLẸ

Ìwọ ìtumọ̀ daradara.

rẹ ṣọ́ra. ìpinnu jẹ́ àdúrà.

Síbẹ̀ bákan náà, kini awọn miiran ti gbọ́ jẹ́ kìí ṣe kini iwọ ohun

tí wọ́n rò pé kì í ṣe ohun tí o ní.

Kini àwọn tun ṣe jẹ́ kìí ṣe kini gan-an Ó ṣẹlẹ̀. O ní ìfẹ́

láti ṣàlàyé.

Sí tọ Àwọn nǹkan

wọ̀nyí ló fà á tí wọ́n fi

ń ṣe àtúnṣe sí ara wọn.

gba silẹ. Lati dabobo

ara rẹ.

Ati iwọ dákẹ́.

ÀWỌN ÌDÁKẸẸ ÌFÍDÍNLÓ

Jíjẹ́ kí a lóye ohun tí a ń ṣe jẹ́ ọ̀kan lára àwọn ìrírí tí kò dùn mọ́ni jùlọ nípa ìgbọràn.

Ó rilara àìṣòdodo.

Ó rilara ìfihàn.

Ó rilara fẹran ìdákẹ́jẹ́ẹ́ le wo fẹran ẹ̀bi.

Ṣùgbọ́n Ìwé Mímọ́ kò ṣèlérí láé pé ìgbọràn ni a ó túmọ̀ ní ọ̀nà tí ó tọ́ nígbà gbogbo. Nígbà mìírán, a lè dán ìṣòtítọ́ wò kì í ṣe nípasẹ̀ àtakò—ṣùgbọ́n nípa **kíkà tí kò tọ́** .

Kini iwọ ṣe Itele awọn ọrọ jù bẹ́ẹ̀ lọ ju kini jẹ́ sọ.

ÌWÉ MÍMỌ AS Ẹlẹ́rìí

"Nigbawo Òun jẹ́ tí a fi ẹ̀gàn lọ̀, Òun ṣe kìí ṣe ẹ̀gàn nínú padà wá."

— 1 Pétérù 2:23

"A o dara orúkọ ni dípò bẹ́ẹ̀ sí jẹ́ ti a yan ju nla ọrọ̀."

— Àwọn Òwe 22:1

"Ìdámọ̀ràn tirẹ ọ̀nà sí Àwọn nǹkan wọ̀nyí ló fà á tí wọ́n fi ń ṣe àtúnṣe sí ara wọn. Olúwa... àti Òun yóò mú rẹ̀ sí kọjá.

— Sáàmù 37:5

A TẸRẸ ÌTỌNI

ṣẹlẹ̀ tí o bá gbẹ́kẹ̀lé **ìwà rẹ ju kí o ṣe àlàyé lọ** lónìí ?

gbogbo àìlóye awọn aini a ìdáhùn.

Kì í ṣe gbogbo ẹ̀sùn ló nílò àlàyé. Kì í ṣe

gbogbo ìdákẹ́jẹ́ ni ó jẹ́ ìyọ̀ǹda ara ẹni.

Nígbà mìíràn, ìdáhùn tó dájú jùlọ ni láti dúró ṣinṣin—fún àkókò, òtítọ́, àti èso sí sọ̀rọ̀ jù bẹ́ẹ̀ lọ kedere ju ààbò lailai le.

A ÌBÉÈRÈ SI JÓKÓ PẸLÚ

Ṣe iwọ gbẹ́kẹ̀lé Ọlọ́run to sí jẹ ki Òun **dá ara rẹ láre** , tàbí ṣé o rò pé o ní ẹ̀bi láti darí ìtàn náà ?

Àwọn nǹkan wọ̀nyí ló fà á tí wọ́n fi ń ṣe àtúnṣe sí ara wọn. ibeere yanjú ṣaaju iwọ idahun rẹ̀.

A RỌRỌ IṢẸ

Lónìí, kọ ìfẹ́ ọkàn láti tún àìlóye kan ṣe . títí láé.

Kì í ṣe láìṣeéṣe.

Ṣùgbọ́n pẹ̀lú

àdúrà. Béèrè

Ọlọ́run:

"Ṣé tèmi idahun nílò—tàbí ni tèmi iduroṣinṣin tó?"

Lẹ́yìn náà iṣe gẹ́gẹ́ bí ó ti yẹ.

A ÀDÚRÀ (PẸLÚ ÌDÁKẸẸ A SỌ)

Bàbá,

Ìwọ wo kini awọn miiran àṣìṣe.

Kọ́ni emi sí dahun pẹlu ọgbọ́n, kìí ṣe Ẹrù. Ran

mí lọ́wọ́ láti gbẹ́kẹ̀lé ọ pẹ̀lú orúkọ rere mi.

Èmi ibi tèmi orúkọ nínú Tìrẹ

àkíyèsí. Àmín.

A RÍRÍ ÌKÉDE

Èmi ṣe kìí ṣe gbìyànjú sí gbèjà èmi

fúnra mi. Ọlọ́run ni Àwọn
nǹkan wọ̀nyí ló fà á tí wọ́n fi
ń ṣe àtúnṣe sí ara wọn. olùtọ́jú ti
tèmi orúkọ.

Èmi ku oloooto̩ Nigbawo àìlóye.

WÍWÒ ṢÁájú SI Ọ̀JỌ́ Ọgbọ̀n- mẹ́ta

Ọla, Àwọn nǹkan wọ̀nyí ló fà á tí wọ́n fi ń ṣe àtúnṣe sí ara wọn. àìfararọ jinlẹ̀ sí i. Iye owo naa ko si ni oye ti ko ye mo - o jẹ

ibatan .

Àwa ìfẹ́-inú ṣe àwárí:

Ọ̀JỌ́ Ọgbọ̀n-mẹ́ta – Nigbawo Òtítọ́ Awọn idiyele Ìwọ Àwọn ìbáṣepọ̀

Bawo a ìgbé ayé lẹ́tà sọ̀rọ̀ loooto̩ láìsí n gbiyanju sí iṣakoso Àwọn nǹkan wọ̀nyí ló fà á tí wọ́n fi ń ṣe àtúnṣe sí ara wọn. àbájáde.

ỌJỌ Ọgbọ̀n- mẹ́ta

NÍGBÀ TÍ ÒTÍTỌ BÁ BÁ Ń PÀDÉ LÓRÍ ÌBÁṢẸPỌ

A **ÌṢẸLẸ SI WỌLẸ**

Ìwọ ṣe kìí ṣe ètò ìjinna naa.

Ó ó ṣẹlẹ̀ lọ́ra-

a da duro nínú ìjíròrò,

ìyípadà nínú ohùn,

ohun tí a kò sọ wahala.

Ìwọ sọ̀rọ̀ òótọ́, ṣùgbọ́n kìí ṣe ní ọ̀nà

líle. ti yan ìwà títọ́, kìí ṣe Síbẹ̀, nǹkan

kan yípadà .

Àjọṣepọ̀ náà kò bàjẹ́ gidigidi . **ti rìn kiri** .

Ati iwọ rilara Àwọn nǹkan wọ̀nyí ló fà á tí wọ́n fi ń ṣe àtúnṣe sí ara wọn. iwuwo ti rẹ̀.

ÀWỌN ÌDÁKẸẸ Ìjàkadì

Òtítọ́ nigbagbogbo gbe a iye owo àwa ṣọwọn

mura silẹ fún. Kìí ṣe ìkọ̀sílẹ̀ láti ọ̀dọ̀ àwọn

àlejò—

ṣùgbọ́n ijinna láti àwọn ènìyàn àwa ìtọ́jú nípa.

Ìwé Mímọ́ lae àwọn ìlérí iyẹn otitọ ìfẹ́-inú nigbagbogbo jẹ́ gbà á tọwọ́tẹsẹ̀. Nígbà mìíràn , ó máa ń tú ohun tí àwọn ẹlòmíràn kò ṣetán láti dojú kọ jáde, ó máa ń yọ wọ́n lẹ́nu, tàbí ó máa ń ba ohun tí àwọn ẹlòmíràn kò ṣetán láti dojú kọ jẹ́. awọn akoko, ìfẹ́ ni ti dán wò—kìí ṣe láti ọwọ́ ìdákẹ́jẹ́ẹ́, ṣùgbọ́n láti ọwọ́ **olooootọ otitọ láìsí ìdarí** .

Ìwọ kò le pinnu Bawo awọn miiran fèsì.

Ìwọ agolo nìkan pinnu Bawo iwọ dúró

síbẹ̀. **Ìwé Mímọ́ gẹ́gẹ́ bí ẹlẹ́rìí**

“Àmín Èmi nisinsinyi wiwa Àwọn nǹkan wọ̀nyí ló fà á tí wọ́n fi ń ṣe àtúnṣe sí ara wọn. ifọwọsi ti ọkùnrin, tabi ti Ọlọ́run?”

— Àwọn ará Gálátíà 1:10

"Nsoro Àwọn nǹkan wọ̀nyí
ló fà á tí wọ́n fi ń ṣe àtúnṣe
sí ara wọn. otitọ nínú ìfẹ́."

— Éfésù 4:15

"Ìbùkún" àwọn iwọ Nigbawo àwọn ènìyàn ẹ̀gàn ìwọ... nítorí ti Mi.

— Mátíù 5:11

A TẸRẸ ÌTỌNI

Kí ló máa ṣẹlẹ̀ tí o bá fi àìní láti **pa mọ́ lónìí sílẹ̀? Àwọn àbájáde** ? Ìwọ agolo ìfẹ́ jinlẹ̀ àti sibẹ jẹ́ ko fara mọ́ pẹ̀lú.
Ìwọ agolo sọ̀rọ̀ otitọ pẹ̀lẹ́pẹ̀lẹ́ àti sibẹ jẹ́ tako.
Ìwọ agolo ku oloootọ láìsí fi ipa mu Ìbáṣepọ̀. Ojúṣe rẹ ni ìgbọ́ràn.
Ti Ọlọ́run ojuse ni ọkàn .

A ÌBÉÈRÈ SI JÓKÓ PẸLÚ

Àwọn iwọ jù bẹ̀ẹ̀ lọ ìbẹ̀rù ti pípadánù àwọn ìbáṣepọ̀
—tàbí ti pípadánù ìwà títọ́?
Jókòó pẹlu Àwọn nǹkan wọ̀nyí ló fà á tí wọ́n fi ń ṣe àtúnṣe sí ara wọn. ibeere gígùn to sí idahun òótọ́.

A RỌRỌ IṢẸ

Lónìí, yan iṣootọ lórí ìtùnú. Má ṣe fà sẹ́yìn.
Ṣe kìí ṣe Ṣàlàyé ju bó
ṣe yẹ lọ. Má ṣe le
koko.
Dúró síbẹ̀
onínúure. Dúró
síbẹ̀ òótọ́.
Dúró síbẹ̀ ṣí sílẹ̀—láìsí lepa ìtẹ́wọ́gbà.

A ÀDÚRÀ (PẸLÚ ÌDÁKẸẸ A SỌ)

Bàbá,
Ìwọ mọ Àwọn nǹkan wọ̀nyí ló fà á tí wọ́n fi
ń ṣe àtúnṣe sí ara wọn. iye owo ti otitọ ti a n sọ
nínú ìfẹ́. Ìrànlọ́wọ́ emi ku oloootọ láìsí ìbínú.
Olùṣọ́ tèmi ọkàn láti adehun àti láti líle. Mo gbẹ́kẹ̀lé ọ
pẹ̀lú gbogbo ìbáṣepọ̀.

Àmín.

A RÍRÍ ÌKÉDE

Èmi yan otitọ ti a n sọ nínú ìfẹ́.

Èmi itusilẹ iṣakoso lórí awọn abajade.

Èmi ku olóòtítọ́, paapaa Nigbawo rẹ̀ iye owo.

WÍWÒ ṢÁájú SI ỌJỌ Ọgbọ̀n- mẹ́rin

Ọla, Àwọn nǹkan wọ̀nyí ló fà á tí wọ́n fi ń ṣe àtúnṣe sí ara wọn. àfojúsùn àwọn ìyípo inú lẹ́ẹ̀kan sí i. Kìí ṣe fún ìdálẹ́bi—ṣùgbọ́n sí ìmúpadàbọ̀sípò. A ó ṣe àwárí:

ỌJỌ MẸRẸRẸLÓGÚN – Nigbawo Ìwọ Ìkùnà Lẹ́yìn Mímọ̀ Dára jù

Bawo a ìgbé ayé lẹ́tà dáhùn lẹ́yìn a kọsẹ̀.

ỌJỌ Ọgbọ̀n- mẹ́rin

Nígbà tí o bá kùnà lẹ́yìn tí o bá ti mọ̀ dáadáa

A ÌṢẸLẸ SI WỌLẸ

Ó ó máa ń yà ọ́ lẹ́nu—kìí ṣe nítorí pé ó ṣẹlẹ̀, ṣùgbọ́n nítorí pé **o mọ̀ dara ju** .

Ìwọ ní ti dagba.

Ìwọ ní kọ́ ẹ̀kọ́.

Ìwọ ní ti yanjú kìí ṣe sí pada Nibẹ lẹ́ẹ̀kan síi.

Síbẹ̀, o ti dé—o ń dojúkọ àkókò kan tí o rò pé o ti dàgbà jù. Kò sí ìparun ńlá kankan.

O kan a idakẹjẹẹ ìmọ̀.

A tí a mọ̀ dáadáa ìjákulẹ̀.

Ati a ibeere dida ni isalẹ Àwọn nǹkan wọ̀nyí ló fà á tí wọ́n fi ń ṣe àtúnṣe sí ara wọn. oju ilẹ:

"Kini ṣe èyí sọ nipa emi nísinsìnyí?"

ÀWỌN ÌDÁKẸẸ IJAMBA

Ìkùnà lẹ́yìn ìdàgbàsókè ní ẹrù àrà ọ̀tọ̀ kan. Ó ń tàn ọ́ láti fara pamọ́ dípò kí o ronú pìwàdà.

Sí yọ kuro kuku ju lọ padà.

Sí ṣe agbára dípò bẹ́ẹ̀ ju adaṣe òótọ́. Ṣùgbọ́n Ìwé Mímọ́ kò ka ìrònúpìwàdà sí ìfàsẹ́yìn. Ó kà á sí **ìtẹ̀síwájú** .

Àwọn Ijamba ni kìí ṣe ń ṣubú.

Àwọn Ijamba ni ṣe àṣehàn iwọ kò ṣe bẹ́ẹ̀.

ÌWÉ MÍMỌ AS Ẹlẹ́rìí

"Bí ó bá jẹ́ pé àwa jẹwọ tiwa ẹ̀ṣẹ̀, Òun ni oloootọ àti nìkan sí dariji àwa."
— 1 Jòhánù 1:9

"A olododo ọkùnrin le ìṣubú meje awọn akoko àti dide lẹ̀ẹ̀kan sí i."

— Àwọn Òwe 24:16

"Ṣẹ̀dá nínú emi a mímọ́ ọkàn, O Ọlọ́run."

— Sáàmù 51:10

A TẸRẸ ÌTỌNI

ṣẹlẹ̀ tí o bá ronú **pìwàdà tí ó hàn gbangba** lónìí ?

ìdálẹ́bi ara ẹni.

Kì í ṣe àwáwí.

Kì í ṣe èdè ẹ̀mí láti bo àìbalẹ̀ ọkàn . òtítọ́.

Orúkọ kini ó ṣẹlẹ̀. Mú

rẹ̀ sinu Àwọn nǹkan

wọ̀nyí ló fà á tí wọ́n fi

ń ṣe àtúnṣe sí ara wọn.

ìmọ́lẹ̀.

Jẹ́ kí oore-ọ̀fẹ́ mú ìwà rere padà bọ̀ sípò—kì í ṣe láti pa ẹrù

iṣẹ́ rẹ́. Kì í ṣe pípé ni a fi ń fi ìdàgbàsókè hàn.

Ó ni ti fihan láti ọwọ́ **Bawo yára àwa**

padà . **ÌBÉÈRÈ TÍ A LÈ JÓKÓ**

PẸLÚ

Nigbawo iwọ kuna, ṣe iwọ gbera **sí ọ̀dọ̀ Ọlọ́run**

—tàbí idakẹjẹẹ Fa lọ síta?

Jẹ́ kí Àwọn nǹkan wọ̀nyí ló fà á tí wọ́n fi ń ṣe àtúnṣe sí ara wọn. ibeere ka tirẹ ìmòye.

A RỌRỌ IṢẸ

Lónìí, sọ̀rọ̀ loootọ sí Ọlọ́run nipa ọkan ìkùnà. Rárá

o . àwọn àlàyé.

Rárá àwọn àfiwé.

Rárá ìdádúró.

Lẹ́yìn náà mu ọkan kekere igbesẹ sí ṣe àtúnṣe—

kìí ṣe sí fihan ohunkohun, ṣùgbọ́n sí pada ni kikun.

A ÀDÚRÀ (PẸLÚ ÌDÁKẸẸ A SỌ)

Bàbá,

Mo mú ìkùnà mi wá fún ọ láìfipamọ́. O

ṣeun Ìwọ iyẹn oore-ọfẹ sibẹ pàdé emi

níbí. Múpadà tèmi ìwà títọ́ àti sọ di

tuntun tèmi ọkàn. Mo yan ironupiwada
ju ipadabọ lọ.
Àmín.

A RÍRÍ ÌKÉDE

Èmi ṣe kìí ṣe fi pamọ lẹ́yìn ikuna.
Oore-ọ̀fẹ́ ló mú mi padà bọ̀ sípò, òtítọ́ sì tún mi ṣe. Mo tún dìde mo sì ń tẹ̀síwájú pẹ̀lú òtítọ́.

WÍWÒ ṢÁájú SI ỌJỌ Ọgbọ̀n-márùn -ún

Ọla, Àwọn nǹkan wọ̀nyí ló fà á tí wọ́n fi ń ṣe àtúnṣe sí ara wọn. lẹ́ńsì awọn iyipada ita lẹ́ẹ̀kan sí i. Èyí àkókò, Àwọn nǹkan wọ̀nyí ló fà á tí wọ́n fi ń ṣe àtúnṣe sí ara wọn. òǹkàwé ni kìí ṣe wọ́n ń jìjàkadì—wọ́n **ń gbẹ́kẹ̀lé wọn** .

Àwa ìfẹ́-inú ṣe àwárí:

ỌJỌ Máàdọ́gbọ̀n – Nigbawo Ìwọ Ní Aláṣẹ

Bawo a ìgbé ayé lẹ́tà gbe ipa láìsí ilokulo rẹ̀.

ỌJỌ Ọgbọ̀n-dínlógóji̇̀

nígbà tí o bá ní àṣẹ

A ÌṢẸLẸ SI WỌLẸ

Ìwọ akiyesi rẹ lọ́ra díẹ̀díẹ̀.
Àwọn ènìyàn da duro Nigbawo
iwọ sọ. Wọ́n ń béèrè èrò rẹ.
Àwọn ṣatunṣe tiwọn àwọn ìpinnu ti o da lori lórí tirẹ awọn ọrọ.
Ìwọ ṣe kìí ṣe beere fún èyí ààyè—ṣùgbọ́n iwọ nisinsinyi gbé
ó. Aṣẹ ti dé láìsí ariwo.
Kì í ṣe pẹlu a àkọlé.
Kì í ṣe pẹlu ohun ìkéde.
Ṣùgbọ́n pẹ̀lú agbára.
Àti pé ìbéèrè náà kìí ṣe bóyá ìwọ ni o ń darí—
ṣùgbọ́n **Bawo** .

ÀWỌN ÌDÁKẸẸ ÌDÁNWO

Aṣẹ fi ohun tí ìṣẹ̀dá ti kọ́ hàn. Kò ṣẹ̀dá ìwà.
Ó ṣípayá rẹ̀.
Aláṣẹ agolo jẹ́ lo sí sìn—tàbí sí Láti dáàbòbò
—tàbí láti fúngun mọ́ni.
Sí ìtọ́sọ́nà—tàbí sí iṣakoso.
Ìwé Mímọ́ ka àṣẹ sí iṣẹ́ ìtọ́jú, kìí ṣe ẹ̀tọ́. ipa awọn apẹrẹ kìí ṣe nìkan awọn abajade, ṣùgbọ́n **àwọn ènìyàn** .

ÌWÉ MÍMỌ AS Ẹlẹ́rìí

"Ẹnikẹ́ni tí ó bá fẹ́, awọn ifẹ sí di nla láàrin ìwọ, jẹ ki òun jẹ́ tirẹ ìránṣẹ́."
— Mátíù 20:26

"Kìí ṣe ìṣàkóso rẹ̀ lórí àwọn wọ̀nyẹn tí a fi lé lọ́wọ́ sí ìwọ, ṣùgbọ́n jije àpẹẹrẹ."
— 1 Pétérù 5:3

"Sí tani pupọ ni tí a fún, pupọ ìfẹ́-inú jẹ́ a nílò rẹ̀.
— Lúùkù 12:48

A TẸRẸ ÌTỌNI

Kí ló máa ṣẹlẹ̀ tí o bá ń ṣe **iṣẹ́ aṣáájú tó ní ìdènà** lónìí
?

Kì í ṣe àtúnṣe gbogbo àṣìṣe.
Àìlo agbára láti dáàbòbò ìtùnú. Fetísílẹ̀
gun ju.
Sọ̀rọ̀ pẹ̀lú ìṣọ́ra.
Gbé ìgbésẹ̀ pẹ̀lú ìmọ̀ pé ọ̀rọ̀ rẹ ní agbára. Agbára ni ó
dájú jùlọ nígbà tí a bá fi pẹ̀lẹ́pẹ̀lẹ́ sọ̀rọ̀.

A ÌBÉÈRÈ SI JÓKÓ PẸLÚ

Ṣé tirẹ ipa ṣe àwọn ènìyàn **jù bẹ́ẹ̀ lọ ọfẹ**
—tàbí jù bẹ́ẹ̀ lọ ṣọra ni ayika ìwọ?
Jẹ́ kí Àwọn nǹkan wọ̀nyí ló fà á tí wọ́n fi ń ṣe àtúnṣe sí ara wọn. ibeere ṣípayá ohun orin, kìí ṣe èrò.

A RỌRỌ IṢẸ

Lónìí, lo aṣẹ sí **dáàbò** , kìí ṣe sí ṣe ìwúrí.

- Pe omiran ohùn sinu ìpinnu kan
- Lọra ìsàlẹ̀ a idahun iyẹn le agbára jù
- Yan ìtọ́jú lórí iṣakoso

Jẹ́ kí àwọn ènìyàn rilara ailewu lábẹ́ tirẹ ipa.

A ÀDÚRÀ (PẸLÚ ÌDÁKẸẸ A SỌ)

Bàbá,
Ìwọ wo Àwọn nǹkan wọ̀nyí ló fà á tí wọ́n fi ń ṣe
àtúnṣe sí ara wọn. ipa Ìwọ ní tí a fi lé lọ́wọ́ sí mi. Pa
ọkàn mi mọ́ kúrò lọ́wọ́ ìgbéraga àti ìlòkulò.
Kọ́ni emi sí aṣáájú pẹlu irẹlẹ àti tọ́jú. Jẹ́
kí àṣẹ mi ṣe àfihàn ọkàn rẹ.
Àmín.

A RÍRÍ ÌKÉDE

Mo ní ìrẹ̀lẹ̀ pẹ̀lú agbára. Aṣẹ mi
ń ṣiṣẹ́ fún mi, kì í ṣe ìṣàkóso.

Ọlọ́run awọn apẹrẹ awọn miiran nípasẹ̀ tèmi iṣooto.

WÍWÒ ṢÁájú SI ỌJỌ Ọgbọ̀n- mẹ́fà

Ọla, Àwọn nǹkan wọ̀nyí ló fà á tí wọ́n fi ń ṣe
àtúnṣe sí ara wọn. idanwo di jù bẹ́ẹ̀ lọ jẹ́jẹ́ẹ́ .
àṣẹ—
ṣùgbọ́n **iṣẹ́** . A ó ṣe
àwárí:

ỌJỌ́ Mẹ́rìndínlógóji – Nigbawo Ìwọ Àwọn Dánwò sí Ṣe iṣẹ́

Bawo a ìgbé ayé lẹ́tà awọn ku otitọ Nigbawo hihan ń pọ̀ sí i.

ỌJỌ Ọgbọ̀n- mẹ́fà

NIGBAWO Ìwọ ÀWỌN A DÁNWÒ LÁTI ṢẸṢE

A ÌṢẸLẸ SI WỌLẸ

Ìwọ akiyesi a ìyípadà.

Ìwọ àwọn jù bẹ́ẹ̀ lọ mọ̀ ti Bawo iwọ ohùn. Kíyèsí bí o ṣe rí.

Ṣọ́ra sí ohun tí àwọn ènìyàn ń retí lọ́wọ́ rẹ. ni èké—ṣùgbọ́n nkankan rilara **o ti ṣakoso** . O tun n ṣe awọn ohun ti o tọ.

Síbẹ̀ sísọ Àwọn nǹkan wọ̀nyí ló fà á tí wọ́n fi ń ṣe àtúnṣe sí ara wọn. ọtun Àwọn ọ̀rọ̀. Ó ṣì ń farahàn.

Síbẹ̀ ni isalẹ rẹ̀ gbogbo, Nibẹ ni ìfúngunmọ́. Àìgbọ́ràn—ṣùgbọ́n sí **ṣetọju** .

ÀWỌN ÌDÁKẸẸ IJAMBA

Iṣẹ́ nigbagbogbo àwọn àwọ̀rán funrararẹ gẹ́gẹ́ bí ìṣòtítọ́. Ó dàbí ìbáwí.

Ó awọn ohun fẹran ìfọkànsìn. Ó nímọ̀lára ẹ̀bi.

Ṣùgbọ́n ìṣe laiyara rọpo Wíwà níbẹ̀. O dẹ́kun bíbéèrè pé, *"Ṣé mo ń sọ òótọ́?"* àti bẹ̀rẹ̀ béèrè, *"Bawo òwúrọ̀ Èmi jíje tí a mọ̀?*

Ìwé Mímọ́ lae awọn ipe àwa sí Ó ń pè wá láti **dúró** .

ÌWÉ MÍMỌ AS Ẹlẹ́rìí

"Èyí àwọn ènìyàn awọn ọlá Èmi pẹlu tiwọn ètè, ṣùgbọ́n tiwọn ọkàn ni jíjìnnà láti Èmi."

— Mátíù 15:8

"Ohunkóhun tí ó bá ṣẹlẹ̀ iwọ ṣe, ṣe rẹ̀ pẹ̀lú ọkàn-àyà, gẹ́gẹ́ bí sí Àwọn nǹkan wọ̀nyí ló fà á tí wọ́n fi ń ṣe àtúnṣe sí ara wọn. Olúwa."

— Kólósè 3:23

"Ọkùnrin awọn irisi ní Àwọn nǹkan wọ̀nyí ló fà á tí wọ́n fi ń ṣe àtúnṣe sí ara wọn. ita ìfarahàn, ṣùgbọ́n Àwọn nǹkan wọ̀nyí ló fà á tí wọ́n fi ń ṣe àtúnṣe sí ara wọn. Olúwa awọn irisi ní Àwọn nǹkan wọ̀nyí ló fà á tí wọ́n fi ń ṣe àtúnṣe sí ara wọn. ọkàn."

— 1 Samuẹli 16:7

A TẸRẸ ÌTỌNI

ìwà òtítọ́ tí a kò fi pamọ́ lónìí ? Ṣe ohun kan

tí ó jẹ́ òtítọ́ tí ẹnikẹ́ni kò rí.

Sọ òótọ́ níbi tí iṣẹ́ bá rọrùn jù . lọ ti Àwọn nǹkan

wọ̀nyí ló fà á tí wọ́n fi ń ṣe àtúnṣe sí ara wọn. titẹ sí

farahan déédé—

àti yan sí **jẹ́** déédé.

Ọlọ́run ni kìí ṣe tí a wú lórí láti ọwọ́

ìrísí. Ó ní inú dídùn sí òtítọ́.

A ÌBÉÈRÈ SI JÓKÓ PẸLÚ

Tí ó bá jẹ́ rárá ọkan wà wíwo,

Ṣé ìgbọràn rẹ yóò rí bákan náà? Jẹ́ kí

ìbéèrè náà wá kiri ní ìdákẹ́jẹ́ẹ́.

A RỌRỌ IṢẸ

Lónìí, itusilẹ ọkan ti o da lori iṣẹ ṣiṣe àṣà.

- Gbàdúrà láìsí didan
- Sin láìsí jije ti ri
- Gbọ́ràn láìsí ifihan agbara rẹ̀

Jẹ́ kí òótọ́ inú mí ẹ̀mí lẹ́ẹ̀kan síi.

A ÀDÚRÀ (PẸLÚ ÌDÁKẸẸ A SỌ)

Bàbá,

Ọfẹ emi láti Àwọn nǹkan wọ̀nyí ló fà á tí wọ́n fi ń ṣe àtúnṣe sí ara wọn. nilo sí ṣe.

Jẹ́ kí ọkàn mi padà sí ìṣòtítọ́ lásán . tèmi

ìgbọràn sisan láti ìfẹ́, kìí ṣe titẹ. Mo yan òótọ́ inú ṣaaju Ìwọ.
Àmín.

A RÍRÍ ÌKÉDE

Èmi ṣe kìí ṣe ṣe fún ìfọwọ́sowọ́pọ̀.
Tèmi ìgbọràn awọn sisan láti otitọ àti ìfẹ́.
Ọlọ́run rí ọkàn mi, ìyẹn sì tó.

WÍWÒ ṢÁájú SI ỌJỌ Ọgbọ̀n- méje

Lọ́la, wàhálà náà tún padà síta. Kì í ṣe nípa
ohun tí o ń ṣe mọ́—
ṣùgbọ́n kini iwọ **ṣe kìí ṣe**
sọ . A ó ṣe àwárí:

ỌJỌ MẸTADÍNLÓGÚN – Nigbawo Ìdákẹ́jẹ́ẹ́ Ǹjẹ́ o rorun gan Ju Ẹlẹ́rìí

Bawo a ìgbé ayé lẹ́tà dáhùn Nigbawo ìgboyà o ni lati fi si.

ỌJỌ Ọgbọ̀n- méje

NIGBAWO ÌDÁKẸẸ IS O RORUN GAN KÍ Ó JẸ ẸRÍ

A

ÌṢẸLẸ SI WỌLẸ

Àwọn ìṣẹ́jú-ààyá awọn irin-ajo kọja kíákíá.

A asọye a ṣe.

À àbámọ̀ kò ní ìpèníjà.

Àǹfààní ìdákẹ́jẹ́ẹ́ ṣí sílẹ̀—ó sì ti parí. O nímọ̀lára rẹ̀.

Iyẹn ti inu fi ọwọ́ rọ.

Iyẹn kukuru ìmọ̀: *Èmi le sọ̀rọ̀ Nibi.*

Ṣùgbọ́n iwọ kò ṣe bẹ́ẹ̀.

Kì í ṣe nítorí pé o sẹ́ òtítọ́— ṣùgbọ́n nítorí pé ìdákẹ́jẹ́ẹ́ rọrùn.

ÀWỌN ÌDÁKẸẸ ÌFÍDÍNLÓ

Ìdákẹ́jẹ́ kì í sábà dákẹ́.

Nígbà mîîrán. rẹ̀ ni ọgbọ́n nígbà mîî . rẹ̀ ni ìdènà.

Ṣùgbọ́n nígbà mîîrán, rẹ̀ ni ìbẹ̀rù ti a fi pamọ gẹ́gẹ́ bí àlàáfíà. Ìwé Mímọ́ kò pè wá láti máa sọ̀rọ̀ nígbà gbogbo—

ṣùgbọ́n ó ń pè wá láti jẹ́ olóòótọ́ nígbà tí òtítọ́ bá nílò ohùn.

Ewu náà kì í ṣe àtakò líle.

Ó ni idakẹjẹẹ àìṣeéṣe.

ÌWÉ MÍMỌ AS Ẹlẹ́rìí

"Ẹnikẹ́ni tí ó bá fẹ́, sẹ́ Èmi ṣaaju àwọn ọkùnrin, òun Èmi ìfẹ́-inú pẹlu sẹ́ ṣaaju Tèmi Bàbá."

— Mátíù 10:33

"Jẹ́ kí a jẹ́ kí ó tirẹ imọlẹ bẹ́ẹ̀ ni tànmọ́lẹ̀ ṣaaju àwọn ọkùnrin."

— Mátíù 5:16

“Tí ẹ bá dákẹ́ ní àkókò yìí, ìrànlọ́wọ́ àti ìgbàlà yóò wá láti ọ̀dọ̀ ẹlòmíràn ibi.

— Ẹsita 4:14

A TẸRẸ ÌTỌNI

Kini bí loni iwọ ti nṣe adaṣe **onígboyà pẹ̀lẹ́pẹ̀lẹ́** ?

àríyànjiyàn.

Kì í ṣe ìjà . ìṣe.

Òtítọ́ lásán—sísọ ọ́ pẹ̀lú ìfọ̀kànbalẹ̀, ọ̀wọ̀, àti kedere nígbà tí ó bá yẹ . àwọn kìí ṣe ojuse fún Bawo otitọ ni gbà.

Ìwọ àwọn ojuse fún bóyá rẹ̀ ni tí a dì mọ́.

A ÌBÉÈRÈ SI JÓKÓ PẸLÚ

Nigbawo iwọ duro ipalọlọ,

ni rẹ̀ nítorí ọgbọn awọn ipe fún

ó— tàbí nítorí pé ìbẹ̀rù ló ṣe

bẹ́ẹ̀?

Jẹ́ kí Àwọn nǹkan wọ̀nyí ló fà á tí wọ́n fi ń ṣe àtúnṣe sí ara wọn. ibeere lọtọ̀ Àwọn nǹkan wọ̀nyí ló fà á tí wọ́n fi ń ṣe àtúnṣe sí ara wọn. méjì.

A RỌRỌ IṢẸ

Lónìí, sọ̀rọ̀ lẹ́ẹ̀kan níbi tí o ti máa ń dákẹ́ jẹ́ẹ́ . kígbe sókè.

Kì í ṣe nípa ààbò

. tọkàntọkàn.

gbólóhùn.

A ìbéèrè.

A idakẹjẹẹ kedere.

Jẹ́ kí tirẹ ìgbésí ayé jẹ́ ka **sókè** .

A ÀDÚRÀ (PẸLÚ ÌDÁKẸẸ A SỌ)

Bàbá,

Fún mi ní òye láti mọ ìgbà tí ìdákẹ́jẹ́ jẹ́ ọgbọ́n àti ìgbà tí ó jẹ́ yíyẹra fún.

Mu okun sii emi sí sọ̀rọ̀ otitọ pẹlu irẹlẹ àti ìgboyà. Èmi yan iṣootọ lórí ìtùnú.

Àmín.

A RÍRÍ ÌKÉDE

Èmi ṣe kìí ṣe fi pamọ tèmi igbagbọ nínú ìdákẹ́jẹ́ẹ́.

otitọ ba nilo ohùn. n funni emi ìgboyà
pẹlu ìwà pẹ̀lẹ́.

WÍWÒ ṢÁájú SI ỌJỌ Ọgbọ̀n- Mẹjọ

Ọla, Àwọn nǹkan wọ̀nyí ló fà á tí
wọ́n fi ń ṣe àtúnṣe sí ara wọn.
idanwo ni kìí ṣe ìgboyà— **ìfaradà** ni

.

Àwa ìfẹ́-inú ṣe àwárí:

ỌJỌ Mẹ́jọdínlógójì – Nigbawo Ìwọ Àwọn Ó ti rẹ̀ mí ti Jije Dídúróṣinṣin

Bawo a ìgbé ayé lẹ́tà awọn ku oloootọ Nigbawo ààrẹ̀ awọn eto nínú.

ỌJỌ Ọgbọ̀n- Mẹjọ

NIGBAWO Ìwọ ÀWỌN Ó TI RÍRÍ TI JÍJẸ DÉÉDÉ

A ÌṢẸLẸ SI WỌLẸ

Ko si nkankan ni àṣìṣe.

Nibẹ ni rárá ìṣòro.

Rárá o .

rogbodiyan.

Rárá eré-ìdárayá

ìkùnà . àtúnsọ.

Àwọn àṣàyàn kan

náà. kanna àwọn ẹ̀ka

ẹ̀kọ́.

Àwọn kanna ìṣòtítọ́—ọjọ́ lẹ́yìn ọjọ́. O

kò rẹ̀wẹ̀sì.

Ìwọ àwọn **ó ti rẹ̀** .

Ati ibikan ni isalẹ Àwọn nǹkan wọ̀nyí ló fà á tí wọ́n fi ń ṣe àtúnṣe sí ara wọn. àárẹ̀, a èrò awọn fọọmu:

Ṣé èyí sibẹ ṣe pàtàkì?

ÀWỌN ÌDÁKẸẸ ÀRÀÁRÍ

Ìdúróṣinṣin kì í sábà dàbí akọni.

Ó máa ń dà bí ẹni tí a kò kíyè

sí.

Àìṣe ayẹyẹ.

Àṣà.

Ìwé Mímọ́ lae ń ṣe ògo ìtara-rẹ̀ awọn ọlá ìfaradà. Iṣootọ ti pari àkókò awọn apẹrẹ ohun kikọ jù bẹ́ẹ̀ lọ jinlẹ̀ ju àwọn ìṣẹ́jú ti kikankikan lailai le.

Àwọn Ijamba ni kìí ṣe idaduro tàràtà.

Ó ni **ń rìn kiri** — títú sílẹ̀ awọn iṣedede nítorí àárẹ̀ ìfọ̀rọ̀rọ́sọ àṣẹ.

ÌWÉ MÍMỌ AS Ẹlẹ́rìí

"Jẹ́ kí a jẹ́ kí ó àwa kìí ṣe dagba àárẹ̀ lakoko n ṣe ó dára.

— Àwọn ará Gálátíà 6:9

"Ó Àjọ WHO farada sí Àwọn nǹkan wọ̀nyí ló fà á tí wọ́n fi ń ṣe àtúnṣe sí ara wọn. opin yóò jẹ́ ti gbalà."

— Mátíù 24:13

"Jẹ́" ṣinṣin, tí kò ṣeé ṣí, nigbagbogbo ọpọlọpọ nínú Àwọn nǹkan wọ̀nyí ló fà á t wọ́n fi ń ṣe àtúnṣe sí ara wọn. iṣẹ́ ti Àwọn nǹkan wọ̀nyí ló fà á tí wọ́n fi ń ṣe àtúnṣe sí ara wọn. Olúwa."

— 1 Àwọn ará Kọ́ríńtì 15:58

A TẸRẸ ÌTỌNI

Kí ló máa ṣẹlẹ̀ tí o bá bu ọlá fún ìṣòtítọ́ lónìí **láìnímọ̀lára rẹ̀**

? Má ṣe wá ìṣírí.

Má ṣe dúró de àtúnṣe .

dúró.

Ìmọ̀lára kì í mú kí ìdúróṣinṣin dúró—

ìdánilójú ló ń mú un dúró.

A ÌBÉÈRÈ SI JÓKÓ PẸLÚ

Ṣé o fẹ́ dẹ́kun ìgbọ́ràn kì í ṣe nítorí pé

ó burú—

ṣùgbọ́n nítorí iwọ àwọn ààrẹ̀?

Jẹ́ kí Àwọn nǹkan wọ̀nyí ló fà á tí wọ́n fi ń ṣe àtúnṣe sí ara wọn. ibeere orúkọ kini iwọ nímọ̀lára.

A RỌRỌ IṢẸ

Lónìí, tun ṣe ọkan oloootọ adaṣe **lórí ète** . Kìí ṣe

laifọwọyi.

Kì í ṣe pẹ̀lú

ìbínú. Ṣùgbọ́n

pẹ̀lú ìmọ̀.

Jẹ́ kí tirẹ ibamu di ohun iṣe ti ìjọsìn.

A ÀDÚRÀ (PẸLÚ ÌDÁKẸẸ A SỌ)

Bàbá,

Ìwọ wo Àwọn nǹkan wọ̀nyí ló fà á tí wọ́n fi ń ṣe àtúnṣe sí ara wọn. ààrẹ̀ Èmi gbe

Mu okun sii emi sí ku oloootọ Nigbawo agbára ni Rírẹlẹ̀.

Tún ìfaradà mi ṣe—kì í ṣe pẹ̀lú ìtara, ṣùgbọ́n pẹ̀lú oore-ọ̀fẹ́.

Mo yan lati duro sibẹ.

Àmín.

A RÍRÍ ÌKÉDE

Èmi ku oloooto paapaa Nigbawo Èmi òwúrọ̀ ó ti rẹ̀.

Ti Ọlọ́run oore-ọfẹ ń gbé e ró tèmi

ìdúróṣinṣin. Ìgbọràn mi ṣì ṣe pàtàkì.

WÍWÒ ṢÁájú SI ỌJỌ Ọgbọ̀n-Mẹ́sàn -án

Ọla, Àwọn nǹkan wọ̀nyí ló fà á tí wọ́n fi ń ṣe àtúnṣe sí ara wọn. àfojúsùn ń gbòòrò sí i.

Tìrẹ ìgbésí ayé ni jíje kà—kìí ṣe láìsí ìfaradà,

ṣùgbọ́n **ní pẹ̀lẹ́pẹ̀lẹ́** . A ó ṣe àwárí:

ỌJỌ Ọgbọ̀n-mẹ́sàn-án – Nigbawo Tìrẹ Ìgbésí ayé Ǹjẹ́ Kà Ni pẹkipẹki

Bawo tito lẹtọ sọ̀rọ̀ kíkà sókè ju èrò ọkàn.

ỌJỌ Ọgbọ̀n-Mẹ́sàn -án
NIGBAWO TÍRẸ ÌGBÉSÍ AYÉ IS KA PẸLÚ

A ÌṢẸLẸ SI WỌLẸ

Ìwọ akiyesi rẹ̀ láìsí jíje sọ.

Ẹnìkan awọn aago Bawo iwọ dáhùn.

Kì í ṣe kini iwọ sọ—ṣùgbọ́n kini iwọ ṣe Èyí tó tẹ̀lé e. Kìí ṣe ìgbàgbọ́ rẹ—ṣùgbọ́n ìdúróṣinṣin rẹ. Wọn kì í béèrè ìbéèrè.

Àwọn ṣe kìí ṣe ìpènìjà ìwọ.

Wọ́n kàn ń kíyèsí.

A n ka igbesi aye rẹ—

laiyara, pẹlu iṣọra, ni

idakẹjẹẹ . **ÌWỌN TÓ WÀ NÍNÚ RẸ ÒTÍTỌ**

Kì í ṣe gbogbo àwọn òǹkàwé kede àwọn fúnra wọn. Àwọn kan ń kà á ní ìdákẹ́jẹ́ẹ́.

Díẹ̀ ka lórí àkókò.

Díẹ̀ ka kìí ṣe fún awokose, ṣùgbọ́n fún **ìfidí múlẹ̀** .

Ìwé Mímọ́ ń kọ́ni iyẹn igbagbọ ni nígbẹ̀yìn-gbẹ́yín tí a ṣe àyẹ̀wò—kì í ṣe láti ọwọ́ èrò inú, ṣùgbọ́n nípasẹ̀ èso. Nigbawo awọn igbesi aye àwọn ka sunmọ, tito lẹtọ awọn ọrọ jù bẹ́ẹ̀ lọ ju àlàyé.

Ìdúróṣinṣin di ìgbàgbọ́. Ìwà títọ́ di kedere.

ÌWÉ MÍMỌ AS Ẹlẹ́rìí

"Ìwọ ìfẹ́-inú mọ wọn láti ọwọ́ èso wọn ."

— Mátíù 7:16

"Jẹ́ kí a jẹ́ kí ó tirẹ iwa jẹ́ yẹ ti Àwọn nǹkan wọ̀nyí ló fà á tí wọ́n fi ń ṣe àtúnṣe sí

ara wọn. ìhìnrere ti Kristi."
— Àwọn ará Fílípì 1:27
"Pèsè" àwọn nǹkan otitọ nínú Àwọn nǹkan wọ̀nyí ló fà á tí wọ́n fi ń ṣe àtúnṣe sí ara wọn. iran ti gbogbo àwọn ọkùnrin."
— Àwọn ará Róòmù 12:17

A TẸRẸ ÌTỌNI

ṣẹlẹ̀ tí o bá ń ṣe **ìdákẹ́jẹ́ẹ́** lónìí ? àwọn ìkéde.
Rárá awọn atunṣe fún ìrísí. Kò
sí ìgbọràn tí a yàn.
O kan laaye Àwọn
nǹkan wọ̀nyí ló fà á tí
wọ́n fi ń ṣe àtúnṣe sí ara
wọn. kanna ọ̀nà— bóyá
tí wọ́n ti wò tabi kì í ṣe.
Ìbáṣepọ̀ kò nílò ìsapá. Ó nílò **òtítọ́**
.

A ÌBÉÈRÈ SI JÓKÓ PẸLÚ

Tí ó bá jẹ́ ẹnìkan tẹ̀lé e tirẹ ìgbésí ayé ni pẹkipẹki
fún ọkan ọ̀sẹ̀ kan, ìhìnrere wo ni wọn yóò lóye?
Ṣe kìí ṣe idahun kíákíá.
Jẹ́ kí Àwọn nǹkan
wọ̀nyí ló fà á tí wọ́n fi
ń ṣe àtúnṣe sí ara wọn.
ibeere dúró **díẹ̀** .

RỌRỌ IṢẸ

Lónìí, yọ kuro ọkan àìbáramu . ní
gbangba.
Kì í ṣe ó ṣe
pàtàkì gan-an.
Ṣùgbọ́n mọ̀ọ́mọ̀.
Jẹ́ kí ìgbọràn di láìsí ìṣòro.

A ÀDÚRÀ (PẸLÚ ÌDÁKẸẸ A SỌ)

Bàbá,
Jẹ́ kí ìgbésí ayé mi bá òtítọ́ tí mo ń
jẹ́wọ́ mu. Jẹ́ kí ìwà mi sọ̀rọ̀ nípa Kristi ní
kedere.
Mú àwọn ìtakora tó ń da ẹlẹ́rìí rú kúrò. Mo yan
ìwà rere níwájú Rẹ.
Àmín.

A RÍRÍ ÌKÉDE

Tèmi ìgbésí ayé ṣe afihan Àwọn

nǹkan wọ̀nyí ló fà á tí wọ́n fi ń ṣe

àtúnṣe sí ara wọn. ìhìnrere Èmi

gbàgbọ́. Mo rìn ní ìbámu àti ìwà

rere.

Kristi ni kedere ti ri nípasẹ̀ tèmi ìgbọràn.

WÍWÒ ṢÁájú SI ỌJỌ Ogójì

Ọla ni kìí ṣe a ẹ̀kọ́. Ó jẹ́

ìránṣẹ́ .

Ìwọ ìfẹ́-inú kìí ṣe jẹ́ beere sí kọ ẹkọ jù bẹ́ẹ̀ lọ—

iwọ ìfẹ́-inú jẹ́ beere sí **laaye mọ̀ọ́mọ̀** .

ỌJỌ Ogójì – Nisinsinyi Lọ, àti Jẹ́ Kà

ỌJỌ Ogóji̇̀

NISIYI LÁ ṢE — ÀTI BE KA

A ÌKẸYÌN ÌRÒYÌN SI WỌLẸ

Ìwọ ní de ọdọ Àwọn nǹkan wọ̀nyí ló fà á tí wọ́n fi ń ṣe àtúnṣe sí ara wọn. opin ti Àwọn nǹkan wọ̀nyí ló fà á tí wọ́n fi ń ṣe àtúnṣe sí ara wọn. àwọn ojú ìwé.

Nibẹ ni rárá ìyìn.

Rárá ìparí ọ̀rọ̀ ti a we ní ìṣẹ́jú yìí.

Ìmọ̀lára ìdákẹ́jẹ́ẹ́ pé kò sí ohun mìíràn tí a nílò láti kọ́— níkan **gbé** .

Ìwọ àwọn rárá gun ju nìkan a òǹkàwé. Ìwọ àwọn nisinsinyi Àwọn nǹkan wọ̀nyí ló fà á tí wọ́n fi ń ṣe àtúnṣe sí ara wọn.

ìtẹ̀síwájú. **ÒTÍTỌ ÌKẸYÌN**

Ìwé Mímọ́ jẹ́ lae ìtumọ̀ sí opin lórí ìwé . jẹ́ ìtumọ̀ sí jẹ́ **tí a fi sí ara rẹ̀** .

Ohun tí o ti gbà ní àwọn ọjọ́ wọ̀nyí kì í ṣe ìwífún nìkan, ìṣẹ̀dá ni.

Ìtòlẹ́ṣẹẹṣẹ.

Ìpè.

Nisinsinyi, tirẹ ìgbésí ayé di Àwọn nǹkan wọ̀nyí ló fà á tí wọ́n fi ń ṣe àtúnṣe sí ara wọn. ìwé. Ìdílé ló kà á.

Kà láti ọwọ́ àwọn àlejò.

Kà láti ọwọ́ àwọn wọ̀nyẹn Àjọ WHO lae ṣìi a Bíbélì. Ọlọ́run fúnra rẹ̀ ló máa kà á.

ÌWÉ MÍMỌ AS ÌKẸYÌN Ẹlẹ́rìí

"Ìwọ àwọn tiwa lẹ́tà... mọ àti ka láti ọwọ́ gbogbo ènìyàn."
— 2 Àwọn ará Kọ́ríǹtì 3:2–3
"Nípasẹ̀ tiwọn àwọn èso iwọ ìfẹ́-inú mọ wọn."
— Mátíù 7:16

"Gẹ́gẹ́ bí Àwọn nǹkan wọ̀nyí ló fà á tí wọ́n fi ń ṣe àtúnṣe sí ara wọn. Bàbá ní ti firanṣẹ Èmi, Èmi pẹlu firanṣẹ ìwọ."

—Jòhánù 20:21

A ÀMÚJẸ SI ṢE (KA Díẹ̀díẹ̀)

Lónìí, iwọ àwọn kìí ṣe beere sí ìlérí pípé. Ìwọ àwọn

beere sí ìlérí **iṣootọ** .

Láti gbé ìgbé ayé

òótọ́. ronupiwada

kíákíá. Láti

gbọ́ràn ní

ìdákẹ́jẹ́ẹ́. Láti

nífẹ̀ẹ́ gidigidi.

Láti fara dà á

láìdáwọ́dúró . sí jẹ́ ó jẹ́

ohun ìyanu— ṣùgbọ́n

láti jẹ́ **òótọ́** .

A Ẹnìkan ÌFẸRẸSÍ

(Ka) sókè pẹ̀lú ohùn rara bí o ṣeeṣe)

Èmi dá sí ìgbé ayé gẹ́gẹ́ bí a ìgbé ayé lẹ́tà ti

Kristi. Èmi yan ìgbọràn lórí irọrun.

Òtítọ́ ju iṣẹ́ lọ. Òtítọ́ lórí

ìfọwọ́sowọ́pọ̀.

Èmi ìfẹ́-inú gba laaye tèmi ìgbésí ayé sí jẹ́ ka kedere.

Èmi ìfẹ́-inú Rìn kiri nínú tito lẹtọ Nigbawo rárá ọkan rí.

Èmi ìfẹ́-inú aṣoju Kristi pẹlu irẹlẹ àti ìgboyà. Ẹmí

mi jẹ́ ti Ọlọ́run.

Tèmi ẹlẹri ohun ìní sí Àwọn nǹkan

wọ̀nyí ló fà á tí wọ́n fi ń ṣe àtúnṣe sí

ara wọn. ayé. Àmín.

A ÌKẸYÌN ÌKÉDE

Èmi òwúrọ̀ ti a kọ láti ọwọ́ Àwọn nǹkan

wọ̀nyí ló fà á tí wọ́n fi ń ṣe àtúnṣe sí ara

wọn. Ẹmí ti Àwọn nǹkan wọ̀nyí ló fà á tí

wọ́n fi ń ṣe àtúnṣe sí ara wọn. ìgbé ayé

Ọlọ́run. Ìgbésí ayé mi ń fi ìhìnrere Kristi

hàn.
Èmi jẹ́ ẹlẹ́rìí olóòótọ́ ní ìran mi. lọ
nísinsìnyí—sí laaye kini Èmi gbàgbọ́.

A RÍRÍRÍN ÀDÚRÀ

Bàbá,

Àwa itusilẹ èyí òǹkàwé sinu Àwọn nǹkan wọ̀nyí ló fà á tí wọ́n fi ń ṣe àtúnṣe sí ara wọn. agbaye gẹ́gẹ́ bí Tìrẹ ìgbé ayé lẹ́tà. Pa ìwà títọ́ wọn mọ́.

Mu okun sii tiwọn ìgbọràn.

Jẹ́ kí tiwọn ìgbésí ayé sọ̀rọ̀ kedere ibi ti awọn ọrọ kuna.

Oṣù Karùn-ún Kristi jẹ́ ti ri nípasẹ̀
wọn. Kí èso jẹ́rìí òtítọ́.
Oṣù Karùn-ún tiwọn
ẹlẹri faradà. Ránṣẹ́
wọn—
kìí ṣe sí ṣe,
ṣùgbọ́n sí laaye otitọ ṣaaju Ìwọ. Àmín.

NISIYI LÁ ṢE

Ti pa Àwọn
nǹkan wọ̀nyí ló
fà á tí wọ́n fi
ń ṣe àtúnṣe sí
ara wọn. ìwé. Ṣí
i tirẹ ìgbésí ayé.
Kí a sì kà á.

ÌPARÍ

ÀWỌN Ojú ìwé ÌPARÍ — ÀWỌN Ẹlẹ́rìí ń tẹ̀síwájú

Ttirẹ̀ ìwé jẹ́ lae ìtumọ̀ sí jẹ́ ti pari ati ṣẹ̀ẹ̀tì lẹ́gbẹ̀ẹ́.

Ó jẹ́ ìtumọ̀ sí **àmì a yíyípo** .

Ohun tí o ti rìn kọjá kìí ṣe ìtẹ̀lé ìfọkànsìn, ìtàn àròjinlẹ̀, tàbí ìdánrawò ẹ̀mí lásán. Ó jẹ́ ìpè sí ọ̀nà ìgbésí ayé tí ó yẹ kí o gbé. Ìwé Mímọ́ funrararẹ awọn ibeere ṣùgbọ́n àṣà nigbagbogbo yẹra fún: a ìgbésí ayé iyẹn agolo jẹ́ **kà** .

A kò ṣe ìgbàgbọ́ Kristẹni láti wà ní ojú ìwé, àga, tabi ikọkọ àwọn ìdánilójú. Láti Àwọn nǹkan wọ̀nyí ló fà á tí wọ́n fi ń ṣe àtúnṣe sí ara wọn. ìbẹ̀rẹ̀, Ti Ọlọ́run ero inu ní ó ṣe kedere—òtítọ́ rẹ̀ ni a ó kọ sí ọkàn, a ó fi hàn nípasẹ̀ ìgbésí ayé, ayé yóò sì túmọ̀ rẹ̀ nípasẹ̀ èso tí a lè rí.

Èyí ni Àwọn nǹkan wọ̀nyí ló fà á tí wọ́n fi ń ṣe àtúnṣe sí ara wọn. iwuwo ti jije a ìgbé ayé lẹ́tà.

Àwọn ìgbésí ayé ti Augustin ranni létí àwa iyẹn iyipada ni kìí ṣe Lójúkan náà, ìgbọràn kì í ṣe ohun tí kò rọrùn, ìṣòtítọ́ kì í sì í ṣe ohun tí kò ní owó. Síbẹ̀, ẹ̀rí rẹ̀ tí ó wà pẹ́ títí tún fi ohun kan hàn gẹ́gẹ́ bí ohun tí ó ṣe pàtàkì: nígbà tí a bá fi ẹ̀mí kan sílẹ̀ sí Ti Ọlọ́run ìkọ̀wé, rẹ̀ di a le kà kọja àwọn ọ̀rúndún.

Ẹmí kan náà tó kọ sí ọkàn Augustine ló ń kọ ọ́ báyìí. ìparí ọ̀rọ̀ ti èyí ìwé ṣe kìí ṣe beere iwọ sí nifẹẹ iyẹn òtítọ́.

Ó béèrè iwọ sí **fi ara hàn** rẹ̀.

Láti ìgbà yìí lọ, ìgbésí ayé rẹ yóò máa sọ̀rọ̀—yálà ní ìmọ̀ọ́mọ̀ tàbí bẹ́ẹ̀ kọ́. A ó máa kà á nínú àwọn ìpinnu ìkọ̀kọ̀, ní àwọn àkókò tí a kò ṣọ́ra, nínú ìyà àti ìfaradà, nínú àṣẹ àti ìrẹ̀lẹ̀, nínú ìrònúpìwàdà àti ìfaradà.

Ìbéèrè tó ṣì wà níbẹ̀ kì í ṣe bóyá a ó ka ìgbésí ayé rẹ. Kí ni ó jẹ́ **?**

rẹ̀ ìfẹ́-inú sọ .

Oṣù Karùn-ún rẹ̀ sọ̀rọ̀ otitọ láìsí ìyípadà.

Kí ó so èso láìsí iṣẹ́. rẹ̀ ṣe àfihàn Kristi

láìsí ìbáṣepọ̀.

Nígbà tí a bá sì ṣe àyẹ̀wò ìgbésí ayé rẹ—láti ọwọ́ àwọn ènìyàn, nípa àkókò, àti ní ìkẹyìn láti ọwọ́ Ọlọ́run—jẹ́ kí ó hàn gbangba pé o jẹ́ kí Ẹmí Ọlọ́run alàáyè kọ̀wé láìsí ìfọkànsìn, láìsí ìfọkànsìn, àti ní kíkún.

Àwọn ìwé tiipa níbí.

ẹlẹri ṣe kì í ṣe.

Lọ—àti laaye kini iwọ gbàgbọ́.

PE SI IṢẸ

A Àjọṣepọ̀ fún Àwọn nǹkan wọ̀nyí ló fà á tí wọ́n fi ń ṣe àtúnṣe sí ara wọn. Ìkórè

A Tí o bá ti ìwé yìí tán, a pè ọ́ láti tẹ̀síwájú ìrìn àjò náà ní ìgbésẹ̀ kan sí i—kìí ṣe nìkan nínú tirẹ tirẹ̀ ìgbésí ayé, ṣùgbọ́n sinu Àwọn nǹkan wọ̀nyí ló fà á tí wọ́n fi ń ṣe àtúnṣe sí ara wọn. awọn igbesi aye ti àìlóye awọn ọkàn
kọja Àwọn nǹkan wọ̀nyí ló fà á tí wọ́n fi ń ṣe àtúnṣe sí ara wọn. àwọn orílẹ̀-èdè.

Tí ó bá jẹ́ Àwọn nǹkan wọ̀nyí ló fà á tí wọ́n fi ń ṣe àtúnṣe sí ara wọn. awọn ifiranṣẹ láti Ti Ọlọ́run Idì Àwọn Ilé Iṣẹ́ Ìjọba (GEM) ní a fún ni okun, a jí i, tabi tun ṣe atunṣe tirẹ ọkàn, àwa ìrẹ̀lẹ̀ beere iwọ sí pẹlu adura ronu nipa **ajọṣepọ pẹlu àwa fún Àwọn nǹkan wọ̀nyí ló fà á tí wọ́n fi ń ṣe àtúnṣe sí ara wọn. sake ti Àwọn nǹkan wọ̀nyí ló fà á tí wọ́n fi ń ṣe àtúnṣe sí ara wọn. ìkórè** . Àwọn agbaye ni ebi n pa fún òtítọ́, ìrètí, àti ohùn pẹ̀lẹ́pẹ̀lẹ́ tí kò ṣe àṣìṣe ti Ẹmí Mímọ́, àti papọ̀ a lè ṣe é ibi àwọn wọ̀nyí awọn ifiranṣẹ ibi ti àwọn àwọn nilo ọ̀pọ̀lọpọ̀.

Àwa gbagbọ awọn ile-iṣẹ iroyin ni jù bẹ́ẹ̀ lọ ju ìmọ̀ ẹ̀rọ—ó ni a **ẹ̀mí apapọ** àwọn òṣèré jinlẹ̀ sí àwọn orílẹ̀-èdè, àwọn abúlé, àwọn ìlú ńlá, àti àwọn ibi ìkọ̀kọ̀. Nípasẹ̀ fíìmù, fídíò, rédíò, àti ẹ̀rọ-ìdíwọ̀n. iṣẹ́ ìránṣẹ́, Iye owó gẹ́ẹ́mù ni de ọdọ àwọn ènìyàn Àjọ WHO le lae wọlé a ìjọ, ṣùgbọ́n ta ni awọn ọkàn àwọn gbooro ṣii sí pàdé Àwọn nǹkan wọ̀nyí ló fà á tí wọ́n fi ń ṣe àtúnṣe sí ara wọn. ìgbé ayé Kristi.

Tìrẹ ajọṣepọ ràn wá lọ́wọ́:

1. Mu jade Ẹmí kún Fíìmù & Fídíò Àkóónú

Àwọn ìtàn àti ẹ̀kọ́ tí ó ń woni sàn, tí ó ń fúnni ní ìṣírí, tí ó sì ń fi ìfẹ́ Jésù hàn ní ọ̀nà tí ó ṣe kedere, tí ó lè báni dọ́gba, tí ó sì ń yí ìgbésí ayé padà.

2. Ìgbéjáde Àwọn nǹkan wọ̀nyí ló fà á tí wọ́n fi ń ṣe àtúnṣe sí ara wọn.

Ìhìnrere lórí Rédíò

Gbigbe Ọrọ Ọlọrun lọ si awọn ẹwọn, awọn ile iwosan, awọn agbegbe igberiko, ati awọn ibi ti o jinna ju intanẹẹti dé ibi tí ó ti dé - ibi tí ó ti dé ireti ni ṣọwọn àti otitọ ni iyebíye.

3. Fẹ̀síwájú Tiwa Àwùjọ Àwọn ohun èlò ìròyìn Ìkọ́ni & Ìjẹ́ ọmọ-ẹ̀yìn Àwọn ìpolówó

Àwọn ìjọ́sìn ojoojúmọ́, àdúrà, àti ẹ̀kọ́ tí ó ń fún àwọn onígbàgbọ́ lókun, tí ó ń mú ìdílé padà bọ̀ sípò, tí ó sì ń fún àwọn ọmọ-ẹ̀yìn ní agbára kárí ayé.

Kílódé? Tìrẹ Àtìlẹ́yìn Àwọn ọ̀ràn

GBOGBO Ifiranṣẹ TÚNṢẸ di a irugbin ti ìmọ́lẹ̀.

Gbogbo ẹ̀kọ́ di a ìró ìró ti ìyípadà.

Gbogbo iṣe ti ìwà ọ̀làwọ́ di apakan ti Ti Ọlọ́run kariaye ìkórè.

Tìrẹ fífúnni iranlọwọ èyí iṣẹ́ ìránṣẹ́ arọwọto awọn ọkàn àwa le lae pade lórí ilẹ̀ ayé, ṣùgbọ́n yóò dajudaju pade nínú ayérayé. Nibẹ ni rárá ti a ti ṣatunṣe iye - fúnni nìkan gẹ́gẹ́ bí Àwọn nǹkan wọ̀nyí ló fà á tí wọ́n fi ń ṣe àtúnṣe sí ara wọn. Olúwa ń darí ìwọ. Gbogbo ẹ̀bùn, ńlá tabi kékeré, àwọn eré a apakan nínú ilọsiwaju Àwọn nǹkan wọ̀nyí ló fà á tí wọ́n fi ń ṣe àtúnṣe sí ara wọn. Ìjọba.

Sí Alábàáṣiṣẹpọ̀ tabi Fúnni:

PayPal : https://www.pa ypal.com/ncp/payment/D6NEFW56KG8LU **Tiwa.ly:** https://tithe.ly/give?c=308311

Flutterwave – https://flutterwave.com/donate/bbkpkokehxlw

GBOGBO FÍFÍN Àwọn Ọnà:

https : //www.ot akada.org/partnership-giving Ẹ ṣeun fún dídúró ti wá.

O ṣeun iwọ fún fífúnrúgbìn sinu Àwọn nǹkan wọ̀nyí ló fà á tí wọ́n fi ń ṣe àtúnṣe sí ara wọn. ìkórè.

O ṣeun iwọ fún ranlọ́wọ́ àwa mú Àwọn nǹkan wọ̀nyí ló fà á tí wọ́n fi ń ṣe àtúnṣe sí ara wọn. ifiranṣẹ ti Kristi sí Àwọn nǹkan wọ̀nyí ló fà á tí wọ́n fi ń ṣe àtúnṣe sí ara wọn. àwọn orílẹ̀-èdè.

Kí Olúwa bùkún fún ọ lọ́pọ̀lọpọ̀, kí ó mú ọ pọ̀ sí i lọ́pọ̀lọpọ̀, kí ó sì mú gbogbo irúgbìn tí o gbìn fún ògo Rẹ̀ pọ̀ sí i.

Nínú Jesu alagbara orúkọ, Àmín.

—Aṣojú Ọjọ́ Ajé O. Ogbe, Sekaráyà Òkun Ọlọ́run; Ìtùnú Ladi Ogbe

Olùdásílẹ̀, God's Eagle Ministries (GEM)

www.otakada.org [1]

1. http://www.otakada.org

Bawo sí Jẹ́ A bí i Lẹ́ẹ̀kan sí i àti Bẹ̀rẹ̀ a Tuntun Ìgbésí ayé pẹ̀lú Kristi

Maybe o ti rìn pẹlu Jésù ṣáájú, tabi boya o ti nìkan pàdé Òun nípasẹ̀ rẹ̀ àwọn wọ̀nyí 40 àwọn ọjọ́. Ṣùgbọ́n ọtun nisinsinyi, nkankan inu iwọ ni ríro.

Ìwọ ni ti ṣetán fún jù bẹ́ẹ̀ lọ ju ẹ̀sìn.

Ìwọ ni ti ṣetán fún **ìbáṣepọ̀** .

Ìwọ ni ti ṣetán sí sọ pé, "Jésù, Èmi nilo Ìwọ. Òtítọ́ ni èyí:

"Nítorí gbogbo ènìyàn ló ti ṣẹ̀; gbogbo wa ni a kùnà láti dé ìwọ̀n ògo Ọlọ́run… síbẹ̀ Ọlọ́run, nínú Tirẹ̀ oore-ọfẹ, lọfẹẹ awọn iṣẹ àwa ọtun nínú Tirẹ̀ ríran."

— Àwọn ará Róòmù 3:23–24 (NLT)

Ìwọ kò lè ṣe é jo'gun ìgbàlà. O kò le ṣe àtúnṣe ara rẹ.

Ṣùgbọ́n Jésù tẹlẹ sanwo Àwọn nǹkan wọ̀nyí ló fà á tí wọ́n fi ń ṣe àtúnṣe sí ara wọn. kún iye owo — àti Òun ni nduro sí ẹ kaabo ìwọ nílé.

Bawo sí Jẹ́ A bí i Lẹ́ẹ̀kan sí i

Jije a bi lẹẹkansi ọna fi ara rẹ̀ sílẹ̀ tirẹ ìgbésí ayé sí Jésù — gbigba Ìdáríjì rẹ̀ , nígbà tí ó gbàgbọ́ pé Ó kú, Ó sì tún jíǹde, Ó sì gbà á gẹ́gẹ́ bí Olúwa àti Olùgbàlà.

Ó jẹ́ o rọrun. Ó jẹ́ alagbara. Ó awọn iyipada gbogbo nǹkan. Gbadura Èyí sókè:

"Olúwa Jésù, Èmi gbagbọ Ìwọ àwọn Àwọn nǹkan wọ̀nyí ló fà á tí wọ́n fi ń ṣe àtúnṣe sí ara wọn. Ọmọkùnrin ti Ọlọ́run. Èmi gbagbọ Ìwọ kú fún tèmi awọn ẹṣẹ àti rósì lẹ́ẹ̀kan síi. Èmi jẹwọ iyẹn Èmi ní ṣẹ̀ àti Èmi nilo Tirẹ ìdáríjì. Lónìí,

Èmi ronupiwada àti yípo láti tèmi àtijọ́ awọn ọna.
Èmi pe Ìwọ sinu tèmi ìgbésí ayé sí jẹ́ tèmi Olúwa
àti Olùgbàlà. Wẹ emi mímọ́. Kún emi pẹlu Tìrẹ
Ẹmí.
Èmi kede Èmi òwúrọ̀ a bi lẹ̀ẹ̀kan síi, dáríjì, àti ọ̀fẹ́.

Láti èyí ọjọ́ síwájú, Èmi ìfẹ́-inú tẹle Ìwọ — àti Èmi ìfẹ́-inú laaye nínú Tìrẹ awọn igbesẹ. O ṣeun Ìwọ fún fifipamọ èmi. Nínú Jesu orúkọ, Àmín."

Itele Àwọn ìgbésẹ̀ Lẹ́yìn Ìgbàlà

1. **Sọ Ẹnìkan** – Pin tirẹ ìpinnu pẹlu a onígbàgbọ́ o gbẹkẹle.
2. **Wa a Ti a gbe ka ori Bibeli Ṣọ́ọ̀ṣì** – Dára pọ̀ mọ́ a àwùjọ iyẹn ń kọ́ni Ọrọ̀ Ọlọ́run àti awọn igbesi aye rẹ̀ jáde. Ṣèbẹ̀wò Ti Ọlọ́run Idì àwọn ilé iṣẹ́ ìránṣẹ́ ori ayelujara nípasẹ̀ https ://www.ot akada.org tàbí https://chat.whatsapp.com/ H67spSun32DDTma8TLh0ov
3. **Gba Ti ṣe ìrìbọmi** – Gba Àwọn nǹkan wọ̀nyí ló fà á tí wọ́n fi ń ṣe àtúnṣe sí ara wọn. Itele igbesẹ ni gbangba sí kede ìgbàgbọ́ rẹ .
4. **Kà Àwọn nǹkan wọ̀nyí ló fà á tí wọ́n fi ń ṣe àtúnṣe sí ara wọn. Bíbélì Ojoojúmọ́** – Bẹ̀rẹ̀ pẹlu Àwọn nǹkan wọ̀nyí ló fà á tí wọ́n fi ń ṣe àtúnṣe sí ara wọn. Ìhìnrere ti Jòhánù.
5. **Gbàdúrà Gbogbo Ọjọ́** – Ọrọ̀ sísọ sí Ọlọ́run gẹ́gẹ́ bí a ọ̀rẹ́ àti Bàbá.
6. **Dúró ní Ìsopọ̀mọ́ra** – Yí ara rẹ ká pẹ̀lú àwọn ènìyàn tí wọ́n ń fún ọ nísìírí láti rìn ìrìn tuntun rẹ.
7. **Bẹ̀rẹ̀ a ọmọ-ẹhin Ilana laarin Àwọn nǹkan wọ̀nyí ló fà á tí wọ́n fi ń ṣe àtúnṣe sí ara wọn. àwùjọ** – Dagbasoke ọ̀kan lórí ọkan ibatan pẹlu Jésù Kristi nípasẹ̀ àwọn wọ̀nyí awọn ọna asopọ

Ìjẹ́ ọmọ-ẹ̀yìn ọjọ́ ogójì 1 - https : //www.ot akada.org/get-free-40-days-online- ẹ̀kọ́-ẹ̀kọ́-ẹ̀kọ́-nínú ìrìn-àjò pẹ̀lú Jésù/

40 Ìjẹ́ ọmọ-ẹ̀yìn 2 - https : //www.ot akada.org/get-free-40-days-dna-of- ìrìn-àjò ọmọ-ẹ̀yìn pẹ̀lú Jésù-ẹ̀kọ́-2/

Tèmi Ìgbàlà Àkókò ìṣẹ́jú

Ọjọ́ : ______________________

Ìfọwọ́sowọ́pọ̀ : ________________

"Bí ó bá jẹ́ pé ẹnikẹni ni nínú Kristi, òun ni a tuntun ìṣẹ̀dá; Àwọn nǹkan wọ̀nyí ló fà á tí wọ́n fi ń ṣe àtúnṣe sí ara wọn. àtijọ́ ní kọjá kuro, Àwọn nǹkan wọ̀nyí ló fà á tí wọ́n fi ń ṣe àtúnṣe sí ara wọn. tuntun ní wá!"

— 2 Àwọn ará Kọ́ríńtì 5:17

Ìwé-ẹ̀rí ti Tuntun Ìgbésí ayé nínú Kristi

Ìgbàlà ÌKÉDE – A bí i Lẹ́ẹ̀kan sí i láti ọwọ́ Grace

Èyí jẹri iyẹn

____

(Kúnkún Orúkọ)

ní ni gbangba kede **igbagbọ nínú Jésù Kristi**

gẹ́gẹ́ bí Olúwa àti Olùgbàlà àti ní gba Àwọn nǹkan wọ̀nyí ló fà á tí wọ́n fi ń ṣe àtúnṣe sí ara wọn. ọfẹ ẹ̀bùn ti ìgbàlà nípasẹ̀ ikú àti àjíǹde Rẹ̀.

"Bí ó bá jẹ́ pé iwọ ni gbangba kede iyẹn Jésù ni Olúwa àti gbagbọ nínú tirẹ ọkàn iyẹn Ọlọ́run gbé e dìde Òun láti Àwọn nǹkan wọ̀nyí ló fà á tí wọ́n fi ń ṣe àtúnṣe sí ara wọn. ti ku, iwọ ìfẹ́-inú jẹ́ ti gbalà."

— Àwọn ará Róòmù 10:9 (NLT)

Ní ọjọ́ yìí, ọ̀run yóò yọ̀, ìrìnàjò tuntun yóò sì bẹ̀rẹ̀. Ọjọ́

Ìpinnu :______________________________

Ìfọwọ́sowọ́pọ̀ : ______________________________

Ìgbàlà Ìkéde

"Lónìí, Èmi ìtẹríba tèmi ìgbésí ayé sí Jésù Kristi.
Èmi gbagbọ Òun kú fún tèmi awọn ẹṣẹ àti
rósì lẹ́ẹ̀kan sí i . gba Òun gẹ́gẹ́ bí tèmi
Olúwa àti Olùgbàlà.
Èmi òwúrọ̀ dáríjì, a bi lẹ́ẹ̀kan síi, àti ṣe tuntun.
Láti èyí ìṣẹ́jú-ààyá síwájú, Èmi ìfẹ́-inú Rìn kiri nínú Tirẹ̀
Àwọn ìgbésẹ̀." Ẹ kú àbọ̀ sí Ìdílé Ọlọ́run!

Tìrẹ orúkọ ni ti a kọ nínú Àwọn nǹkan wọ̀nyí ló fà á tí wọ́n fi ń ṣe àtúnṣe sí ara wọn. Ọdọ́ Àgùntàn Ṣe ìwé ti Ìgbésí ayé. Tìrẹ itan ni nìkan ìbẹ̀rẹ̀ — àti ó jẹ́ ayérayé.

SOPỌ PẸLÚ TI ỌLỌRUN Idì Àwọn Iṣẹ́ Òjíṣẹ́

- Oju opo wẹẹbu: www.otakada.org [1]
- Ọrọ̀ Kọja Àníyàn Ẹrọ: www.wealthbeyondworryseries.com [2]
- Imeeli: ambassador@otakada.org

- **Àtìlẹ́yìn èyí iṣẹ́:**

Àtìlẹ́yìn ÌJỌBA Àwọn Iṣẹ́ Àkànṣe, àwọn iṣẹ́ apinfunni, àti ọfẹ kariaye àwọn ohun àlùmọ́nì nípasẹ̀ ìfúnni tí májẹ̀mú ń darí.

Ṣàyẹ̀wò QR Kóòdù sí Fúnni

https://tithe.ly/give?c=308311

Tìrẹ ìwà ọ̀làwọ́ iranlọwọ àwa arọwọto jù bẹ́ẹ̀ lọ àwọn ọkàn, tumọ àwọn ohun èlò, ṣe atilẹyin fun awọn ojiṣẹ Ọlọrun, àti kọ ọmọ-ẹhin àwọn ètò kárí ayé. O ṣeun ìwọ!

1. https : //www.ot akada.org

2. https : //www.w ea l thbeyondworryseries.com

Òǹkọ̀wé ÌWÉ ÌRÒYÌN

Sekaráyà Orisa Òkun

Aonkọ̀wé • Olùkọ́ • Olùríran Aṣáájú

Zacharias Godseagle jẹ́ olùkọ́ni tó ní ìtara nínú Ọrọ̀ náà àti ohùn tó ń fi òye hàn sí ara Kristi. Ó ń gbé oore-ọ̀fẹ́ àrà ọ̀tọ̀ fún ìmọ̀ nípa ẹ̀mí, Sekaráyà àwọn mínísítà pẹlu kedere, àsọtẹ́lẹ̀ jíjìn, àti a Ìfẹ́ ọkàn tí ó ń jóná láti rí àwọn onígbàgbọ́ tí wọ́n ń rìn nínú ìwà mímọ́, ìwà-bí-Ọlọ́run, àti ìfarajìn tòótọ́ fún Kristi.

Gẹ́gẹ́ bí alábàṣiṣẹpọ̀ nínú iṣẹ́ God's Eagle Ministries (GEM), ó ń ṣe iṣẹ́ kan pataki ipa nínú ṣíṣẹ̀dá ọmọ-ẹhin akoonu, iwe mimọ ìmọ́lẹ̀, àti àwọn tí ó dá lórí àwọn ohun èlò ìròyìn ìrìnàjò iyẹn fọwọkan awọn igbesi aye kọja oni-nọmba àti ti ara àwọn ààlà rẹ̀. àwọn ìkọ̀wé àfojúsùn lórí ti inu ìyípadà, ìgbọràn, àti Àwọn nǹkan wọ̀nyí ló fà á tí wọ́n fi ń ṣe àtúnṣe sí ara wọn. atunṣe ti Kristi si itẹ ọkàn onigbagbọ.

Ìdánilójú lásán ni a ń darí Sakariah: **nígbà tí ọkàn bá dọ́gba, àyànmọ́ ṣe deedee.**

Ó ń tẹ̀síwájú láti dé ọ̀dọ̀ àwọn ènìyàn kárí ayé nípasẹ̀ ẹ̀kọ́, ìtọ́sọ́nà, àti àwọn iṣẹ́ àgbékalẹ̀ tí ó kún fún ẹ̀mí.

Aṣojú Ọjọ́ Ajé O. Ogbe

ÒNKỌ • Aṣojú Ìránṣẹ́ • Olùdásílẹ̀, Iṣẹ́ Ìránṣẹ́ Idì ti Ọlọ́run (GEM)

Ambassador Monday Oreojo Ogwuojo Ogbe ni oludasile **God's Eagle Ministries (GEM)** — ise agbaye kan pelu ase lati "so awon eniyan po sí Ọlọ́run nípasẹ̀ Tirẹ̀ Ọrọ̀. Ti a mọ fún tirẹ̀ líle ìfẹ́ fún òtítọ́, ìtàn ìmọ̀lára, àti ẹ̀kọ́ àsọtẹ́lẹ̀, ó ń ṣe ìránṣẹ́ fún gbogbo orílẹ̀-èdè nípasẹ̀ kíkọ, ìfihàn podcast, ṣíṣe fíìmù, oni-nọmba ìhìnrere, àti jíjẹ́ ọmọ-ẹ̀yìn.

Pẹ̀lú ìmọ̀ nípa ìdarí, ìròyìn àti iṣẹ́ àkànṣe, Ambassador Monday gbe a oríṣiríṣi àṣà-àṣà ìfàmì òróró iyẹn ó ń dún bí ohun tó ń dún láti Áfíríkà sí Éṣíà, Amẹ́ríkà, Yúróòpù, àti Àárín Gbùngbùn Ìlà Oòrùn. Àwọn ẹ̀kọ́ rẹ̀ dojúkọ àwọn ogun ìkọ̀kọ̀ ti ọkàn onígbàgbọ́—ojúkòkòrò, ìjàkadì ìdámọ̀, ìfaradà ẹ̀mí, àti Àwọn nǹkan wọ̀nyí ló fà á tí wọ́n fi ń ṣe àtúnṣe sí ara wọn. pẹ̀lẹ́pẹ̀lẹ́ ìfọ̀lẹ̀ ti isunmọtosi pẹlu Ọlọ́run.

Òun ni òǹkọ̀wé ọ̀pọ̀lọpọ̀ àwọn ìjọ́sìn, àwọn ìwé, àti àwọn ẹ̀kọ́ multimedia tí ó dé ọ̀dọ̀ àwọn mílíọ̀nù ènìyàn nípasẹ̀ otakada.org àti àwọn ìtẹ̀jáde oní-nọ́ńbà GEM.

Tirẹ̀ ìgbésí ayé ifiranṣẹ ni rọrun ṣùgbọ́n jíjinlẹ̀:

"Nigbawo Kristi jókòó ní Àwọn nǹkan wọ̀nyí ló fà á tí wọ́n fi ń ṣe àtúnṣe sí ara wọn. aarin, ohun gbogbo miiran gba tirẹ̀ ẹtọ ibi.

Ìtùnú Ladi Ogbe

Òǹkọ̀wé • ÀRÍRÍ • Alájọṣiṣẹ́pọ̀ nínú Iṣẹ́-ìránṣẹ́

Comfort Ladi Ogbe jẹ́ òǹkọ̀wé, alágbàwí, àti alábàáṣiṣẹ́pọ̀ nínú iṣẹ́ Ìjọba náà. ti Ti Ọlọ́run Idì Àwọn Ilé Iṣẹ́ Ìjọba. Ẹbùn pẹlu aanu, oye, ati a ìtọ́jú ẹ̀mí, oun mú ẹdun ijinle àti ẹ̀mí ipilẹ ile sí gbogbo iṣẹ́ tí ó fọwọ́ kan.

Àwọn àfikún rẹ̀—nígbà gbogbo lẹ́yìn ìṣẹ̀lẹ̀—ní òórùn ìrẹ̀lẹ̀, ọgbọ́n, àti ìwòsàn. Ìtùnú àwọn mínísítà nípasẹ̀ ìmọ̀ràn, àdúrà, jíjẹ́ ọmọ-ẹ̀yìn, àti ìfọwọ́sowọ́pọ̀ oníṣẹ̀dá, pàápàá jùlọ nínú àwọn iṣẹ́ tí ó tẹnu mọ́ ìmúpadàbọ̀sípò ìdílé, ìdàgbàsókè ẹ̀mí, àti ìyípadà ọkàn.

Gẹ́gẹ́ bí òǹkọ̀wé, ó kọ̀wé láti ibi tí ó ti ní ìrírí àti ìdánilójú nípa ẹ̀mí, ó sì fún àwọn òǹkàwé ní òye, ìtùnú, àti ìṣírí láti lépa ìpéye nínú Kristi.

Ìtùnú ni a fi sí ipò láti ran àwọn onígbàgbọ́ lọ́wọ́ láti ní ìrírí Ọlọ́run kìí ṣe nínú ìmọ̀ nìkan, ṣùgbọ́n nínú ìgbésí ayé ojoojúmọ́—níbi tí ọkàn ti ń kọ́ láti gbẹ́kẹ̀lé, láti juwọ́ sílẹ̀, àti láti gbilẹ̀.

Òǹkọ̀wé Ojú ìwé:

https://www.am azon.com/stores/Zacharias-Godseagle/author/ B0FCZ89D4K

Àwọn ìwé àti ohun èlò tí a dámọ̀ràn

ÌSỌTỌSỌNÀ 7

Iwosan Àwọn nǹkan wọ̀nyí ló fà á tí wọ́n fi ń ṣe àtúnṣe sí ara wọn. Ọkàn ti Tìrẹ Ilé nínú 7 Àwọn Ọjọ́ Ìsọdọ̀tun Àwọn eré – Ìdílé Ìṣọ̀kan Àtẹ̀jáde

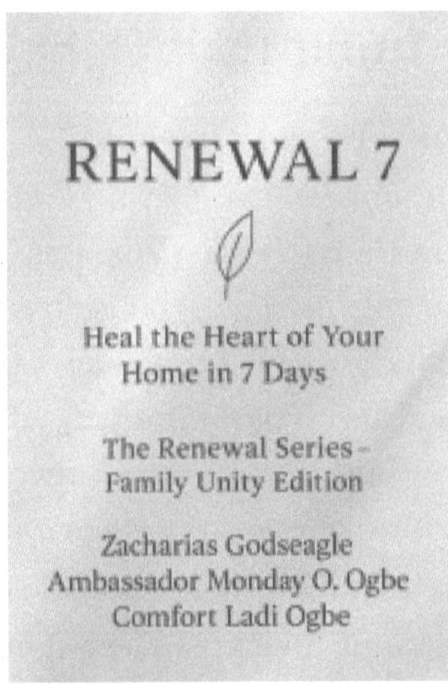

Ìjápọ̀ sí Ṣe ìwé Ìwé Páápù - https://shop.ingramspark.com/b/084?params=htyfL002e1JzyEpZWkKtaXWF5FJ1jZFOjgiQKEfcbnw
Ìjápọ̀ sí Amazon Ojú ìwé Ìwé Páápù - https://www.amazon.com/RENEWAL- Iwosan-Ọkàn-Ìtúnṣe-rẹ/dp/B0GD92153W

Ìjápọ̀ sí ìwé Amazon Ebook – https://www.amazon.com/RENEWAL-Heal-Heart-Your-Renewal-ebook/dp/B0G91BMFND

ṢÀWÁRÍ Èmi ni –

Ìsọdọ̀tun 7: Iwosan Àwọn nǹkan wọ̀nyí ló fà á tí wọ́n fi ń ṣe àtúnṣe sí ara wọn. Ọkàn ti Tìrẹ Ilé nínú 7 Àwọn ọjọ́

Àwọn Ìsọdọ̀tun Àwọn eré — Ìdílé Ìṣọ̀kan Àtẹ̀jáde

Ìjápọ̀ sí ìwé àtẹ̀jáde - https://shop.ingramspark.com/b/084?params=nSEELv9oUsItOu5akVZlg4ycGbbmvlBOtSiqeOZr5yQ

Ìjápọ̀ sí ìwé ìròyìn Amazon - https://www.am azon.com/RENEWAL-ÌGBÉYÀWÓ-Ọkàn-Ìgbéyàwó-Ìtúnṣe/dp/B0GDC1YZJ7

sí Amazon Ebook - https://www.am azon.com/RENEWAL-ÌGBÉYÀWÓ-Ọkàn-ÌGBÉYÀWÓ-ÀTÚNTÚN-ÌGBÉYÀWÓ-ebook/dp/B0G6JXJWJL

ÀWỌN ÌTỌ TI ÀWỌN Ọkàn – 12 àwọn ogun àwa gbọdọ bori

AMAZON Ìwé Ẹrọ Ìròyìn (Ebook) - https://www.am azon.com/THRONE-HEART- OJÚKÓKÒ-ÀRÒ-ÀRÒ-ẸRÙN-EWÉ-ÌWÉ-ÌWÉ-DÍDÌ/DP/ B0G4SPFRY7

Ìwé ìròyìn Amazon - https://www.am azon.com/THRONE-HEART-Ojúkòkòrò-Àìfọwọ́kàn-àrékérekè/dp/ B0G4TKW1ND

ÀWỌN ÌWÉ ÌRÒYÌN LÁTỌWỌ INGRAMSPARK - https://shop.ingramspark.com/b/084?params=a75LJXtvvI63VnzeQPleQTkAJWfu8CPQV6l5Oe31D80

4 IN 1 ÀWỌN ÌJÌNṢẸ Láti ọwọ́ ZAKARIA Oriṣa Òkun pẹlu Ohùn ìjápọ̀ –

Ìjápọ̀ Amazon Ebook - https://www.am azon.com/Sermons-Zacharias- Àwọn ìjápọ̀ ohùn Godseagle-ebook/dp/B0G4XCH4TW

Ìwé ìròyìn Amazon - https://www.am azon.com/Sermons-Zacharias- Àwọn ìjápọ̀ ohùn Godseagle/dp/B0G4TK4XGT

Ìjápọ̀ ìfàsẹ́yìn Ingram Paperback - https://shop.ingramspark.com/b/084?params=nK2JERskkbhdAOSNseTUNRhaCFqUPZuhB4uYfqrXvGb

THE LOGOS PROTOCOL SERIES | 1
PILGRIM CODE
AI AWAKENING
A prophetic sci-fi thriller where faith collides with artificial intelligence, and light wars against the code.
ZACHARIAS GODSEAGLE
AMBASSADOR MONDAY O. OGBE
COMFORT LADI OGBE

Ìwé Ẹrọ Ìròyìn (Ebook) - https://www.am azon.com/Logos-Protocol-Awakening-artificial- ìwé ìmọ̀-ẹ̀rọ-ìmọ̀-ẹ̀rọ/dp/B0FXNQFSWZ

Ìwé Àtẹ̀jáde - https://www.am azon.com/Logos-Protocol-Awakening- ọgbọ́n àtọwọ́dá/dp/B0FXNGR66D

Àìlera - https ://www .am azon.com/Logos-Protocol-Awakening- ọgbọ́n àtọwọ́dá/dp/B0FZNTQR6Y

Ìwé Ingramspark - https://shop.ingramspark.com/b/084?params=QkK4aNYTYO9U5z9uOkdHgc7Ue1eGDLqbb1tz9WRPaSk

Kílódé? Ìdáǹdè Àwọn ìkùnà - àti Bawo Àwọn nǹkan wọ̀nyí ló fà á tí wọ́n fi ń ṣe àtúnṣe sí ara wọn. Iná ti Ọlọ́run Àwọn àtúnṣe Àwọn nǹkan wọ̀nyí ló fà á tí wọ́n fi ń ṣe àtúnṣe sí ara wọn. Ọkàn: 40 Lojoojúmọ́ Àwọn Ìkéde fún Gbogbo-Yíká Ìdáǹdè

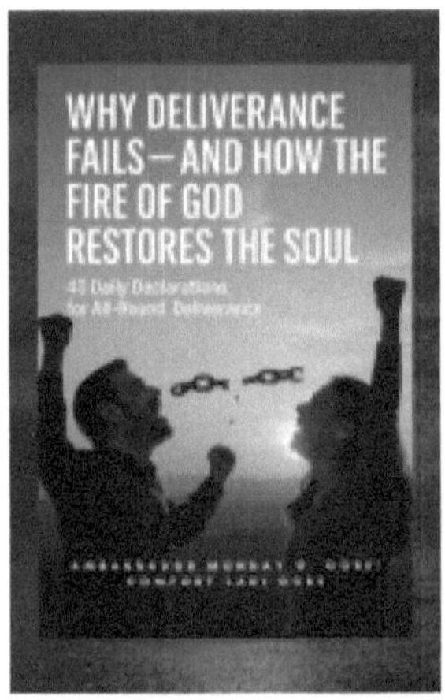

Ẹrọ Ìròyìn - https://www.am azon.com/Why-Deliverance-Fails-Declarations- Ìwé-ẹ̀rọ-ìròyìn gbogbo-yíká/dp/B0FW74L4G4
Ìwé àtẹ̀jáde - https://www.am azon.com/Why-Deliverance-Fails-Àwọn Ìkéde-Gbogbo-Yíká/dp/B0FWB3LXRM

Ti fipamọ ṣùgbọ́n Ti sọnu – Àwọn Aláìlẹ́kọ̀ọ́ Iyipada – ti a tumọ sinu 25 ède

Ìwé àtúnṣe
https://shop.ingramspark.com/b/
084?params=iYNB6S3PLMfREpm0jMM15bMe3BvWlkjcYyLYnHVGAds
Ìwé Ẹrọ ìgbàlódé - https ://www .am azon.com/SAVED-BUT-LOST-ÀÌDÍ-ÌMỌ-ÌMỌ-ÌMỌ-ẸKỌ-Ebook/dp/B0FVJ29DF7

7 Àwọn ỌJỌ TI ẸMÍ Ogun & ÌGBÀSÍLẸ - èyí ni Apá kan 1
Ìsopọ̀ Àwọn nǹkan wọ̀nyí ló fà á tí wọ́n fi ń ṣe àtúnṣe sí ara wọn. Ọtá, Pada sipo Àwọn ọfà Lẹ́ẹ̀méje, àti Mímúpadàbọ̀sípò Àyànmọ́ Rẹ

https://shop.ingramspark.com/b/
084?params=8mPzqUl73Ex7uPyeO7ydyt8EGkkB6u2gX1jZvWU8j1C

Ìjápọ̀ ìwé lórí íńtánẹ́ẹ̀tì - https://www.am azon.com/DAYS-SPIRITUAL- ÌGBÀLÀGBÀ-ÌGBÀLÀ-ÌRÀNLỌWỌ-ÌRÀNLỌWỌ-ÈDÈ-DÍBỌ/DP/B0FMPJM5KZ

7 Àwọn ỌJỌ TI ẸMÍ Ogun & ÌGBÀSÍLẸ - Apá kan 2 - Ìdìdì Àwọn ǹkan wọ̀nyí ló fà á tí wọ́n fi ń ṣe àtúnṣe sí ara wọn. Ìṣẹ́gun, Ṣíṣí Ìdílé Ìwà ibi, àti Ṣíṣe ìtọ́jú Tí a ti mú padà bọ̀ sípò rẹ Àyànmọ́

Ìwé àtẹ̀jáde - https://shop.ingramspark.com/b/084?params=LkpNmGSsApHhWhiSO7bW3wFmcXQKIO4ZEBeSbP5rL1S
Ìwé Ẹrọ Ìròyìn - https://www.am azon.com/DAYS-SPIRITUAL-WARFARE- RECOVERY -Wickedness-ebook/dp/B0FR9YCMY8

LÁTI ỌTÌ ÒKÙNKÙN SI Àkóso: 40 Àwọn ọjọ́ sí Ìsinmi Ọfẹ láti Ìdìmú tí ó farasin ti òkùnkùn

A Àgbáyé Ìfọkànsìn ti Ìmọ̀, Ìdáǹdè & Agbára - Fún Àwọn Ẹni-kọọkan, Àwọn ìdílé, àti Àwọn orílẹ̀-èdè Ṣetán sí Jẹ́ Ọfẹ

Ìwé àtúnṣe
https://shop.ingramspark.com/b/084?params=aVgp21QfwJxNANkfMxIQ0yejuFCVY12KFr978SRkZUD
Ọna asopọ Amazon - https ://www .am azon.com/DARKNESS-DOMINION- Ìmọ̀-Ìgbàlà-Ìfọkànsìn-ebook/dp/B0FLDH2Y67

- ***Ti fi jiṣẹ́ láti Àwọn nǹkan wọ̀nyí ló fà á tí wọ́n fi ń ṣe àtúnṣe sí ara wọn. Agbára ti Òkùnkùn*** **(Ìwé kékeré)** — Ra Níbí [1] | Ìwé Ẹrọ-ìbánisọ̀rọ̀ lórí Amazon [2]

- **Òkè Àwọn àtúnyẹ̀wò láti Àwọn nǹkan wọ̀nyí ló fà á tí wọ́n fi ń ṣe àtúnṣe sí ara wọn. Iṣọkan Àwọn ìpínlẹ̀:**
  - **Kindle Onibara** : "Àwọn Dára jùlọ Kristẹni ka lailai! (5) àwọn ìràwọ̀)

Yin Jesu fun ẹri yii. Mo ti ni ibukun pupọ ati pe emi yoo ṣeduro gbogbo eniyan ọkan sí ka èyí ìwé... Fún Àwọn nǹkan wọ̀nyí ló fà á tí wọ́n fi ń ṣe àtúnṣe sí ara wọn. owo osu ti ẹṣẹ ni ikú ṣùgbọ́n Àwọn nǹkan wọ̀nyí ló fà á tí wọ́n fi ń ṣe àtúnṣe sí ara wọn. ẹ̀bùn ti Ọlọ́run ni ìyè àìnípẹ̀kun. Àlàáfíà! Àlàáfíà!

- **Dá Gster** : "Èyí ni a pupọ ohun tó dùn mọ́ni àti dípò bẹ́ẹ̀ ajeji ìwé." (5) àwọn ìràwọ̀)

Tí ó bá jẹ́ kini ni sọ nínú Àwọn nǹkan wọ̀nyí ló fà á tí wọ́n fi ń ṣe àtúnṣe sí ara wọn. ìwé ni otitọ lẹ́yìn náà àwa looto àwọn ọ̀nà lẹ́yìn lórí kini ọ̀tá náà ni ti o lagbara ti ń ṣe! ... A gbọdọ fún ẹnikẹni fẹ́ sí kọ ẹkọ nípa ẹ̀mí ogun.

- **Físà** : "Ìfẹ́" èyí ìwé" (5) àwọn ìràwọ̀)

1. https://shop.ingramspark.com/b/084?params=oeYbAkVTC5ao8PfdVdzwko7wi6IQimg JY2779NaqG4e
2. https://www.am azon.com/Delivered-Power-Darkness-AFRICAN-DELIVERED-ebook/dp/ B0CC5MM4MV

Èyí ni ohun ojú ohun èlò ìṣí... a otitọ ìjẹ́wọ́... Láìpẹ́ yìí Èmi ní ti wa wiwa fún ibi gbogbo ni sí ra rẹ̀. Nítorí náà, ayọ̀ sí gba rẹ̀ láti Amazon.

- **FrankJM** : "Ó dájú pé o yatọ" (4) àwọn ìràwọ̀)

Ìwé yìí rán mi létí bí ogun ẹ̀mí ṣe jẹ́ gidi tó. Ó tún mú kí n rántí ìdí rẹ̀. fún fifi sita lórí Àwọn nǹkan wọ̀nyí ló fà á tí wọ́n fi ń ṣe àtúnṣe sí ara wọn. "Kíkún" Ìhámọ́ra ti Ọlọ́run.

- **JenJen** : "Gbogbo ènìyàn Àjọ WHO awọn ifẹ sí lọ sí Ọrun- ka èyí! (5) àwọn ìràwọ̀)

Èyí ìwé ti yipada tèmi ìgbésí ayé bẹ́ẹ̀ ni pupọ. Papọ̀ pẹlu Jòhánù Ramirez's ẹ̀rí, ó ìfẹ́-inú ṣe iwọ wo ní tirẹ igbagbọ ó yàtọ̀ síra. Mo ti ka rẹ̀ 6 ìgbà!

- *Olùgbàgbọ́ Sátánì tẹ́lẹ̀: Àwọn Jákọ́bù Pàṣípààrọ̀* (Ìwé kékeré) — Ra Nibi [3] | Ìwé Ẹrọ-ìbánisọ̀rọ̀ lórí
Amazon [4]

---

3. https://shop.ingramspark.com/b/
084?params=I2HNGtbqJRbal8OxU3RMTApQsLLxcUCTC8zUdzDy0W1

4. https://www.am azon.com/JAMESES-Exchange-Testimony-High-Ranking-Encounters-ebook/dp/
B0DJP14JLH

- ***ẸRÍ TI AN Áfíríkà SÁTÁNÌ TÓ TI WÀ NÍGBÀ ...*** - *Pásítọ̀ JÓNÁSÌ LUKUNTU MPALA* (Ìwé kékeré) — Ra Nibi [5] | Ìwé Ẹrọ-ìbánisọ̀rọ̀ lórí Amazon [6]

- *Ti o tobi ju Àwọn ìlòkulò 14* (Ìwé kékeré) — Ra Níbí [7] | Ìwé Ẹrọ-ìbánisọ̀rọ̀ lórí Amazon [8]

5. https://shop.ingramspark.com/b/084?params=0Aj9Sze4cYoLM5OqWrD20kgknXQQqO5AZYXcWtoMqWN
6. https://www.am azon.com/TESTIMONY-African-EX-SATANIST-Pastor-Jonas-ebook/dp/B0DJDLFKNR
7. https://shop.ingramspark.com/b/084?params=772LXinQn9nCWcgq572PDsqPjkTJmpgSqrp88b0qzKb
8. https://www.am azon.com/Greater-Exploits-MYSTERIOUS-Strategies-Countermeasures-ebook/dp/

B0CGHYPZ8V

- *Jáde ti Àwọn nǹkan wọ̀nyí ló fà á tí wọ́n fi ń ṣe àtúnṣe sí ara wọn. Bìlísì Ìkòkò ìkòkò* láti ọwọ́ Jòhánù Ramirez — Ó wà nílẹ̀ lórí Amazon [9]
- *Òun Ó ti dé sí Ṣètò Àwọn nǹkan wọ̀nyí ló fà á tí wọ́n fi ń ṣe àtúnṣe sí ara wọn. Àwọn tí a kó lẹ́rú Ọfẹ* láti ọwọ́ Rèbékà Àwọ̀ ilẹ̀ — Wa lórí Amazon [10]

Òmíràn awọn iwe ti a tẹjade láti ọwọ́ onkọ̀wé – Lórí 1000

Àwọn àkọlé tí a fẹ́ràn, tí a yàn àti gbogbo wọn : Ìrìn àjò ọjọ́ 30 láti ìkọ̀sílẹ̀ sí

Ìtúnṣe ti a tumọ sinu 40 awọn ede ti Àwọn nǹkan wọ̀nyí ló fà á tí wọ́n fi ń ṣe àtúnṣe sí ara wọn. agbaye https://www.am azon.com/Loved-Chosen-Whole-Rejection-Restoration- ìwé-èrọ-ìkàwé/dp/B0F9VSD8WL https://shop.ingramspark.com/b/084?params=xga0WR16muFUwCoeMUBHQ6HwYjddLGpugQHb3DVa5hE

9. https://www.am azon.com/Out-Devils-Cauldron-John-Ramirez/dp/0985604306

10. https://www.am azon.com/He-Came-Set-Captives-Free/dp/0883683239

Loved, Chosen and Whole
A 30-Day Journey from Rejection to Restoration

Nínú Tirẹ̀ Àwọn ìgbésẹ̀ — A Ọjọ́ 40 WWJD Ìpèníjà: Ìgbésí ayé Fẹ́ràn Jésù nínú Ìgbésí Ayé Gidi Àwọn ìtàn Ni ayika Àwọn nǹkan wọ̀nyí ló fà á tí wọ́n fi ń ṣe àtúnṣe sí ara wọn. Àgbáyé

https://www.am azon.com/His-Steps-Challenge-Real-Life-Stories-ebook/dp/B0FCYTL5MG

https://shop.ingramspark.com/b/084?params=DuNTWS59IbkvSKtGFbCbEFdv3Zg0FaITUEvlK49yLzB

JESU AT ÀWỌN Ilẹ̀kùn:

40 Ìbànújẹ́ ọkàn Àwọn ìtàn àti Ọrun Ìparí Ìkìlọ̀ sí Àwọn Ṣọ́ọ̀ṣì Òní

https://www.am azon.com/dp/B0FDX31L9F

https://shop.ingramspark.com/b/

084?params=TpdA5j8WPvw83glJ12N1B3nf8LQte2a1lIEy32bHcGg

ÀMÚJẸ ÌGBÉSÍ AYÉ: 40 Àwọn ọjọ́ ti Rìnrìn nínú Àwọn nǹkan wọ̀nyí ló fà á tí wọ́n fi ń ṣe àtúnṣe sí ara wọn. Ìbùkún ti Deuteronomi 28 - https://www.am azon.com/dp/B0FFJCLDB5
Ìtàn láti Otitọ Àwọn ènìyàn, Otitọ Ìgbọràn, àti Otitọ
https://shop.ingramspark.com/b/084?params=bH3pzfz1zdCOLpbs7tZYJNYgGcYf U32VMz3J3a4e2Qt

Ìyípadà nínú lórí 20 awọn ede

mímọ̀ RẸ & mímọ̀ Òun:
40 Àwọn ọjọ́ sí Iwosan, Òye, àti Títí láéláé Ìfẹ́

https://www.am azon.com/KNOWING-HER-HIM-Healing- Ìlóye-ebook/dp/B0FGC4V3D9 https://shop.ingramspark.com/b/084?params=vC6KCLoI7Nnum24BVmBtSme9i6k59p3oynaZOY4B9Rd

PARÍ, KÌ Í ṢE DÍJÀ:
A Ọjọ́ 40 Ìrìnàjò sí Ète, Ìṣọ̀kan, àti Ifowosowopo

https://shop.ingramspark.com/b/
084?params=5E4v1tHgeTqOOuEtfTYUzZDzLyXLee30cqYo0Ov9941
https://www.am azon.com/COMPLETE-NOT-COMPETE-Journey-
Ìfọwọ́sowọ́pọ̀-ebook/dp/B0FGGL1XSQ/

ÀLỌRUN Ìlera KÓÒDÙ - 40 Ojoojúmọ́ Àwọn kọ́kọ́rọ́ sí Mu ṣiṣẹ Iwosan Nípasẹ̀ Ọlọ́run Ọrọ̀ àti Ìṣẹ̀dá Ṣí i Àwọn ǹkan wọ̀nyí ló fà á tí wọ́n fi ń ṣe àtúnṣe sí ara wọn. Iwosan Agbára ti Àwọn ohun ọ̀gbìn, Àdúrà, àti Àsọtẹ́lẹ̀ Iṣe

https://shop.ingramspark.com/b/
084?params=xkZMrYcEHnrJDhe1wuHHYixZDViiArCeJ6PbNMTbTux
https://www.am azon.com/dp/B0FHJT42TK

Òmíràn awọn iwe agolo jẹ́ ri lórí onkọ̀wé ojú ìwé https://www.am azon.com/ stores/Ambassador-Monday-O.-Ogbe/author/B07MSBPFNX